ደማ

በኢትዮጵያ ሰማይ ሥር

የሐጂ ራሕመቶ ረጃቶ የሕይወት ታሪክ

(ከ1895 እስከ 1953)

"በሕይወቴ እንደ ራሕመቶ ቅዱስ ሰው አጋጥሞኝ አያውቅም" ማዉሪስ ዲ. ወርተርስ

"ሁሉም ታሪክ ይሞታል የተፃፈ ታሪክ ሲቀር"

ዘሃቢ አል-ቢዳያ ወኒሃያ (ሙሐዲስ)

አዘጋጅ፡- አብዱልፈታህ አብደላህ

አስተባባሪ፡- ዶ/ር ተሕያ ሐጂ ዑመር ሙስጠፋ

አርታኢዎች፡- አዴ ዛህራ ሐጂ ራሕመቶ

አቶ በያን ሐጂ ዑመር ሙስጠፋ፣

ሐጂ ኸድር ፊታውራሪ ሙሐመድ ራሕመቶ

አሣታሚ፡- የሐጂ ራሕመቶ ቤተሰቦች

2017 ዓ.ኢ

መታሰቢያነቱ

ይህ ሥራ (መጽሐፍ) መታሰቢያነቱ ለሐጂ ራሕመቶ ረጃቶ/ሙኽታር፣ ለአዴ ራዲያ ዑመር እና ለዳኮ ኩልሲማየሆነ ነው። የእዚህ ሥራ መነሻው እነርሱ ስለሆኑ ከእዚህ የሚገኘው ሰዋብ (ምንዳ) ሁሉ ለእነርሱ እንዲሆን ተነይቷል (ዓላማ ተደርጓል)።

በመሆኑም ይህን ሥራ አንብቦ በተደሰተ፣ ዕውቀት በገበየ፣ ኢማን በጨመረ፣ ዝምድናን በቀጠለ፣ ለጥናትና ምርምር በተጠቀመ፣ ለሀገር እና ለሕዝብ የመሥራት ዓላማን በተጎናጸፈ ወ.ዘ.ተ ሁሉ የሚገኘው ሰዋብ (ምንዳ) ለተጠቀሱት የአንድ ዘመን ዕውቅ አባቶች እንዲደርስ እንመኛለን። በዚህም እስከ ዘላለሙ የማያቋርጥ ሰዋብ (ምንዳ) እንዲያገኙና አላህ (ሱ.ወ) ከጀነት ደረጃዎች ውስጥ ከፍ ያለውን እንዲሰጣቸው እንከጅላለን። ለብዙ ጥሩ ሥራዎች መነሻ ሆነዋልና።

አዘጋጁ እና ቤተሰቡ

ምስጋና

1. **ለዶ/ር ተሒያ ሐጂ ዑመር ሙስጠፋ፡-** የዶ/ር ተሒያ ንቁ እና ታታሪ ሰው መሆንዋ ሥራዎችዋ እና ንግግሮችዋ ሁሉ ይመሰክራሉ። እንደ አጋጣሚ በሸራተን አዲስ

ተገናኝተን ተዋወቅን፡፡ የተዋወቅንበት መድረክ በራሱ ታሪክ የሠሩ ሰዎች የሚመሰገኑበት እና የሚሸለሙበት መድረክ ስለነበር እኛም የቤተሰቦቻችን ታሪክ ለማሳወቅና የበኩላችን ታሪክ ለመስራት አነሳስቶናል፡፡ ዶ/ር ተሒያ በአጭር ጊዜ ውስጥ ይህንን ታሪክ የምናጠናበትን እና የምናስተዋውቅበትን ዕድል በማመቻቸት ቁርጠኛነቷን አሳይታለች፡፡

2. **ለአዴ ዛሕራ ሐጂ ራሕመቶ፡-** “ኮሞ፣ ኮሞ አሸይ፣ ቢኔ ሊንዠይ” (ቶሎ ቶሎ ሥራው፡፡ ሥራው አልቆ በዐይኔ ልየው) እያሉ ያበረታቱኝ ነበር፡፡ በማበረታታቱ ብቻም ሳይሆን ለዚህ ሥራ መረጃዎችን በመስጠት ሰፊ አበርክቶት ሰጥተዋል፡፡
3. **ለሐጂ ኸድር ፊታውራሪ ሙሐመድ ራሕመቶ፡-** በአያታቸው ሐጂ ራሕመቶ የመሠረተውን የቄራ ድርጅት ታሪክ በ1965 ዓ.ኢ ለዩኒቨርሲቲ ማሟያ ጥናት የሠሩት ሥራ ለዚህ ታሪክ ወሳኝ የሰነድ መረጃ ሆኖ ተገኝቷል፡፡ እንደዚሁም የሚያውቁትን በአጭር እና በግልጽ አማርኛ በማስቀመጥ፣ የማያውቁትን በቀጥታ “ይህንን አላውቅም፣ አልሰማሁም” በማለት በመመለስ ለታሪክ ሥራ የሚመቹ ሰው ሆነው ተገኝተዋል፡፡
4. **ወንድም በያን ሐጂ ዑመር ሙስጠፋ፡-** በአካል ባንገናኝም በስልክ እና በዋትስአፕ ባደረግናቸው ግንኙነቶች ለሥራው ጥሩ መንፈስ እና ማበረታቻ በመስጠት በጎ ሚናውን ተጫውቶአል፡፡ የመጽሐፉ

ረቂቅንም በማንበብ አንዳንድ የማሻሻያ፣ የማስተካከያ፣ የማበልጸጊያ ምክረ-ሀሣቦችን እና መረጃዎችን በመስጠት ብዙ ዕገዛ አድርጓል።

5. **አዴ ዘይነባ ፊታውራሪ ሙሐመድ፣** ሐጂ ከማል ሰዒድ ሚሽኬር፣ አቶ አህመዲን ሱለይማን ዑመር፣ ወንድም ዴልታ ሙሐመድ፣ ሐጂ ኸይረዲን አዝማች ሁሴን፣ሌሎች ያገዙ ወንድሞች እና እህቶች ሚናቸው ከፍተኛ ነው።
6. **ወ/ሮ ሻዚያ ሐጂ ዑመር ሙስጠፋ፡-** ከቤተሰቡ ጋር ሰፊ ትውውቅ እንዲኖረኝ እና የታሪክ መረጃ እንድሰበስብ በማሰብ የቤተሰብ ስብስብ (ዱዓ) በሚኖርበት ጊዜ ሁሉ እንድገኝ በመጋበዝ፣ የረቂቅ ሥራዎች ሕትመት (Hard Copy) ጥራዞችን በማዘጋጀት ሰፊ ጥረትዋን እና ሚናዋን ለመወጣት ችላለች።
7. **ኢንጂነር ሸረፈዲን ሙሐመድ እና ዶክተር ኸይረዲን ተዘራ፡-** በ2013 ያልተነገረው የሐጂ ራሕመቶ ሙኽታር አጭር የሕይወት ታሪክ፣ ስኬት እና አስተምህሮ የሚል የመነሻ ሥራ መሥራታቸው
8. **አቶ ወንድምስሻ አየለ አንገሎ፡-** የታሪክ ባለሙያ፣ የእዚህ መጽሐፍ ዲዛይን ሥራ በማሳመር
9. በአጠቃለይ ለእዚህ ታሪክ ግብዓት የሆነ መረጃ የሰጡን ሁሉ ምስጋና ይገባቸዋል። የመረጃ ሰጪዎች ሥም ዝርዝር ከመጽሐፉ መጨረሻ ገጽ በተለመደው ቦታ ተቀምጧል። ታሪኩ እውን ሊሆን የቻለው ከብዙ ሰዎች በተሰበሰበ መረጃ አማካኝነት ነው። አንዱ መረጃ ሰጪ ቢጎድል

ከታሪኩ ብዙ ሊያጎድል ይችል ነበር። ታሪኩ እንዳይጎድል ጊዜያቸውን መስዋዕት አድርገው የሚያውቁትን ስላካፈሉን ምስጋናችንን በድጋሚ እናቀርባለን።

አዘጋጁ

<u>ልዩ ተመስጋኞች</u>

1. ተሕያ ሐጂ ዑመር (ዶ/ር)
2. አብዱልመጂድ ሐጂ ዑመር
3. ሰለሃዲን ሐጂ ዑመር
4. ጀውሃር ሐጂ ዑመር
5. ዘይነብ ሐጂ ዑመር
6. በያን ሐጂ ዑመር
7. ሚናህ ኸድር ሐጂ ራሕመቶ
8. አንዋር ዋበሎ ሲሆኑ

ለእዚህ መጽሐፍ ጥናት እና ሕትመት የሚያስፈልገውን በጀት በማዋጣት ይህንን የቤተሰብ፣ የማኅበረብ እና የሀገር ታሪክ ዕውን እንዲሆን ያደረጉ በመሆናቸው ልዩ ምስጋና እና ክብር ይገባቸዋል።

ማውጫ

ማውጫ 5

የቤተሰቡ መልዕክት 12

የአዘጋጁ መልዕክት 14

መቅድም 17

5

ሥሞችን አስመልክቶ 20

የቃላት ትርጉም 21

ክፍል አንድ

ከገደሎ እስከ አዲስ አበባ 22

ምዕራፍ አንድ

1. የሐጂ ራሕመቶ የትውልድ አካባቢ እና የወላጆች አጭር ታሪክ 23

    1.1 የትውልድ አካባቢ አጭር ዳሰሳ 23

    1.2 የወላጆች ግንድ ትውስታ፣ አዝማች ጊባቶ፣ የአበ ሪጃቶ እና የአዴ ሩማቴ ጋብቻ፣ 27

        አዝማች ጊባቶ 27

        የአበ ሪጃቶ እና የአዴ ሩማቴ ጋብቻ 29

    1.3 የልጆቸው ዕጣ-ፈንታ የተነበዩ እናት 31

    1.4 አበ ሪጃቶ ከዳኮ ኩልሲማ ጋር 32

    1.5 አስገራሚው የልጆቻቸው የጋብቻ ጥምረት 34

    1.6 "የዱዓ ምግብ ነው ብላ" 37

ምዕራፍ ሁለት

2. የሐጂ ራሕመቶ ሪጃቶ ልጅነት 39

    2.1 "ለቤተሰቡ እና ለሀገሩ ራሕመት የሆነ ልጅ ትወልዳላችሁ!" 39

    2.2 የልጅነት እና የዕድገት ሁኔታ 41

    2.3 ወደ አዲስ አበባ መግባት 42

ክፍል ሁለት

ኤ. ቤስ ኩባንያ፣ ሐጂ ራሕመቶ እና የኢትዮጵያ የነጻነት ተጋድሎ 45

<u>ምዕራፍ ሦስት</u>

3. ስለ አንቶኒን ኤ. ቤስ እና ኩባንያው አጠቃላይ ሁኔታ 46

3.1 ስለ ኤ.ቤስ እና ኩባንያው 46
3.2 የኤ. ቢስ ኩባንያ በኢትዮጵያ 53
3.3 ኤ. ቤሴ ኩባንያ በአዲስ አበባ 56
3.4 ሐጂ ራሕመቶ ረጃቶ በኤ. ቤስ ኩባንያ 59
3.5 ኤ. ቤስ እና ሐጂ ራሕመቶ በደሴ ከተማ 63
3.6 ኤ. ቤስ እና ሐጂ ራሕመቶ በአስመራ 64
3.7 ኤ. ቤስ በሌሎች የኢትዮጵያ ከተሞች 75
3.8 በኤ. ቤስ ኩባንያ ወኪልነት ወደ ኢትዮጵያ የገቡ ትላልቅ የዓለም ኩባንያዎች 77

<u>ምዕራፍ አራት</u>

4. የኢትዮጵያ ነፃነት አደጋ ላይ መውደቅ እና የኤ. ቤስ ኩባንያ 79

4.1 ኤ. ቤስ በአዲስ አበባ ከንጉሠ ነገሥቱ ጋር መነጋገር 79
4.2 “በኢትዮጵያ ላይ በጣም ከባድ ነገር ስለሚከሰት በቁርጥ አንዘጋጅ!” ሚስተር ኤ. ቤስ 81

<u>ምዕራፍ አምስት</u>

5. በኢትዮጵያ የኤ.ቤስ ቢዝነስ በኢጣልያ ወረራ ወቅት 84

7

	5.1	ኢትዮጵያውያን አደራ የማይበሉ ታማኞች እንደነበሩ 84
	5.2	የኤ.ቤስ ኩባንያ ከዘረፉ መዳን 88
	5.3	የሐጂ ራሕመቶ በኢጣልያ እጅ መውደቅ 94

ምዕራፍ ስድስት

6. ሐጂ ራሕመቶ ለሀገር ነፃነት ያበረከቱዋቸው አስተዋጽኦዎች 101

	6.1	መረጃ የማሰባብ እና የማሠራጨት ሥራ መጀመር . 101
	6.2	በሀገር ፍቅር ማኅበር ውስጥ የነበራቸው ሚና 104
	6.3	ከልዑል ራስ ካሣ እና ከደጃዝማቾች ጋር የነበራቸው ግንኙነት 107

ክፍል ሦስት

የሐጂ ራሕመቶ አበርክቶ በድህረ-ወረራ 117

ምዕራፍ ሰባት

7. ከነፃነት በኋላ የኤ. ቤስ ኩባንያ እና የሐጂ ራሕመቶ የላቀ ዕድገት 118

	7.1	ሐጂ ራሕመቶ ሪጃቶ በኤ.ቤስ ኩባንያ የነበራቸው የሥራ ኃላፊነት 118
	7.2	የኤ. ቤስ ኩባንያ የወደብ መስመሮች እና በሮች፦ ... 124

ምዕራፍ ስምንት

8. ከነፃነት በኋላ ሐጂ ራሕመቶ በሀገራዊ ተቋማት ምስረታ እና ግንባታ የነበራቸው ሚና 129

	8.1	የመንግሥት ካዝናን የማሟላት እገዛ 129
	8.2	የቄራ ድርጅት ምሥረታ እና አስተዳደር 130
	8.3	በ1948ቱ ዓለም አቀፍ ኤግዚቢሽን ተሳትፎ እና ሽልማት 137

8.4 ከዓለምገና ወላይታ ሶዶ የመኪና መንገድ ሥራ ድርጅት 142

ምዕራፍ ዘጠኝ

9.ለሃይማኖታቸው እና ለባሕላቸው ያደረኋቸው አበርክቶቶች 147

9.1 ለሃይማኖታቸው የነበራቸው ኺድማዎች 147
9.2 የኑር (በኒ) መስጂድ ጋር በተያያዘ 147
9.3 በአንዋር መስጂድ ግንባታ እና ልማት 149
9.4 የሙስሊሞች አንድነት ማኅበር እና የሙስሊሞች ጉዳይ መርማሪ ኮሚቴ 152
9.5 የመስጂድ አስተዳደር ኮሚቴ 159
9.6 የመውሊድ ሥርዓታቸው 160
9.7 የእንግዶች ማረፊያነታቸው 165

ምዕራፍ አስር

10.ለባሕላቸው ያደረኋቸው ጥረቶች እና ምክሮች 168

10.1 ሥልጤዎችን በስፋት ወደ ከተማ መሳብ 170
10.2 ለተወላጆች ያስተላለፏቸው መልዕክቶች 173

ምዕራፍ አስራ አንድ

11.በትምህርት ዙሪያ ያደረኋቸው ተጋድሎዎች ..175

11.1 በሀገራችን የመጀመሪያው የማታ ትምህርት መርሐ-ግብር መጀመር 175
11.2 የሥልጤ የማንነት ንቅናቄ ጀማሮ ጥረት 180

ክፍል አራት

የቤተሰብ ሕይወት እና ዕረፍት 189

ምዕራፍ አስራ ሁለት

12. ....በእስልምና “በላጭ” የተባለውን የትዳር ሕይወት የመሩ እና የኖሩ አባት 190

12.1 የአባ-ጅፋር እና የቤተሰቡ ጥረት 192
12.2 የሐጂ ራሕመቶ ልጆች እና ትውልድ 198
12.2.1 ፈታውራሪ ሙሐመድ ሐጂ ራሕመቶ 199
12.2.2 አዴ ሐሊማ ሐጂ ራሕመቶ 200
12.2.3 አዴ ፋጡማ ሐጂ ራሕመቶ........................ 202
12.2.4 አበ ዓሊ ሐጂ ራሕመቶ.............................. 203
12.2.5 አዴ ዘምዘም ሐጂ ራሕመቶ 206
12.2.6 አበ ሡልጣን ሐጂ ራሕመቶ........................ 207
12.2.7 አዴ ዛሕራ ሐጂ ራሕመቶ 209
12.3 ማሳረጊያ 212

ምዕራፍ አስራ ሦስት

13.የቤተሰብ እና ቤተዘመድ መሰባሰቢያ መድረኮች 213

13.1 የቤተሰብ ስብሰባዎች 213
13.2 የሐጂ ራሕመቶ ቤተሰብ ብዝሃዊነት እና አንድነት ... 218
13.3 በኦሮሞ ተወላጆች ዘንድ የክብር ማዕረግ ሥም ማግኘት 220
13.4 ከሌሎችም ሕዝብ ተወላጆች ጋር የነበራቸው መዛመድ 222
13.5 “የዛኔው ትውል (ያ ትውልድ) ምን ዓይነት ነው?”.... 224

ምዕራፍ አስራ አራት

14.ወደ አኼራ መሄድ እና ውርሶች.....................229

14.1 ዕረፍት 229
14.2 የሐጂ ራሕመቶ ቅርሶች እና ውርሶች...................... 230

14.3 የሐጂ ራሕመቶ እና የሌሎች መካነ-መቃር ሥፍራ ልማት 238

ምዕራፍ አስራ አምስት

15.ማጠቃለያ፡-..242

የመረጃ ምንጮች 265

የሰነድ የመረጃ ምንጮች... 265

ቃለ-መጠይቅ የመረጃ ምንጮች.................................... 270

ሰው ይወለዳል፣ ያድጋል፣ ያረጃል፣ ያልፋል፤
ታሪክና ትውልድ ግን ሕያው ነው ይቀጥላል!!!

የቤተሰቡ መልዕክት

የአባቴ ታሪክ እንዲፃፍ የምፈልገው ለሀገራቸው (ኢትዮጵያ) የለፉት ልፋት እና የነበራቸው ደግነት የልጅ ልጆቻቸው እና ሰፊው የኢትዮጵያ ሕዝብም እንዲያውቀው በማለት ነው። አባባ ለሀገራቸው በጣም ለፍተዋል፣ ደክመዋል። ዘር እና ሃይማኖት ሳይለዩ ደግነታቸውን እና ልግስናቸውን አሳይተዋል። ይህንን ሥራቸው እና ተግባራቸው ትውልድ እንዲያውቀው፣ እንዲማርበት፣ የበኩሉን መልካም ሚና እንዲወጣበት ማድረግ ያስፈልጋል።

በመሆኑም ይህ ኪታብ (መጽሐፍ) መታተሙ ለእኔ ትልቅ ደስታ ነው። እኛ ልጆቻቸው፣ አሁንም ድረስ የልጅ ልጆቻቸው የምንኖረው አባባ እና እማማ (ሐጂ ራሕመቶ እና እማማ ራዲያ) በሠሩዋቸው በጎ ሥራዎች ነው (አላሃምዱሊላህ)።

አባባ ለሀገር፣ ለሕዝብ፣ ለሃይማኖት እና ለባሕል የሠሩዋቸው መልካም ሥራዎች ተዘርዝረው የሚያበቁ ባይሆኑም በኪታቡ ውስጥ አንኳር-አንኳሮቹ ተጠቀሰዋል። ሙስሊሙ ማኅበረሰብ ለሀገር ልማት፣ ዕድገት እና ነፃነት ያደረገው ተጋድሎ በጥሩ ሁኔታ ያሳያል።

ይህንን መልካም ሥራ (ታሪክ) እንዲጠና እና እንዲታተም ላደረጉ ልጆቻችን (ተሕያ ሐጂ ዑመር (ዶ/ር)፣ አብዱልመጂድ ሐጂ ዑመር፣ ሰለሃዲን ሐጂ ዑመር፣ ጀውሃር ሐጂ ዑመር፣ ዘይነብ ሐጂ ዑመር፣ በያን ሐጂ ዑመር፣ ሚናህ ኸድር ሐጂ ራሕመቶ) ክብር እና ሞገስ ይግባቸው። ካወጡት ብዙ እጥፍ አላህ ይለግሳቸው።

የመጽሐፉ አዘጋጅም ሊመሰገን ይገባል። በቤተሰባዊ እና በሀገራዊ መንፈስ ሥራውን በአጭር ጊዜ ሠርቶ አቅርቧል። በዕውቀቱ የሚጠቀም፣ ይበልጥ ለሀገር እና ለሕዝብ የሚሠራ አላህ እንዲያደርገው ዱዓ አደርጋለሁ።

ዛህራ ሐጂ ራሕመቶ

(የሐጂ ራሕመቶ የመጨረሻ ልጅ)

የአዘጋጁ መልዕክት

በአውቶግራፊ እና በባዮግራፊ የታሪክ ዘርፍ ልሠራቸው ከምመኛቸው ሥራዎች አንዱ የሐጂ ራሕመቶ ታሪክ ነበር። አላህ (ሱ.ወ) ባላሰብኩት እና ባልጠበቅኩት አጋጣሚ ሥራውን በእጄ አስገባው። የካቲት 18/ 2016፣ ቢላሉል ሀበሻ የበጎ አድራጎት ድርጅት፣ በሀገር እና በሕዝብ ደረጃ የላቀ በጎ ሥራ የሠሩ ሰዎችን የማመስገን እና የመሸለም ሥነ-ሥርዓት ያካሂድ ነበር። በእዚህ ዕለት አብረያቸው ከተገኘሁት እና ለእዚህ ምስጋና እና ሽልማት ከታጬት ሰዎች አንዱ ክቡር ፕሮፌሰር ላጵሶ ጌ. ድሌቦ ነበሩ። ከሥነ-ሥርዓቱ በኋላ አንድ የሐበሻ ልብስ የለበሱ እናት እና ሁለት ሴቶች በፕሮፌሰር ላጵሶ ሽልማት መደሰታቸውን ገልጸው ከእርሳቸው ጋር ፎቶ ለመነሳት ተሽቀዳደሙ።

እኔም ሥሜን፣ የፕሮፌሰር ላጵሶ ተማሪ እና አጋዥ መሆኔን ገልጬ የእነርሱን ማንነት ጠየቅኩ። በመሀከላቸው የነበሩት ፊተ-በሻሻ እናት እመት ዛሕራ ሐጂ ራሕመቶ እንደሆኑ፣ ሁለቱ ሴቶች ዶ/ር ተሕያ እና ወ/ሮ ሻዚያ ሐጂ ዑመር (የእመት ዛሕራ ልጆች) መሆናቸውን ነገሩኝ። ከቤተሰቡ ጋር ለመገናኘት እና ለመተዋወቅ እፈልግ ስለነበር ከሃያ በላይ መጽሐፎችን መፃፌን እና ማሳተሜን፣ ለወደፊቱ ለመሥራት ከምመኛቸው አንዱ የሐጂ ራሕመቶ እና ቤተሰባቸው ታሪክ መሆኑን አሳወኳቸው።

የሐጂ ራሕመቶ ታሪክ ማፃፍ የእነርሱም ፍላጎት እና ምኞት መሆኑን ፈጣን፣ ቀልጣፋ እና ቀናዋ ዶ/ር ተሕያ ወዲያው

ገለጹችልኝ። ወሩ ረመዳን ላይ ስለነበረ በጥለት-ኢትዮጵያ የቴሌቪዥን ፕሮግራሜ የቤተሰቡን የኢፍጣር ፕሮግራም ለማዘጋጀት እና በዛውም የሐጂ ራሕመቶ የታሪክ ሥራን ለመረከብ ፕሮፖዛል ለዶ/ር ተሕያ ሐጂ ዑመር አቀረብኩ።

በረመዳን ግማሽ፣ መጋቢት 15/2016 በቤታቸው በጾሙ ሥርዓት መሠረት ተስተናግደን እና ቀረጻ አካሄድን። ቀረፃውንም በሚገባ አደራጅቼ ፕሮግራሙ በአሻም ቴሌቪዥን፣ በመጋቢት 28/ 2016 ተላለፈ። እንዲሁም *"የረመዳን የኢፍጣር ፕሮግራም በሐጂየት ዛሕራ ሐጂ ራሕመቶ ቤት"* በሚል ርዕስ፣ በኤፕሪል 1/ 2024 (ሚያዝያ 1/2016) በጥለት ኢትዮጵያ ዩቱብ ላይ ተለቀቀ። https://youtu.be/gfYoeGP1z1o?si=FCwOu-XAdu7y7fpv

ቀጣዩ ሥራ የሐጂ ራሕመቶ ታሪክ ጥናት ጉዳይ ነበር። ዶ/ር ተሕያ ሐጂ ዑመር ከቤተሰቦችዋ እና ቤተ-ዘመዶችዋ ጋር ተማክራ በመወሰን ሥራው በሚያዝያ 2016 ተጀምሮ እነሆ ለእዚህ ደረጃ በቃ።

በእዚህ አጋጣሚ ያስታዋልኩት ቁም ነገር ቢኖር ብዙ ሊነገርላቸው እና በሀገር እና በሕዝብ ግንባታ ላይ ከፍተኛ ድርሻ ያላቸው እንደ ሐጂ ራሕመቶ ያሉ ታላላቅ ሰዎች ታሪክ መጻፉ ጥቅሙ የጋራ፣ አለመጻፉም ጎዶሎ የሚያደርገን ሁላችንንም መሆኑን ነው። በእዚህ ሥራ ከተለመደው ተደጋጋሚ የመብራት መጥፋት በስተቀር የተለየ ችግር አላጋጠመኝም (አልሃምዱሊላህ)።

ይህ የታሪክ ሥራ የአንድ ግለሰብ አውቶግራፊ ብቻ አይደለም። በእዚህ የጥናት ሥራ ውስጥ የቤተሰብ (የሐጂ ራሕመቶ)፣ የማኅበረሰብ (የሥልጤ)፣ የሀገር (ኢትዮጵያ) እና የዓለም የነፃነት ትግል፣ የንግድ እና የበጎነት ታሪክ ጭምር ይገኝበታል። ስለሆነም ማንኛውም ሰው አግኝቶ ቢያነበው ይጠቀምበታል የሚል ሙሉ እምነት አለኝ።

መልካም ንባብ!!!
አብዱልፈታህ አብደላህ ሸቤ
ኢሜል፡- ethiopluralism@gmail.com
ስልክ፡- +2519 06 96 68 68

መቅድም

‹‹የሀገር ግንባታ›› ወይም ‹‹የሀገረ መንግሥት ግንባታ›› ተብሎ ሲነገር በዋናነት ርዕሱ መተረክ ያለበት የሚመስለን በንጉሠ ነገሥቶች፣ በፕሬዝዳንቶች እና በጠቅላይ ሚኒስትሮች ሀሳብ አመንጪነት ወይም ቀጥታ አመራር ሰጪነት ብቻ እንደሆነ ነው። በተለይ በቀዳማዊ ኃይለሥላሴ ዘመን የተደራጁት እና መሠረታዊ የሚባሉት የመንግሥት አውታሮች ሁሉ በንጉሠ ነገሥቱ የግል ጥበብ ብቻ፣ አንዳንዴም በተወሰኑ የውጪ ሀገራት አማካሪዎች አቅም ታስበው የተፈጸሙ እንዲመስለን ተደርገው የተተረኩ ታሪኮች ይበዙበታል።

እንደ ሐጂ ራሕመቶ ያሉ ግለሰቦችን ታሪክ በዝርዝር ስናውቅ ግን የሀገር መሪዎች ሀሳብ በማመንጨትም ሆነ ከሌሎች የቀረበውን ሀሳብ ፍቃደኛ ሆነው እንዲተገበር ከፍ ያለ ድርሻ ሊኖራቸው ቢችልም የግለሰቦች ድርሻም እጅግ አስፈላጊ መሆኑን እያየን እንገረማለን። በእዚህ አቅጣጫ እንድናይ ከሚያስገድዱን ግለሰቦች ውስጥ በፖለቲካው ዘርፍ ፊታውራሪ ተክለ ሐዋርያትን፣ ደጃዝማች ወልደማርያም ወልደዓብን፣ ፊታውራሪ ሀብተጊዮርጊስ ዲነግዴን፣ አቶ ከተማ ይፍሩን፣ የአትሌቲክስ እና ኪነጥብቡን ዘርፍ በክቡር ዘበኛ ክፍለጦር ውስጥ ያደራጁት ስዊድኖችን፣ ወ.ዘ.ተ ማሰብ እና ወሳኝ ድርሻቸውን መጥቀስ ይቻላል።

ከሐጂ ራሕመቶ ታሪክ የምንወስደው ግንዛቤም ከእነዚሁ ጋር ተመሳሳይ የሆነ ነው። መማር የምንችልባቸው ሁለት ዐበይት ጥያቄዎች ሐጂ በግላቸው ይህንን ያህል ድርሻ

የመውጣታቸውን ቁርጥ ኅሊና እና መሥዋዕትነት የሚያስከፍል ሀገራዊ ስሜትን እንዴት አዳበሩ? ይህንን ልዩ ብቃት ትውልዱ እንዲወርሰው ምን ማድረግ ይገባል? የሚሉት ይገኙበታል።

ሌላኛው ዐብይ ቁም ነገር ደግሞ በኢትዮጵያ ሀገረ መንግሥት ግንባታም ሆነ ከጠላት ጋር ተጋድሎ በሚያደርጉት ባለውለታዎቻችን ዝርዝር ውስጥ ከውጪ ሀገራት አንቶኒን ቤሴን፣ ከሙስሊሙ ደግሞ ሐጂ ራሕመቶን እና ቀኛዝማች አብዱልሰመድ ኢብራሂምን የመሰሉት ጉምቱዎች የሚጠቅስ ሰነድ በአደባባይ ደረጃ አለመኖሩ ነው።

ይልቁንም ደግሞ ለነገሥታቱ ቁልፍ ኃላፊነት በአማካሪነትም ሆነ በተሹዋሚነት፣ በግላቸው ትጋትም ሆነ በወሳኝ ዕውቀታቸው ካደረጉት አስተዋጽኦ አንጻር የብዙዎቹ ሲዘረዘርና የግለሰቦቹ ማንነት ሲተነተን የቤተክህነት ዕውቀት ለሀገረ መንግሥት ግንባታው ወሳኝ መሆኑም ይገለጻል።

ይህ በሚተረክበት ዐውድ ውስጥ ከሙስሊሙ ሕዝብ የተገኙት እነ ሐጂ ራሕመቶ ይህን ያህል ታላቅ ድርሻ እንደተወጡ አብሮ መተረክ ግን ያስፈልግ ነበረ። ይህንን መልካም ብቃት እና የሀገር ፍቅር ያገኙበት ምንጫቸውስ ምንድነው? ከሃይማኖቱ ትምህርት ነው? ከሥልጤ ነገድ በወረሱት ባሕላዊ ጥበቦች ነው? ወይስ ሌላ ምንድነው? ብሎ መጠየቅን ያስገድዳል። የሀረሪው ቀኛዝማች አብዱልሰመድ ኢብራሂም በአጋርነት መታየታቸው እና ተመሳሳይ ተጋድሎ ያላቸው መሆኑ ደግሞ ከእስላማዊ ባሕል እና ትምህርት ጋር

የተቆራኙ ምንጮችን በአግባቡ ማክበር እና የሌሎች መሰል ባለውለታዎችን አብረን እንድናገናዝብ ይጋብዛል፡፡

ይሄ ጉዳይ የፖለቲካ ገጽታ ያለው ቢመስልም ‹‹በኢትዮጵያ ሀገር ባለቤትነት እና አስተዋጽኦ ሙስሊሙ ሕዝብ ተገቢው ቦታ አልተሰጠውም!›› ተብሎ የሚቀነቀነው የሙግት ሀሳቦችም ውሃ የሚቋጥሩት እነዚህን መሰል ታሪኮችን ስናውቅ ነው፡፡

በአጠቃላይ በእዚህ መጽሐፍ የሐጂ ራሕመቶ እና አጋሮቻቸውን የግል ታሪክ በቁጫት የምናነብ ቢመስለንም ከሀገር ውስጥ እስከ ዓለም አቀፍ ድረስ ትስስር እና ዝምድና ያላቸውን የንግድ እና የፖለቲካ ጉዳዮች ነው የምናጠናው፡፡ የኢትዮጵያ ሀገራዊ ትርክቶችም ለእነዚህ መሰል ጉዳዮች ተገቢውን ቦታ ሰጥተው ለትውልድ የሚተላለፉበትን ሁኔታ ማቃናት ይጠበቅብናል ብዬ አምናለሁ፡፡

ወንድምስሻ አየለ አንገሎ
wendemseshaa@gmail.com

ሥሞችን አስመልክቶ

የታሪኩ ባሕላዊ ገጽታን ለመጠበቅ በማሰብ ብዙ ባሕላዊ ቃላትን ተጠቅሜአለሁ። በተለይም የሰዎች ሥም እና ማዕረግ በባለታሪኮቹ የትውልድ አካባቢ (ሥልጤ) መጀመሪያ የተሰየሙበት እና የተጠሩበት ሥም አስቀድሜአለሁ።

ለምሣሌ የሐጂ ራሕመቶ አባት፣ የመጀመሪያ ሥማቸው “ረጃቶ” የሚል ነበር። በኋላ ዘመን “ሙኽታር” በሚል ተሰይመዋል። “ሙኽታር” የተሰኘው መጠሪያ ሥም በኋላ ላይ ካደጉ እና ለወግ ማዕረግ ከበቁ በኋላ ከሃይማኖት ጋር ተሳስሮ የተሰጣቸው ሆኖ ይገኛል።

የሐጂ ራሕመቶ እናትም በመጀመሪያ በወላጆቻቸው “አዴ ሩማቴ” ተብለው የተሰየሙ እና ሲጠሩ የኖሩ ሲሆን በኋላ ላይ “ኸድጃ” ተብለዋል። በእዚህ የታሪክ ሥራ ውስጥም “አዴ ሩማቴ/ኸድጃ” ብሎ በማስተዋወቅ በስፋት ግን “አዴ ሩማቴ” የሚለውን ተጠቅመናል።

በእዚህ ዓይነት የመጀመሪያ እና በኋላ የተየሙ አያሌ ሥሞች በእዚህ የታሪክ ሥራ ውስጥ ይገኛሉ። የተወላጆቹ አካባቢያዊ ታሪክ እና ባሕል ላለመዘንጋት፣ ላለመተው፣ለወደፊትም እየተጠና ተጠናክሮ እንዲቀጥል በመመኘት በተቻለ መጠን ባለ ታሪኮቹን ሁሉ በመጀመሪያ ወላጆቻቸው በሰየሙላቸው ሥሞች ለመጥራት ተሞክሯል። የእስልምና ሃይማኖትም የሰዎች ሥሞች ከሃይማኖት፣ ከሕዝብ ሥነ-ምግባር ወይም ከመልካም ባሕሪ ጋር የማይቃረኑ እስከሆኑ ድረስ

በየአካባቢው ባሕል መሰየምን እና መጠራትን የሚፈቅድ እና የሚያበረታታ መሆኑ ይታወቃል።

የቃላት ትርጉም

አበ፡- ትላልቅ፣ የዕድሜ ባለጸጋ ወንድ አባቶች እና አያቶች የሚጠሩበት የማዕረግ ሥም ነው። በእዚህ ደረጃ ያሉ አባቶች በሥማቸው መጥራት እጅግ ከባድ የሆነ ነውር ሆኖ ይገኛል። በደፈናው "አበ" ብሎ መጠቀም ነው የሚመረጠው።

አዴ፡- ትላልቅ፣ የዕድሜ ባለጸጋ ሴት እናቶች እና አያቶች የሚጠሩበት የማዕረግ ሥም ነው። በዚህ ደረጃ ያሉ እናቶች በሥማቸው መጥራት እጅግ ከባድ ነውር ሆኖ ይገለፃል። በደፈናው "አዴ" ብሎ መጠቀም ተመራጭ ሆኖ ይገኛል።

ዓ.ኢ፡- ዓመተ ኢትዮጵያ ማለት ነው። የሀገራችን የዘመን አቆጣጠርን ከሃይማኖት ነፃ በሆነ መልኩ ለመጠቀም የምንችለው በእዚህ መልክ መሆኑን በማመን የተመረጠ ነው።

እንደላይኛው፡- በግርጌ ማስታወሻ (Foot note) ላይ፣ የመረጃው ምንጭ ምንም ለውጥ ሳያደርግ ከሆነ፣ ከላይ እንደተገለጸው ለማለት ስንፈልግ የተጠቀምንበት ቃል ነው። ለውጥ ካለው እንደላይኛው ብለን ለውጡን እናስቀምጣለን።

As. above:- The source is as per as mentioned above.

ደማቅ አሻራ - በኢትዮጵያ ሰማይ ሥር - የሐጂ ራሕመቶ ረጃቶ ታሪክ

ክፍል አንድ

ከገደሎ እስከ አዲስ አበባ

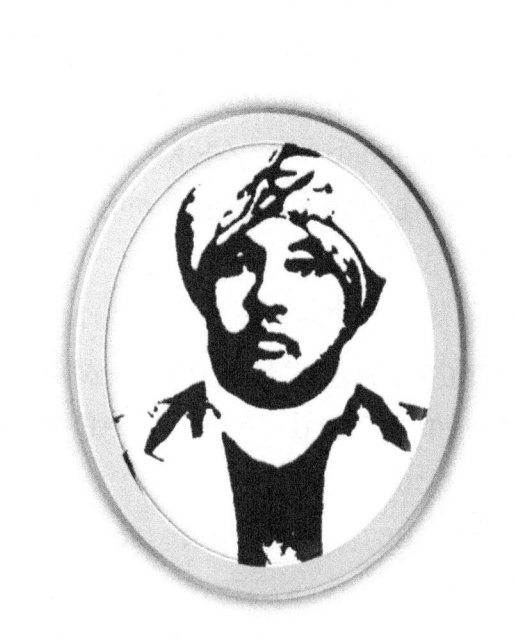

ምዕራፍ አንድ

1. የሐጂ ራሕመቶ የትውልድ አካባቢ እና የወላጆች አጭር ታሪክ

1.1 የትውልድ አካባቢ አጭር ዳሰሳ

የሐጂ ራሕመቶ ረጃቶ የትውልድ አካባቢ በሥልጤ ሕዝብ ውስጥ "ሱሙት ሰንገ ስልጤ" ተብሎ ይታወቃል፡፡ ይህም ማለት ስምንት ሰንጋ ሥልጤ ማለት ነው፡፡ ሥያሜው የተገኘው በቀድሞ ጊዜ በአካባቢው ስምንት ጎሣዎች ይኖሩበት ነበር፡፡ በመሆኑም ለተለያዩ የጋራ ሕዝባዊ ጉዳዮች በተለይም ለበዓላት፣ ለሌሎች የጋራ ተግባራት ከእያንዳንዱ ጎሣ አንድ፣ ከጠቅላላው ስምንት ሰንጋ ይቀርብ ነበር፡፡ ከእዚህም ጋር ተያይዞ አካባቢው "ሱሙት ሰንገ" (ስምንት ሰንጋ) ሥልጤ ተብሎ እንደተሰየመ ይነገራል፡፡ መጀመሪያ በአካባቢው የሠፈሩት "ሱሙት ሰንገ ሥልጤ" ተብለው የሚታወቁት ጎሣዎች የሚከተሉት እንደሆኑም መረጃዎች ያመለክታሉ፡፡

ተ.ቁ	የሱሙት ሰንገ ሥልጤ ጎሣዎች ሥም	አንዳንድ መግለጫ
1	አዝማች ቀልቦ	ቀልቦ፣ ማሬኖ፣ ዑራጎ እና ወንጀለ የአዝማች ችምቡል ልጆች መሆናቸው ይነገራል
2	አዝማች ዲሰን	
3	አዝማች ወዚር	አንሹት (አንሸኢት) ከምትባል ባለቤታቸው የወለዱት የገን ሥልጤ አንጋፋ (ታላቅ) ልጅ
4	አዝማች ሳረቴ	ከገን ሥልጤ ልጆች አንዱ
5	አዝማች ደንበል	
6	አዝማች ኑጌ	ከገን ሥልጤ ልጆች አንዱ
7	አዝማች መንዞ	
8	አዝማች ሳንቤ	ከገን ሥልጤ ልጆች አንዱ

በኋላ ዘመን ከሠላሳ በላይ የሚሆኑ ሌሎች የተለያዩ ጎሣዎች በአካባቢው ተጨምረዋል። ሆኖም ግን “ሱሙት ሰንገ ሥልጤ” የሚለው አካባቢያዊ ሥያሜ እስከ ዘመናችን ድረስ ሳይቋረጥ ዘልቋል። በኋላ ዘመን ወደ ሱሙት ሰንገ ሥልጤ አካባቢ ከመጡ እና ከተቀላቀሉ ጎሣዎች መሀከል እሪቀተሌ፣ ማሬኖ፣ ሡልጣን፣ ሸኽ ነስረላህ፣ ሸኽ ኑር፣ ችምቡል፣ ነጎ፣ አዳሞ፣ ዑራጎ፣ ወንጀለ፣ ጅገነ ወ.ዘ.ተ ይገኙበታል። ሁሉም ጎሣዎች እርስ በርሳቸው በኋላ የዘር ግንድ ላይ የሚገናኙ እና

ወንድማማች የሆኑ ናቸው። ለምሳሌ ቀልበ፣ ማሬኖ፣ ዑራጎ እና ወንጀለ ተብለው የሚታወቁት ጎሣዎች የአዝማች ችምቡል ልጆች መሆናቸው ይነገራል። አብዛኛዎቹ በሱሙት ሰንገ ሥልጤ ውስጥ የሚገኙ ጎሣዎች የገን ሥልጤ ልጆች መሆናቸውም ይታወቃል።

"ገን ሥልጤ ከሐጂ ዓሊዬ ልጆች አንዱ (ሲሆኑ) የአብዛኛው ስምንት ስልጤ አባት (ናቸው)"

በሥልጤ ጎሣ ማለት **"ጊቾ"** እንደሚባል የሥልጥኛ-አማርኛ-እንግሊዝኛ ቃሙስ የተሰኘው መዝገበ ቃል ያስረዳል። እንደ ሁሉም የደቡብ ኢትዮጵያ አካባቢዎች እያንዳንዱ "ጊቾ" የራሱ የሆነ የጎሣ መሪ ያለው ነው። የጎሣ መሪውም በሥልጥኛ **"የጊቾ-ሞሮ"** ተብሎ እንደሚጠራ ሤረ (የሥልጤ ሕዝብ ታሪክ፣ ባሕል እና ቋንቋ) የተሰኘው መጽሐፍ ያመለክታል።

ሐጂ ራሕመቶ በአባት በኩል፣ በሱሙት ሰንገ ሥልጤ፣ **የ"እረቀተሌ (ቱን)"** ጎሣ ተወላጅ ናቸው። በእናታቸው በኩል ደግሞ **የ"ቀልበ"** ጎሣ ተወላጅ ሆነው ይገለፃሉ። የቀልበ ጊቾ (ጎሣ) ከሱሙት ሰንገ ሥልጤ አካባቢ መሥራቾች አንዱ ነው። የዘር ግንዱም ከገን-ሥልጤ ጋር የተያያዘ ሆኖ ይገኛል።

እረቀተሌ ጊቾ (ጎሣ) ኋላ ላይ ወደ ሱሙት-ሰንገ ሥልጤ አካባቢ ከመጡት አንዱ እንደሆነ ይነገራል። የጎሣው ምንጬ ቀቤና እንደሆነ እና ወደ አልቾ አካባቢ መጥቶ ከሠፈረ በኋላ እየተስፋፋ ሄዶ በብዙ የሥልጤ ወረዳዎች ውስጥ እንደሚኖር መረጃዎች ይጠቁማሉ።

"እረቀተሌ በመባል የሚታወቀው ጎሣ ከቀቤና አካባቢ መጥቶ አልቾ አካባቢ እንደሠፈረ ይነገራል"

“እረቀተሌ” የሚለው የጎሣው አባት ሥም ትርጉም በሥልጥኛ “ላም-ገደው” የሚል ትርጉም ይሰጣል። እረ (ላም)፣ ቀተሌ (ገደለው) ማለት ነው። እረቀተሌ እንዴት የጎሣው አባት ሥም ሊሆን ቻለ? ተብሎ ሲጠየቅ የሚከተለውን ምላሽ እናገኛለን።
“የጎሣው አባት ዋና ሥም ቱን ነው። ቱን ወላጆቹ የሰየሙት ሥም ሲሆን እረቀተሌ የተባለው በኋላ ጊዜ ከተከሰተ ክስተት ጋር ተያይዞ ነበር። ቱን ከከብት ሀብቱ ብዛት የተነሳ በሦስት የተለያዩ ሥፍራዎች የማሳደሪያ ቦታ ነበረው። ማታ ማታ በሦስቱም ቦታዎች እየተመላለሰ የከብቶቹን ደህንነት ይጠብቃል። ታላቅ እህቱ ደግም አልፎ አልፎ የእሱ (የወንድሟን) ደህንነት ለመከታተል በማታ ወደ ከብቶቹ ማደሪያ እየሄደች ታየዋለች። አንድ ቀን ይህንኑ ክትትሏን ስታከናውን በሦስቱም የከብቶቹ ማደሪያ ሥፍራ አጣችው። ‘ማጣዬ እረቀተሌ’ (ታናሽ ወንድሜ ከብት ገደለው) ብላ ደንግጣ ጮኸች። በጊዜው ቱን በአንድ ሰዋራ ቦታ አረፍ ብሎ (ተኝቶ) ነበር።”
ከእዚህ ክስተት በኋላ ቱን እረቀተሌ የሚል የቅጽል ሥም ወጣለት። ከቱን ይልቅም እረቀተሌ የሚለው ቅጽል ሥም ይበልጥ ገንኖ ታወቀ። በመሆኑም የጎሣው ሥም ሲጠራ እረቀተሌ ተብሎ ይገለፃል። ቱን የሚለው ዋና ሥም እምብዛም አይታወቅም። በተለያዩ ጥናቶች ውስጥም የሚታወቀው እረቀተሌ ነው *(ኸይረዲን ተዘራ 2004፣191 እና 201)።*

ሐጂ ራሕመቶ ተወልደው ያደጉት በሱሙት ሰንገ ሥልጤ፣ **“ዳኔቾ”** ተብሎ በሚታወቅ አካባቢ ልዩ ሥሙ **“ገደሎ”** ተብሎ በሚጠራ ቦታ ላይ ነው። በአሁኑ ጊዜ አካባቢው በማዕከላዊ ደቡብ ኢትዮጵያ፣ በሥልጤ ዞን፣ በሥልጤ ወረዳ፣ ዳኔቾ-ሙከሬ ቀበሌ ውስጥ ይገኛል።

1.2 የወላጆች ግንድ ትውስታ፤ አዝማች ጊባቶ፣ የአበ ረጃቶ እና የአዴ ሩማቴ ጋብቻ

የሐጂ ራሕመቶ የዘር ግንድ እስከ ጎሣቸቸው ድረስ የሚከተለውን ይመስላል። የጎሣቸው አባት ቱን ወይም እረቀተሌ የሚባል መሆኑ ከላይ መመልከታችን ይታወሳል።

የሐጂ ራሕመቶ የትውልድ ግንድ

ተ.ቁ	በአባት በኩል	በእናት በኩል
1	ሐጂ ራሕመቶ	አዴ ሩማቴ
2	አበ ረጃቶ/ ሙኽታር	አዝማች ጃሙሬ
3	አዝማች ጊባቶ	አዝማች ነዳሞ/ ናደሞ
4	አዝማች ደያስ	አዝማች ጊባቶ
5	አዝማች አዳቦ/ አደቦ	አዝማች ቀልቦ
6	አበ ዑግመቴ	አዝማች ቱንቡል
7	አበ አሊዩ/አለዮ	አዝማች ወዚር
8	አበ ቱን/ እረቀተሌ	ገን ሥልጤ
9	አኢሶ	
10	መንቼኖ	
11	ቀቤና	

አዝማች ጊባቶ

(የሥልጤን ግዛት ለመጠበቅ ቋሚ ወታደር አሠልጥነው ያደራጁ አባት)

አዝማች ጊባቶ በጊዜአቸው የታወቁ ሀብታም ነበሩ። በተለያዩ የቀለም ዓይነቶች (ነጭ፣ ቀይ፣ ቡራቡሬ ወ.ዘ.ተ) አንድ መቶ ከብቶችን በማርባት ይታወቃሉ። በመሆኑም የከብት አርባታቸው በሺህ ቤት ይቆጠር እንደነበር ይነገራል። በመቶዎች እና በሺዎች የሚቆጠር ከብት እርባታ በማዕከላዊ ደቡብ ኢትዮጵያ የተለመደ እና እስካሁንም የቀጠለ ተግባር መሆኑ ይታወቃል። በምዕራብ አርሲ፣ በሥልጤ፣ በማረቆ፣ በሀላባ፣ በሀዲያ ወ.ዘ.ተ ከመቶ እስከ ሺህ እና ከሺህ በላይ ከብት ያረባ ሰው ተብሎ ከፍተኛ ባሕላዊ ሹመት እየተሰጠ ዘመናችን ላይ ደርሷል።

በአሁኑ ጊዜ ይህ የሃብት መገለጫ ሥራ በሥልጤ እና በሌሎች የአካባቢው ማኅበረሰቦች እየተዳከመ ሄዷል። በሀዲያ ግን አሁንም ድረስ ቀጥሎ በየዓመቱ “የወገና ሥርዓት” ተብሎ “ጢባሞ” (ባለ መቶዎች) እና “ኵማሞ” (ባለ ሺዎች) ሹመት በየዓመቱ ይከናወናል። https://youtu.be/QeSkD6PHRyE?si=kGQ5VuoBXOSCr09e

በአዝማች ጊባቶ ዘመን በሥልጤም ተመሳሳዩ ሁኔታ እና ሒደት ይከናወን ነበር። አዝማችነቱንም ያገኙት በእዚህ ሃብታቸው እና የሥልጤን ግዛት ለመጠበቅ በከፈሉት መስዋዕትነት እንደሆነ ይታመናል።

በጊዜው በሀገራችን የአጎራባች ሕዝቦች መሀከል በግዛት ወይም በወሰን ግንኙነት አለመግባባቶች እና ዘረፋዎች ይካሄዱ ነበር። በሥልጤም ከአጎራባቾች ጋር ተመሳሳዩ አለመግባባቶች እና የዘረፋ ክስተቶች ሲከናወኑ ኖረዋል።

በእነዚህ ክስተቶች ምክንያት ብዙ ከብቶች በተደጋጋሚ እየተዘረፉ ሄደዋል፣ መጥተዋልም። ይህም አዝማች ጊባቶ ዘላቂ መፍትሔ እንዲያመጡ ምክንያት ሆነዋል። በመሆኑም ከሥልጤ ሰሜን ምስራቅ አካባቢ የሚገኘውን የሥልጤ ሰፊ የከብቶች ግጦሽ ግዛትን የሚጠብቅ ሠራዊት ማዘጋጀት እና ማሠልጠን እንዳለባቸው አመኑ። ጊዜ ሳያጠፉ ሦስት መቶ ጎረምሶች እንዲሰጧቸው ለስምንት ሰንጋ ሥልጤ ሕዝብ ጥያቄ አቀረቡ። ሕዝቡም ከየጎሣው መልምሎ በጠየቁት ቁጥር ወይም ብዛት ወጣቶችን ሰጣቸው።

አዝማች ጊባቶ ወጣቶቹን ተረክበው ለወራት ከፍተኛ የሰውነት ማጎልመሻ ምግብ እንዲመገቡ አደረጉ። ቀጥሎም ከፍተኛ የፈረስ እና የጦር ሥልጠናዎችን እንዲያገኙ ተደረገ። በእዚህም ሁኔታ ለማንኛውም ግዳጅ ዝግጁ የሆኑ ቋሚ የድንበር ጠባቂ ሠራዊት አሠልጥነው የከብት እርባታቸውን ቀጠሉ። ከእዚህ ቀደም የነበረው ተደጋጋሚ የከብቶች ዘረፋ ሲከሰት የአዝማች ጊባቶ ፈጥኖ ደራሽ ሠራዊት ድባቅ እየመታ መለሰ። ሲያስፈልግም በአጸፋው ብዛት ያለው ከብት በመማረክ ማምጣት እና ግዛቱን በአስተማማኝ መጠበቁን ቀጠለ። በእዚህ ሁሉ ሥራቸው እና ተግባራቸው አዝማች ጊባቶ በጣም የታወቁ፣ የተከበሩ እና የተፈሩ ሆኑ።

የአበ ረጃቶ እና የአዴ ሩማቴ ጋብቻ

የሐጂ ራሕመቶ ወላጅ አባት አበ ረጃቶ በኋላ ጊዜም ሙኸታር ተብለው ይታወቃሉ። እናታቸው አዴ ሩማቴም በኋላ የዕድሜ

ዘመናቸው ኸድጃ ተሰኝተዋል። አበ ረጃቶ የታችኛው ሥልጤ (የቆላማው)፣ አዴ ሩማቴ የላይኛው ወይም የደጋው ሥልጤ (አሊቾ አካባቢ) ተወላጅ ናቸው።የሁለት ታላላቅ ቤተሰብ ዘር የሆኑት አበ ረጃቶ እና አዴ ሩማቴ የሕይወት ዕጣ-ፈንታቸው ሆኖ በጋብቻ ተሳሰሩ። አዴ ሩማቴ የአበ ረጃቶ የመጀመሪያ ሚስት አልነበሩም። ከአዴ ሩማቴ በፊት ሌላ ሚስት አግብተው ነበር። ከመጀመሪያ ሚስታቸውም ቆርቤ በኋላም ሀቢብ የተባለ ልጅ አፍርተዋል። በመሆኑም አዴ ሩማቴ ሁለተኛ ሚስታቸው ናቸው።

የቆርቤ/ሀቢብ እናት ሥም አዴ ፎርገቴ ይባል እንደነበረ ይነገራል። ከአበ ረጃቶ የተፋቱበት ትክክለኛ ምክንያት የሚያውቅ አላገኘንም። አንዳንድ የቃል መረጃዎች እንደሚገልጹት ከሆነ "ከአማቻቸው (ከአዝማች ጊባቶ) ጋር ባለመስማማት ነው" የሚል ይጠቀሳል። የሀቢብ/ቆርቤ ዘሮች ማለትም የልጅ ልጆች በአዲስ አበባ እና በሀገር ቤት ይኖራሉ። አበ ረጃቶ ከአዴ ፎርገቴ ከተለያዩ በኋላ አዴ ሩማቴን አገቡ። ሁለቱንም ጋብቻ ያፈፃጸሙት አባታቸው አዝማች ጊባቶ ናቸው። በጊዜው የልጆችን ጋብቻ በዋነኝነት የሚወስነው ወላጅ ስለነበር በማፋታትም በማጋባትም ሚናቸው ከፍተኛ ነበር።

አበ ረጃቶ ለአዴ ሩማቴ የመጀመሪያ ባለቤታቸው ናቸው። የአበ ረጃቶ እና የአዴ ሩማቴ ጋብቻ የሞቀ እና የደመቀ ሆነ። በእዚህም በሞቀ እና በደመቀ ትዳራቸው ውስጥ ሦስት

ወንዶችን እና ሦስት ሴቶችን አፍርተዋል። ያፈሩዋቸው ልጆች በቅደም ተከተል የሚከተሉት ናቸው:-

1. ሐጂ ሰሞሎ
2. ሐጂ ራህመቶ
3. ሐጂ ጩምሰሮ
4. አዴ ሲንኪርቴ
5. አዴ መሬመ
6. አዴ አሚነ

1.3 የልጃቸው ዕጣ-ፈንታ የተነበዩ እናት

ስለ አዴ ሩማቴ የሚነገረው እና የሚወራው ብዙ ነው። የድሮ እናቶች እና አባቶች ከአሁኑ ዘመን ትውልድ በብዙ ነገራቸው የተለዩ ናቸው። የአሁኑ ትውልድ የማያውቃቸው እና በቀላሉ የማይረዳቸው ብዙ ሚስጥራትን የሚያውቁ ወይም የሚረዱ ሆነው ይገኛሉ። በተለይም የቀድሞ ሰዎች ከፈጣሪ እና ከተፈጥሮ ጋር በነበራቸው ይበልጥ መቀራረብ የተነሳ ያለፈውን እና የሚኖሩበትን ዘመን የማወቅ፣ የሚመጣውንም የመተንበይ ችሎታቸው ከፍተኛ የነበረ ሆነው ይታያሉ።

የአሁኑ ትውልድ ከፈጣሪ እና ከሥነ-ፍጥረታት ጋር ያለው የተፈጥሮ ትስስር እና ዝምድና ስለማይረዳ፣ በጉልበቱ እና በብልጠቱ ወይም በቴክኖሎጂ ጥገኛ ሆኖ የመኖር ብሒልን ስላዳበረ እንኳን የማያውቀውን ለመተንበይ ቀርቶ የሚኖርበትን ዘመንም በቅጡ የመረዳት አቅሙ በተለያዩ ምክንያቶች ውስጥን ሆኖ ይታያል።

ከእዚህም አንፃር ስለ አዴ ሩማቴ የወደፊቱን አንዳንድ ነገሮች የማወቅ እና የመተንበይ ችሎታ ለዛሬው ትውልድ "የልቦለድ

ጨዋታ” መስሎ ሊታየው ይችላል፡፡ ለምሳሌ በአዴ ሩማቴ ጓሮ ወልዳ የምትራስ ነብር ነበረች፡፡ በመውለጃዋ ጊዜ ሁሉ የአዴ ሩማቴ ጓሮ መጥታ አንድ ጥግ በመያዝ ትወልዳለች፡፡ ልጆችዋንም አሳድጋ መንቀሳቀስ እስኪችሉ ድረስ በአዴ ሩማቴ ጓሮ ትቆያለች፡፡ እንደሚታወቀው የነብር ቡችሎች ከ6-10 ቀናት ዐይናቸው መክፈት ይችላሉ፡፡ ከእናታቸው ጋር መንቀሳቀስ የሚችሉት ደግሞ በ45 ቀናት ወይም በ6 ሳምንታት ጊዜ ውስጥ ነው፡፡

አዴ ሩማቴ ለ6 ሳምንታት ነብሯን ያርሳሉ ወይም ይቀልባሉ፡፡ አበ ረጃቶ የነብሯ መምጣት ባዩ ቁጥር “ዘመድሽ መጥታለች” ብለው ለባለቤታቸው ይነግሩ እንደነበር ቤተሰቦቻቸው ያስታውሳሉ፡፡ አዴ ሩማቴ ከሁለተኛው የኢጣልያ ወረራ እና ተሸንፎ መውጣት በኋላ ወደ አኼራ ሄዱ፡፡

1.4 አበ ረጃቶ ከዳኮ ኩልሲማ ጋር

አበ ረጃቶ ብቻቸው ከሚኖሩ ተብሎ ዳኮ ኩልሲማን አገቡ፡፡ ዳኮ ኩልሲማ የደጋው ሥልጤ የአልቾ አካባቢ ተወላጅ ናቸው፡፡ ከአበ ረጃቶ ጋር ከመገናኘታቸው በፊት አበ ዑመር ሹረሞ/ኤራቶ የሚባሉ ሰው አግብተው ነበር፡፡ ከአበ ዑመር ጋርም ሦስት ሴት እና አንድ ወንድ ልጆችን አፍርተዋል፡፡

1. አቲኮ/ ሣሊሀት ዑመር
2. ራዲያ ዑመር
3. ሠላሜ ዑመር
4. ሱለይማን ዑመር ይባላሉ፡፡

አቶ ዑመር በደጋው የሥልጤ ክፍል “ዊረሮ” ተብሎ በሚታወቀው አካባቢ ነዋሪ ነበሩ። ከዳኮ ኩልሲማ ጋር ለረዥም ዓመታት በትዳር ከቆዩ በኋላ ባደረባቸው ሕመም ምክንያት ወደ አኼራ ሄዱ።

በእዚህም ምክንያት ዳኮ ኩልሲማ ሴት ልጆቻቸውን ይዘው ወደ ወንድማቸው አበ ሙስጠፋ ዘንድ አልቾ አካባቢ ሄዱ። ከወንድማቸው ጋር ጥቂት ወራት እንደቆዩ በዘመድ አዝማድ አማካኝነት ከአበ ረጃቶ ጋር ተገናኝተው ጋብቻ መሠረቱ። ሦስቱ ሴት ልጆቻቸው ግን ከአጎታቸው አበ ሙስጠፋ ጋር ኖረው አደጉ።

አበ ረጃቶ እና ዳኮ ኩልሲማ ሁለቱም የቀድሞ ባለቤቶቻቸው በሞት የተለዩዋቸው ሆነው በስተ እርጅናም ቢሆን ዕድል አገናኛቸው። የተገናኙት በየፊናቸው ወልደው እና ከብደው በስተእርጅና ስለነበር የጋራ ልጅ አላፈሩም።

ነገር ግን በየፊናቸው ከቀድሞ የትዳር አጋሮቻቸው የወለዷቸው ልጆችን ያሳድጉ ነበር። አበ ረጃቶ በአዴ ሩማቴ ያፈሩዋቸው ልጆች በዳኮ ኩልሲማ የእንጀራ እናትነት አሳደጉ። የዳኮ ኩልሲማ ልጆች ደግሞ በወንድማቸው አበ ሙስጠፋ ቤት የነበሩ ቢሆንም የአበ ረጃቶ እና የዳኮ ኩልሲማ የቅርብ ክትትል እና የወላጅነት መንፈስ ድጋፍ አልተለያቸውም።

1.5 አስገራሚው የልጆቻቸው የጋብቻ ጥምረት

አበ ረጃቶ እና ዳኮ ኩልሲማ በእዚህ ሁኔታ እና ሒደት እያሉ የሁለቱም ልጆች በየፊናቸው ለአቅመ ጋብቻ ደረሱ። በእዚህም ጊዜ አበ ረጃቶ በውስጣቸው አንድ ሀሣብ ማብላላት ጀመሩ። ይህም ወንድ ልጆቻቸውን፣ ባለቤታቸው ዳኮ ኩልሲማ በሌላ ባል (አበ ዑመር) ከወለዷቸው ሴት ልጆች ጋር ማጋባት የሚል ነበር።

ይህንንም ሀሣብ የያዙት ለራሳቸው (ለወላጆች) እንዲሁም ለልጆቻቸው ይተሻለ ትስስር ይሆናል በማለት ነው። ወላጆች (አበ ረጃቶ እና ዳኮ ኩልሲማ) ለልጆቻቸው ትዳር በእኩል የሚያስቡ እና የሚደግፉ ይሆናሉ። ይህም ለአማቾች እና ለምራት ሕይወትና ግንኙነት የተሻለ ሆኖ ያግዛል የሚል ሙሉ እምነት ይዘው ነበር። ስለሆነም በሀሣባቸው ጠንክረው ገፉበት።

በመጀመሪያ ለባለቤታቸው ዳኮ ኩልሲማ ሀሣቡን አካፈሉዋቸው። ዳኮ ኩልሲማ ሀሣቡን አለመቀበል ብቻ ሳይሆን ክፉኛ ተቆጡ። “ለካ ያገባሃኝ ልጆቼን አይተህ ኖርዋል? እንዴት ልጆቻችንን እናጋባ ትላለህ!?” ብለው አመረሩ። አበ ረጃቶ የሀሣባቸው መልካምነት ለማስረዳት ቢሞክሩም አዴ ኩልሲማ የሚቀበሉት እና የሚስማሙበት ሳይሆን ቀረ። ጉዳዩ በጣም ስላስቆጣቸው አበ ረጃቶን ጥለው ወደ ወንድማቸው አሊቾ ሄዱ።

የዳኮ ኩልሲማ ወንድም (አበ ሙስጠፋ) ጉዳዩን ሲሰሙ ክፉ ሀሣብ አለመሆኑን ተረዱ፡፡ እንዳውም ሀሣቡ የተቀደሰ፣ ለሁለቱም ወላጆች እና ልጆቻቸው እኩል የሚጠቅም እና የሚበጅ መሆኑን በማመን ዳኮ ኩልሲማን ለማረጋጋት ጣሩ፡፡ በቀናት ውስጥም ዳኮ ኩልሲማን አሳምነው ወደ ቤታቸው መለሷቸው፡፡

አበ ረጃቶ ተደሰቱ፡፡ ሀሣባቸው በሴት ወገንም ተቀባይነት ስላገኘ፣ ባለቤታቸውም ወደ ቤታቸው በመመለሳቸው ሁሉንም ወገን አመሰገኑ፡፡ ለትዳሩም ቅድመ ዝግጅት ጀመሩ፡፡ አበ ረጃቶ የወንድ ልጆቻቸው ከባለቤታቸው ሴት ልጆች ጋር በጋብቻ ማስተሳሰሩ ብዙ ጥቅም እንዳለው ብዙ አስበው የተረዱት እና የተገነዘቡት በመሆኑ ደስታቸው ከፍተኛ ነበር፡፡ ወላጆች (አበ ረጃቶ እና ዳኮ ኩልሲማ) በልጆቻቸው የትዳር ሕይወት መቃናት እኩል እንደሚያስቡ፣ ልጆቻቸውም ለወላጆቻቸው በእኩል ደረጃ እንደሚሠሩ፣ ይህም ለልጆቻቸውም ሆነ ለወላጆቹ ጠቃሚ እንደሚሆን በጽኑ አምነውበታል፡፡ በመሆኑም ጉዳዩ ሳይውል ሳያድር እንዲፈጸም ይሻሉ፡፡ ይህ ያሰቡት እና ያመኑበት ሀሣቡ ምን ያህል ትክክል እንደነበር በኋላ ላይ በሐጂ ራህመቶ የትዳር ታሪክ ውስጥ የምንመለከተው ይሆናል፡፡

በዚህም መሠረት፡-

1. ሐጂ ራህመቶ ከአዴ ራዲያ እና
2. ሐጂ ጩምሰሮ ከአዴ ሠላሜ ጋር በትዳር እንዲጣመሩ ተወሰነ፡፡

የጥምረቱ ሁኔታም የዕድሜ ቅደም ተከተላቸውን መሠረት ያደረገ ነበር፡፡ አንጋፋው ወንድ ከአንጋፋዋ ሴት እና ታናሹ ከታናሽዋ ጋር በሚል የዕድሜ ደረጃ መርህን የተከተለ ነው፡፡ በቀድሞ ዘመን መልክ ወይም ቁንጅና በአብዛኛው ለትዳር መሠረት እንዳልነበረ ይታወሳል፡፡

የሠርጋቸው ሁኔታ እጅግ ልዩ ነበር ተብሎ ይነገርለታል፡፡ ሁለት ወንድማማች ሙሽሮች ከአንድ ቤት ሁለት እህታማማች ሙሽሮችን ለማምጣት የተሄደበት የሠርግ አጋጣሚ አልፎ አልፎ ካልሆነ በስተቀር የሚከሰት አይደለም፡፡ እንደዚሁም አንድ የሴት ሙሽሮች እናት በተመሳሳይ ለልጆችዋ አማት የምትሆንበት አጋጣሚ የጠበበ ነው፡፡ በአጠቃላይ የጋብቻው እና የሠርጉ አጋጣሚ እና ሁኔታ በዓይነቱ ለየት ያለ ነበር፡፡

የሴት ሙሽሮች በአሊቾ ዊሪሮ በአጎታቸው በአበ ሙስጠፋ ቤት ተሞሸሩ፡፡ ሁለቱ ወንድማማች ሙሽሮች በአንድነት ወደ አሊቾ ሄደው በአንድ ቤት ሁለት ሴት እህታማማች ሙሽሮችን ይዘው ተመለሱ፡፡ የዓመቱ ልዩ የጋብቻ እና የሠርግ ሥነ-ሥርዓት በታላቅ ድምቀት ተከናወነ፡፡

አበ ረጃቶ ወደ አኼራ የሄዱት ከአዴ ሩማቴ በፊት ነው፡፡ በግምት በ1930ዎቹ መጨረሻ ወይም በ1940ዎቹ መጀመሪያ እንደሆነ ይታሰባል፡፡ ወደ አዲስ አበባ መጥተው እንዲኖሩ ልጃቸው ሐጂ ራሕመቶ ያቀረቡላቸው ተደጋጋሚ ጥያቄ ሳይቀበሉት ቀርተዋል፡፡ *"ከትውልድ አካባቢዬ ርቄ መኖር አልችልም"* የሚል የዘወትር መልሳቸው እና አቋማቸው ነበር፡፡ አበ ረጃቶ እና ዳኮ ኩልሲማ ዕድሜአቸው እየገፋ ሲሄድ አዲስ

አበባ እንዲመጡ በተደረገው ጥረት አዴ ኩልሲማን ሸኝተው እርሳቸው እዛው ቀሩ።

ባለቤታቸው ዳኮ ኩልሲማ ቢለምኗቸውም ለመቀበል አልቻሉም። *“አንቺ ሂጂ፣ ፈቅጄልሻለሁ። እኔ ከተማ ሄጄ ለመኖር አልችልም”* በማለት ቁርጥ አቋማቸውን ገለጹላቸው። በመሆኑም ዳኮ ኩልሲማ ወደ ከተማ መጡ። አበ ረጃቶ እዛው ሲካደሙ ቆይተው ወደ አኼራ ሄደዋል።

1.6 “የዱዓ ምግብ ነው ብላ”

ዳኮ ኩልሲማ አዲስ አበባ ሲኖሩ ቆይተው ወደ አኼራ የሄዱት በ1954 ዓ.ኢ ነው። ዳኮ ኩልሲማ በመጨረሻው የዕድሜ ዘመናቸው አካባቢ በዕድሜ መግፋት ምክንያት ማየት ተስኖአቸው ነበር። ቡና አይጠግቡም። በቀን ብዙ ጊዜ ይፈላላቸዋል። ምግብ ግን እስከዚህም ነበሩ። የሚቀርብላቸው ምግብ በሸክላ ዕቃ (ጣባ) ስለነበር በእጃቸው በመዳበስ መጠኑን ይለካሉ። ትንሽ ከሆነ “ውሰዱት አልበላም” በማለት ይመልሳሉ። የጣባ ዕቃው ትልቅ ከሆነ መርቀው (በረከ ሁኑ። ትበሎን አትቅበጡ) በማለት አጠገባቸው ያኖሩታል። ማንኛውም ሰው ሲመጣ ሠላምታ ከተለዋወጡ በኋላ “የዱዓ ምግብ አለ። እንካ ብላ” ብለው አጠገባቸው ያስቀመጡትን ምግብ ይሰጣሉ። “በልቻለሁ፣ ጠግቤአለሁ” ቢባልም አይቀበሉም። “የዱዓ ነው። ብላ” ብለው ያስገድዳሉ። “ጥሩ ምግብ ሲያምረን (ስንፈልግ)

እማማ ኩልሲማን እንጠይቅ ብለን እንመጣ ነበር ብለው ሲናገሩ ብዙ ሰዎች ሰምቻለሁ”

በማለት አዴ ዘይነባ ፈታውራሪ ሙሐመድ ገልጸውልናል። ዳኮ ኩልሲማ የመሞቻቸው ታሪክም ያስገርማል። ከሐጂ ራሕመቶ ሞት በኋላ በውስጣቸው ሀዘን ገባ። የልጃቸው እመት ራዲያ ሁኔታም አላማራቸውም ነበር። በመሆኑም ዘወትር “የልጄን ሞት አታሳየኝ። ሞት አይቀርም እና ቀድመህ ውሰደኝ” በማለት ዱዓ ያደርጉ ነበር። በ1954 ከለታት አንድ ቀን በቤቱ ጩኸት ሰሙ። “ምንድነው የምሰማው?” ብለው ጠየቁ። ልጃቸው ራዲያ ማረፋቸው ተነገራቸው።

“ራዲያም ሞቲ?! አ-ይ ጎሽተ! አ-ይ አለ! ራዲያምነ አትቄደምኬተ?! የጬላልቸየ ሞት አታቲረኝ አልባሁህ አልናረ! ለጋሃኝ!? ጎሽተ ኤለብከ ጎሽተ በማ ዲከሱሃን!! በማ ዲዳኙሃን!!” ብለው ዝም አሉ።

ቤተሰቡም በለቅሶው ምክንያት ምግብ እና ኺድማ ተረስቶ እንዳይጎድልባቸው ተብሎ በመመካከር ሰው ተመደበላቸው። ሆኖም ግን ልጃቸው ራዲያ በተቀበሩበት ማታ እርሳቸውም አርፈው አደሩ። በማግስቱ ተቀበሩ። በ1953 ሐጂ ራሕመቶ፣ በ1954 እመት ራዲያ እና ዳኮ ኩልሲማ በተከታታይ በማረፋቸው እነዛ ሁለት ዓመታት ለቤተሰቡ ከባድ የሀዘን ፈተና ጊዜ ሆነው አለፉ።

የዳኮ የትውልድ ግንድ ሁለት የተለያዩ ዓይነት መረጃዎች ይታያሉ። የትኛው ትክክል እንደሆነ ለማጣራት የተደረገው ሙከራ ለጊዜው አልተሳካም። የሚያውቅ ካለ ለወደፊቱ

ተሻሽሎ ሊቀርብ ይችላል። ለጊዜው የተገኙት ሁለቱ ከእዚህ በታች እንደሚከተለው ናቸው።

የአዴ ኩልሲማ የትውልድ ግንድ

ተ.ቁ	አንደኛው የዘር ግንድ መረጃ	ሌላኛው የዘር ግንድ መረጃ
1	አዝማች ሸጎ	ገራድ አበኬ
2	አበጋዝ ዲሰን	አውሊያካስ
3	አበጋዝ አሕመድ	ገራድ ሻበ

ምዕራፍ ሁለት

2. የሐጂ ራሕመቶ ረጃቶ ልጅነት

2.1 "ለቤተሰቡ እና ለሀገሩ ራሕመት የሆነ ልጅ ትወልዳላችሁ!"

ሐጂ ራሕመቶ የተወለዱበት ዘመን በ1895 ዓ.ኢ እንደሆነ ይጠቀሳል። ሐጂ ራሕመቶ ከመወለዳቸው በፊት እናታቸው አዴ ሩማቴ ስለ ልጃቸው ኸሽፍ አይተው ተናግረዋል። በተለይም ስለ ራሕመቶ የተመለከቱት እና የተናገሩት ምንም ሳይቀር ሆኖ ተገኝቷል። በጊዜው የተመለከቱትን ኸሽፍ ለባለቤታቸው ለአበ ረጃቶ ተናገሩ።

"ከትውልድ አካባቢው አልፎ በድፍን ሀበሻ የሚታወቅ ልጅ ትወልዳላችሁ። ልጁም ለሕዝብ እና ለሀገር ራሕመት (በጎ ነገር) አድራጊ ይሆናል። በመሆኑም ሥሙን ራሕመቶ

በሉት። አባቱ በልጁ ራሕመት ይደርሳል፣ ይመለከታል፣ ያያል፣ ይጠቀማል። እናቱ (እኔ) ግን አትደርሺበትም ተብያለሁ"

በማለት ያዩትን ነገሩዋቸው። ያሉት ሁሉ ሆነ። አዴ ሩማቴ ልጃቸው ሐጂ ራሕመቶ ለወግ-ማዕረግ ሳይደርሱ ወደ አኼራ ሔዱ። የሐጂ ራሕመቶ አባት አበ ረጃቶ ግን በልጃቸው የዱንያ ወግ እና ማዕረግ ደርሰው፣ ተጠቅመው ለማለፍ በቁ።

ሐጂ ራሕመቶ ወደ ትዳር የተሸጋገሩት አዲስ አበባ ከመግባታቸው ትንሽ ቀደም ብሎት ነበር። በገጠር ትዳር ይዘውም ባለቤታቸውን ቶሎ ወደ ከተማ አላመጡም። በዓመት የዓረፋ በዓል ወደ ገጠር እየሄዱ ሦስት ልጆቻቸውን በገጠር ወልደዋል። ባለቤታቸው አዴ ራዲያም በወላጅ እናታቸው እና በአማቻቸው (በሐጂ ራሕመቶ አባት) ቤት ስለነበሩ ምንም ዓይነት የሚጎረብጥና የሚያስቸግር ነገር አልነበረባቸውም። የአበ ረጃቶ አስተውሎት እዚህ ላይም መጥቀሙን እንመለከታለን።

ምንም እንኳ ወላጆች ለልጆቻቸው በጎ ነገር የሚያስቡ ቢሆንም ከምራቶቻቸው (ከልጆቻቸው ሚስት) ጋር ያላቸው ግንኙነት ብዙ ጊዜ ጥሩ እንዳልሆነ ይታወቃል። ልጆቻቸው ካገቡ በኋላ ወደ ሚስቶቻቸው በሚያዘነብሉት ሀሣብ የተነሳ ወላጆች የልጆቻቸው ባለቤቶችን በደስታ ስሜት እንደማይመለከቱ ይወራል። ይህም የተፈጥሮ ሁኔታ እና ሒደት የልጆች ትዳር በብዙ ፈተናዎች እንዲያልፍ ከሚያደርጉ ጉዳዮች አንዱ ምናልባትም ዋንኛው እንደሆነ ይታመናል።

የሐጂ ራሕመቶ እና የወንድማቸው የትዳር ሕይወት ከእንዲህ ዓይነቱ ከሚመጣ ፈተና ድኗል። በእዚህም ምክንያት በገቢ አቅም እስኪችሉ ድረስ ባለቤታቸውን ገጠር አቆይተው እየተመላለሱ እንዲኖሩ ሰፊ ዕድል ሰጥቷቸዋል።

2.2 የልጅነት እና የዕድገት ሁኔታ

አበ ረጃቶም ስለ ወጣት ራሕመቶ የታያቸው ነገር ነበር። ሐጂ ራሕመቶ በወጣትነታቸው ጊዜ ሣር ሲያጭዱ ቁጭ ብድግ እያሉ ወደ ሩቅ ትኩር ብለው የማየት ፀባይ እንደነበራቸው ይነገራል። ይህንንም ባሕሪያቸው የተመለከቱ አባታቸው (አበ ረጃቶ)

"ይህ ልጅ በእዚህ አካባቢ የመኖር ፍላጎት ያለው አይመስልም። ራቅ ብሎ የመሄድ ዓላማ እና ዕድል ያለው ይመስላል"

ብለው ተነበዩ። ቆይቶ እንዳሉትም ሆነ።

ሐጂ ራሕመቶ በሀገር ቤት የልጅነታቸው እና የአፍላ ወጣትነት ጊዜአቸው የሃይማኖት ትምህርት (ቁርአን) በመጠኑ ተምረዋል። ወላጆቻቸውን እና የአካባቢው ሸኾችን በመኻደም (በማገልገል) በግንባር ቀደምነት ከሚታወቁ ልጆች እና ወጣቶች አንዱ እንደነበሩም ይነገርላቸዋል። በተለይም በአልከሶ ሸኽ ጥሩ የሆነ ምርቃትን ለማግኘት ችለዋል።

ሐጂ ራሕመቶ በገጠር ትዳር እንደያዙ ቀልባቸው ወደ ከተማ የመሄዱ ነገር ከፍ አለባቸው። በመሆኑም ወደ አልከሲዬ ሄደው

"ወደ ከተማ ለመሄድ አስቤያለሁኝና ምርቃትዎን እሻለሁ"

አሏቸው። አልከሲዬም ሁኔታውን አይተው፣ ከፊት

ለፊታቸው ከነበረው ቡና በቀኝ እጃቸው ዘገን በማድረግ "ወደ ሸገር ለመሄድ አስበሃል!? ከመሄድህ በፊት ይህንን ቡና ከባለቤትህ ጋር አፍልታችሁ ጠጡ። ከእዚህቸው ሚስትህ ውጪ ሌላ ሚስት አታግባ። እሷው ትበቃሃለች።"

በማለት ምርቃትም፣ ምክርም ሰጥተው ሸኙዋቸው። ሐጂ ራሕመቶ ቡናውን ከባለቤታቸው ጋር አፍልተው ጠጡ። ወደ አዲስ አበባም አቀኑ። የተመከሩትንም ምክር ሳይረሱ ተግባራዊ አደረጉ።

2.3 ወደ አዲስ አበባ መግባት

ሐጂ ራሕመቶ ወደ አዲስ አበባ የገቡት በ1916 ዓ.ኢ ነው። በጊዜው የ21 ዓመት ወጣት ነበሩ። በአዲስ አበባ ዘመድ ተጠግተው ይኖሩ ጀመር። መጠለያ የሆኑዋቸውም ሐጂ ሙሣ ኢብራሂም ረጀቦ ይባላሉ። እርሳቸው ቤት እየኖሩ የጉልበት ሥራ፣ የቀን ወዛደርነት በመስራት የምግብ፣ የልብስ እና ሌሎች ወጪዎቻቸውን መሸፈን ቻሉ።

በተለይም ኤ.ቢስ ኩባንያ ውስጥ በቀን ሠራተኝነት ሥራ ከጀመሩ በኋላ የሕይወት መስመራቸው ቀጥ ብሎ መጓዙን ጀመረ። በመጀመሪያቸው አካባቢ በቀን ስሙኒ (25 ሣንቲም) የማር ትሬዛ ብር ነበር ክፍያው። በበኋላ ላይ ወደ አንድ ብር፣ ወር 30 ብር ከተቀጠሩ በኋላ ሕይወታቸው በፍጥነት መሻሻል እና ማደጉን አበሰረ። በነበራቸው የሥራ ተነሳሽነት፣ ታማኝነት እና ትህትና በቀላሉ በአሠሪዎቻቸው ዐይን ውስጥ ለመግባት ቻሉ። በመሆኑም የኩባንያው አሠሪዎች ይበልጥ ያቀርቧቸው፣ ይሸልሟቸውና ያበረታቷቸው ጀመር። ሐጂ

ራሕመቶም ከነበራቸው ታታሪነት፣ ታማኝነት እና ትህትና ይበልጥ በመጨመር በፍጥነት ከደረጃ ወደ ደረጃ ከፍ አሉ። በአጭር ጊዜ ውስጥ ከቀን ሠራተኛነት ወደ ሠራተኞች አመራር ኃላፊነት ተሸጋገሩ።

ይህ ሁሉ ሽግግር ከ1916 እስከ 1920ዎቹ ዓ.ኢ ውስጥ በአጭር ዓመታት ጊዜ የተከናወነ ከፍተኛ ዕድገት ነበር። ከእዚህ ቀጥሎ በምዕራፍ ሦስት እንደምንመለከተው ኩባንያው በጊዜው በኢትዮጵያ ከነበሩ ትላልቅ ኩባንያዎች ሁሉ በአቅም እና በአደረጃጀት ትልቁ የነበረ ነበር።

ሐጂ ራሕመቶ ከቀን ሠራተኝነት በአጭር ጊዜ ውስጥ ወደ ከፍተኛ የኩባንያ አመራርነት የተሸጋገሩባቸው ሚስጥሮች ብዙ ናቸው። በጥቅሉ ሲታዩ ታታሪነታቸው፣ ታማኝነታቸው እና ትህትናቸው ሆነው እናገኛቸዋለን። በእነዚህ ሦስት ቃላት ውስጥ አያሌ ሌሎች ተግባራት ይገኛሉ። ለምሳሌ ታታሪነታቸው በምን ይገለፃል? ሲባል የግል ዕውቀታቸውን በመጨመር ወይም በመጠቀም የሥራ ክንውን ችሎታቸውን ማሳደግ አንዱ እና ዋነኛው ሆኖ ይታያል።

ሐጂ ራሕመቶ ወደ አዲስ አበባ በመጡብት ወቅት የአማርኛ ቋንቋ መስማት እና መናገር አይችሉም ነበር። በቀን ሠራተኝነት የሥራ ዘመናቸው ቋንቋውን በደንብ ተለማመዱ፣ ለመዱ፣ ቻሉ። ለአንድ ቀንም ቢሆን መደበኛ ትምህርት ቤት ገብተው አልተማሩም። በማታ እና በዕረፍት ቀናቸው ከግል መዝናናት ይልቅ ወደ ግል ትምህርት በማዘንበል ቁጥርን (ሒሣብን)፣ ቁርዓንን እና የዐረብኛ ቋንቋን ተማሩ። ሒሣቡ ለሥራቸው፣

ቁርዓኑ ለዲናቸው፣ የዐረብኛ ቋንቋው ከአለቆቻቸው ጋር ይበልጥ ለመግባቢያነት የሚገለገሉባቸው ናቸው። በጊዜው ከኩባንያው የቢሮ አመራሮች ውስጥ ብዙ የየመን ዐረቦች ይገኙበት እንደነበር አይዘነጋም።

ትምህርት ቤት ወይም መድረሳ ሳይገቡ የአማርኛ እና የዐረብኛ ቋንቋዎችን፣ ሒሣብን እና ቁርዓንን መማር ማለት በዘመናችን የማይታሰብ ነው። ከመደበኛ ትምህርት ቤት ውጪ ቀርቶ የመማሪያ ቦታ ገብቶም አጣርቶ መማር እና መልመድ ያስቸገረበት ወቅት ላይ እንገኛለን። ለምሣሌ ከ5ኛ ክፍል ጀምሮ እስከ ዩኒቨርሲቲ በእንግሊዝኛ ተምረን የእንግሊዝኛ ቋንቋ ችሎታችን አልዳብር ያለን ስንቶቻችን ነን? መድረሳ ገብተን፣ ዐረብ ሀገር ኖረን ጭምር ዐረብኛ የማይገራንስ ምን ያህል እንሆናለን? አሜሪካ እና እንግሊዝ ሀገር ኖሮም እንግሊዝኛ የሚያስቸግረው ይጠፋል?

ክፍል ሁለት

ኤ. ቤስ ኩባንያ፣ ሐጂ ራሕመቶ እና የኢትዮጵያ የነጻነት ተጋድሎ

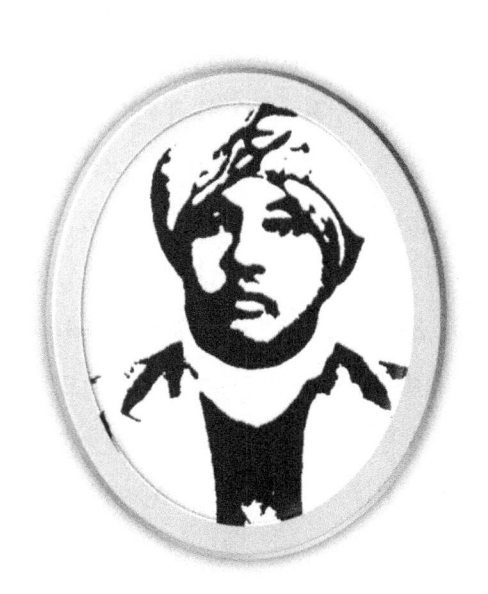

ምዕራፍ ሦስት

3. ስለ አንቶኒን ኤ. ቤስ እና ኩባንያው አጠቃላይ ሁኔታ

3.1 ስለ ኤ.ቤስ እና ኩባንያው

በሀገራችን በተለምዶ “ኤ. ቢስ ወይም ቢስ” ተብሎ ይታወቃል። ትክክለኛ መጠሪያው “ኤ.ቤሴ” ይሰኛል። ኤ. ቢስ ወይም ኤ. ቤሴ ማለት የሰው ሥም ነው። “ኤ” ማለት የኩባንያው መሥራች ባለቤት ሥም የመጀመሪያ የእንግሊዝኛ ፊደልን ያመለክታል። የኩባንያው መሥራች እና ባለቤት አንቶኒን (Antonin) ይባላል። “ቤሴ (Besse)” የቤተሰሰብ ሥም ነው። በመሆኑም “ኤ. ቤሴ ኩባንያ” ማለት በመስራቹ ሙሉ ሥም የተሰየመ ኩባንያ መሆኑን እንረዳለን።

አንቶኒን ቤሴ (Antonin Besse) በፈረንሳይ ሀገር ካርካሶን (Carcasson) በሚባል ቦታ ተወለደ። የተወለደውም በጁን 26/1877 (እ.ኤ.አ) እንደሆነ ስለ እሱ የተፃፉ መረጃዎች ያመለክታሉ። ሰውዬው በዘመኑ ከፈረንሳይ የዓለማቀፍ ነጋዴዎች አንዱ ለመሆን የቻለ ነው። በኢትዮጵያ የነበረው ሃብት በዘመኑ ከሁሉም ይበልጥ የነበር መሆኑም ይነገርለታል።

ቤስ በልጅነቱ የአካዳሚ ትምህርት ፍላጎት አልነበረውም። በመሆኑም አስራ ስምንት ዓመት ሲሞላው የፈረንሳይ የጦር

ሠራዊትን ተቀላቀለ። እስከ 1899 (ሃያ ሁለት ዓመቱ) ድረስ ለአራት ዓመታትም በጦር ሠራዊቱ ውስጥ አገለገለ። ያገለገለውም በኤደን ባሕረ-ሠላጤ በበረው የሀገሪቱ የጦር ሠራዊት ምድብ ውስጥ ነበር። ከፈረንሳይ ጦር ሠራዊት አገልግሎቱ በኋላ ቤርዴይ እና ኩባንያው (Bardey & Co.) በሚባል የፈረንሳይ የንግድ ድርጅት ውስጥ በፀሐፊነት እና በሽያጭ ሠራተኛነት ለመሥራት ለሦስት ዓመታት ውል ፈረመ። የንግድ ድርጅቱም ዋና መቀመጫውን ኤደን አድርጎ የየመን የቡና ላኪ ሆኖ የሚሠራ ነበር።

በ1902 (እ.ኤ.አ) ከቤርዴይ እና ኩባንያው (Bardey & Co.) የንግድ ድርጅት የነበረው ውል ተጠናቀቀ። አንቶኒን ቤስ ውሉን ለማደስ አልፈለገም። በሦስት ዓመታት የንግድ ሥራ ልምዱ ተጠቅሞ በራሱ ለመንቀሳቀስ ወሰነ። ከወንድሙ ብር ተበድሮ፣ ኤደን ከተማን ለቆ ሆደይዳህ (Hodeidah) በምትባል የየመን ከተማ ውስጥ የራሱ የንግድ ድርጅት መሠረተ። በትንሽ ካፒታል መንቀሳቀሱ ስላላረካው በሁደይዳ ከተማ የሚገኘው ድርጅቱን ባለበት ትቶ ወደ ፈረንሳይ አቀና። የሄደውም ከፈረንሳይ ባንኮች ጋር የብድር ስምምነት ለማፈላለግ እና ለመደራደር ነበር። አስቀድሞ እንደገመተው ብድሩን ለማግኘት ብዙም አልተቸገረም። የፈረንሳይ ባንኮች በተለያዩ ሀገራት በአገልግሎት ላይ የሚገኙ ዜጎቻቸውን ተጠቅመው ጥሬ ዕቃዎችን፣ ማዕድናትን ወ.ዘ.ተ ለማግኘት እና ሸቀጦቻቸውን ለዓለም ለማሰራጨት በከፍተኛ ፍላጎት

የሚሠሩ በመሆናቸው የአንቶኒን ቤሴ (Atonin Besse) ምኞት በቀላሉ የተሳካ ሆነለት።

ከፍተኛ የባንክ ብድሩን እንዳገኘ ወዲያውኑ ኢሚሌ (Emile) የሚባል ወንድሙን ይዞ ወደ ኤደን ተመለሰ። ወደ ኤደን እንደደረሰ ወንድሙ ኢሚሌን ወደ ሆደይዳህ (Hodeidah) ላከው። የተላከውም ከእዚህ ቀደም ያቋቋመው የንግድ ድርጅት እንዲያንቀሳቅስ እና እንዲመራ ነበር። እሱ ግን ኤደን ላይ ሆኖ የተለያዩ ብድሮችን ሁሉ መልሶ በኤደን ትልቅ የንግድ ድርጅት ለማቋቋም ተንቀሳቀሰ። በአጭር ጊዜ ውስጥ (እ.ኤ.አ በ1914)፣ በኤደን ከተማ፣ በአይዱስ መንገድ (Aidus Road) ላይ ባለ ሦስት ፎቅ ግዙፍ የንግድ ድርጅት ገነባ።

የፎቁ ግራውንድ ትላልቅ መጋዘኖች፣ አንደኛ ፎቅ ላይ የተለያዩ ሱቆች፣ ሁለተኛ ፎቅ የድርጅቱ አመራር ቢሮዎች፣ የስብሰባ አዳራሽ፣ የሠራተኞች መዝናኛ፣ ሦስተኛ ፎቅ በጣም ቅንጡ የሆነ የራሱ መኖሪያ አፓርትማ አድርጎ ይጠቀምበት ነበር። እስከ ዕለተ ሞቱ ድረስም የዓለም ንግዱን በእዚህ ተቋም አማካኝነት እና ውስጥ ሲያከናውን ኖሯል።

ከጊዜ በኋላ በእዛው ኤደን ውስጥ ከአውሮፓ የመጣው ሰው ማርሻግ ክሬተር (Marshag Crater) ብሎ በሚጠራው ጉብታ ላይ ልዩ የሆነ የተንጣለለ ቪላ ቤት ገንብቶ መኖሪያውን ወደእዛ ቀየረ። ይህ ቤት ከየመን ነፃነት በኋላ የየመን መሪዎች መኖሪያ ሆኖ ለብዙ ዓመታት አገልግሏል።

እ.ኤ.አ ከ1934 እስከ 1937 ድረስ ልዩ ልዩ ፋብሪካዎችን፣ የአየር መንገድ ድርጅትን ወ.ዘ.ተ በማቋቋም የራሱ የሆነ የዓለም

የንግድ ግዛት (Empire) መመሥረት የቻለ ሆነ። በተለያዩ ትናንሽ መርከቦች የዐረቢያ ነዳጅ ዘይትን ወደ ተለያዩ ሀገራት ለመጀመሪያ ጊዜ መላክ የጀመረውም ይህ ሰው እና ኩባንያ እንደነበር መረጃዎች ያመለክታሉ። ከዚህም በተጨማሪ ኩባንያው፡-

- ከፍተኛ የኤሌክትሪክ ማቀዝቀዣዎችን
- የኤሌክትሪክ ፍሪጆችን
- የኤሌክትሪክ እና የጋዝ ስሊንደሮችን
- የማጠቢያ ማሽኖችን
- የተለያዩ የአውሮፓ ካምፓኒዎች መኪኖችን
- የመለዋወጫ ዕቃዎችን
- የመርከብ አገልግሎትን
- ጋራዦች፣ የውሃ ፓምፖች ወ.ዘ.ተ

ለመጀመሪያ ጊዜ በኤደን ከተማ ዋና ወኪል በመሆን ለኤሽያ እና ለአፍሪካ ሀገሮች በማከፋፈል ይታወቃል። በአጠቃላይም በአውሮፓ በተለይም በፈረንሳይ እና በእንግሊዝ የሚመረቱ የቴክኖሎጂ መሣሪያዎች እና ዕቃዎችን ለመጀመሪያ ጊዜ በዋና አከፋፋይነት እና ወኪልነት ለኤሽያ እና ለአፍሪካ ሀገሮች ያከፋፍል ነበር። ከኤሽያ እና ከአፍሪካ ሀገሮችም የተለያዩ ጥሬ ዕቃዎችን (እህል እና ጥራ ጥሬ፣ ቡና፣ ቆዳ፣ የዝሆን ጥርስ፣

የጥርኝ ሽቶ ወ.ዘ.ተ)፣ የተለያዩ ማዕድናትን ጭምር በማሰባሰብ ወደ አውሮፓ ያግዝ ነበር ማለት ይቻላል፡፡
የእዚህ ሰው እና ኩባንያ ሥራዎች በዓለም የንግድ ታሪክ ውስጥ ብዙ ሥፍራ ያላቸቸው እንዲሆኑ ካደረጉት ነገሮች ሌላኛው "ማርትሬዛ" የተሰነውን ገንዘብ በመገባያነት ወደ ዓለም ገበያ ያስገባ መሆኑ ነው፡፡ የማርትሬዛ ገንዘብ በሀገራችንም ትልቅ ሥፍራ የነበረው መሆኑ አይዘነጋም፡፡ የማርትሬዛ ገንዘብ የኦስትሪያ ንጉሠ ነገሥት የነበረችው ማርትሬዛን ለማስታወስ እ.ኤ.አ በ1751 የወጣ ብር መሆኑ ይታወቃል፡፡ ይህ ገንዘብ በኤሽያ እና በአፍሪካ ተወዳጅነት አግኝቶ የዓለም መገበያያ እንዲሆን ያስቻለው ይኸው ተዓምረኛ ሰው፣ አንቶኒን ቤሴ (Antonin Besse) እና ኩባንያው ነበሩ፡፡
የሚገርመው ግን ገንዘቡ በተመረተበት ሀገር ኦስትሪያ አገልግሎት መስጠት ካቆመከ ብዙ ዓመታት በኋላ በእኛ ሀገር ይሠራበት ነበር፡፡ በ1903 ዓመተ ኢትዮጵያ ለአውሮፓ ጉብኝት የሄደ የመንግሥት ልዑክ ቡድን ወደ ሀገሩ የመልስ ጉዞ ሲያደርግ በኦስትሪያ መርከብ ተሳፍሮ ነበር፡፡ በጊዜው የልዑኩ ቡድን መሪው ደጃዝማች ካሣ (በኋላ ልዑል ራስ ካሣ) ነበሩ፡፡ ከመርከብ መሪው ጋር ሲነጋገሩ የሚከተለውን ተጨዋውተዋል፡፡

"ደግሞ ወደ እኛ አገር የመጣ ብር የናንተ አገር ብር ነው መሰኝ፡፡ በናንተም አገር እስካሁን መሻሻጫ ነውን አሉት፡፡ በእኛ አገር ገንዘብ ነው ብሎ የሚቀበለውም የለ፡፡ ይህቺ ማርያም ተርዚያ የምትባለው ንግሥት እንደ ቢክቶሪያ

መልካም ንግሥት ነበረች። በጊዜዋም እስጳንያንና ፖርቱጋልን ሁሉ ትገዛ ነበረች። በዚያ ዘመን የምስራቅ ንግድ ሁሉ ወደ አፍሪካም ወደ እስያም ተዛምቶ ነበር። ያንጊዜ ወደ እናንተ አገር እንደ መጣ ወዲያው ተለምዶ ቀረ። አሁን ግን ወደ አፍሪካና ደግሞ በዐረብ አገር ጠረፍ ለማውጣት የተዋዋሉ ኩባንያዎች አሉ። እነርሱ እያሰሩ ያወጡላችኋል እንጅ በአገራችን ከገንዘብም የሚቆጥረው የለም ብሎ አጫወታቸው።"

ማርትሬዛ በ1937 ዓ.ኢ በአዋጅ በኢትዮጵያ ገንዘብ እስከሚተካ ድረስ በኢትዮጵያ መንግሥት እና ሕዝብ ዘንድ በከፍተኛ ደረጃ ተቀባይነት አግንቶ አገልግሎት ሰጥቷል።

ምን ኢሄ (ይሄ) ብቻ! የሆላንዶች (ደቾች) የሆነው የሼል የነዳጅ አምራችና አቅርቦት ድርጅትንም በብቸኛ ወኪልነት ወስዶ ለዓለም ያዳረሰው አንቶኒን ቤሴ (Atonin Besse) እና ኩባንያው መሆኑ ታሪኩ ይመሰክራል። በኢትዮጵያ የነበረው እና አሁንም ያለው ሼል ማዳያ የመጀመሪያው አስመጪ እና አከፋፋይ የኢትዮጵያው ኤ. ቤስ ኩባንያ ነበር።

አንቶኒን ቤሴ (Antonin Besse) እና ኩባንያው ከነበራቸው እና ከሰሩዋቸው አያሌ ዋና ዋና የወኪልነት ሥራዎች ሁሉ እንደ ሼል ማደያ የተደሰተበት እንዳልነበር መረጃዎች ይጠቁማሉ።

ሼል የነዳጅ ማጣሪያ እና ማደያ ኩባንያ የኔዘርላንድ ደቾች ንጉሣውያን ቤተሰብ ነው። እ.ኤ.አ በ1929 በለንደን (እንግዝ) እደተመሠረተ ታሪኩ ያስረዳል። በኤ. ቤሴ ኩባንያ አማካኝነት በአጭር ጊዜ ውስጥ በአውሮፓ፣ በአፍሪካ፣ በሕንድ፣ በጃፓን፣ በቻይና የተስፋፋ ለመሆን በቅቶ ነበር።

ወደ ኢትዮጵያ (አፍሪካ) የገባው በ1940ዎቹ መጨረሻ አካባቢ እንደነበር ይገለፃል። በአፍሪካ የመጀመሪያውም የኢትዮጵያ ሼል ማደያ እንደሆነ ይነገራል። ሼል ማደያ በኢትዮጵያ ውስጥ ከ60 ዓመታት በላይ አገልግሎቱ ከ200 በላይ የነዳጅ ማከፋፈያ ጣቢያዎች እንደነበሩት ይገለፃል። በእ.አ.አ 2008 (በእኛ አቆጣጠር 2000) ላይ በተፈጠረ የነዳጅ ማከፋፈያ ኩባንያዎች ለውጥ ከኢትዮጵያ ገበያ ከወጡት አንደኛው ሆንዋል። እንደሚታወሰው ከ2000 ዓ.ኢ በፊት በኢትዮጵያ ገበያዎች የሚታወቁት የነዳጅ ማከፋፈያዎች ሼል፣ ቶታል፣ አጂፕ እና ሞቢል ብቻ ነበሩ። አሁን በገበያው የሚታወቁት የተለያዩ ኩባንያዎች የመጡት ከዚህ ጊዜ በኋላ ነው።

የአንቶኒን ቤሴ (Antonin Besse) ሃብት በዓለም ሁሉ የተስፋፋ ቢሆንም በኤደን ከተማ ውስጥ የነበረው ሃብት ተዘርዝሮ አይጨርም። የከተማዋ ግማሽ ሃብት በእሱ እጅ ነበር ማለት ይቻላል። የኤ. ቤሴ ሃብት የሆኑ ብዙ ፋብሪካዎች፣ ሆቴል ቤቶች፣ የዕቃ ማከማቻ መጋዘኖች፣ የማከፋፈያ መደብሮች፣ የተለያዩ ሕንፃዎች ወ.ዘ.ተ የኤደንን ከተማን አጣበዋት ነበር ማለት ይቻላል።

አንቶኒን ቤሴ (Antonin Besse) እ.ኤ.አ በ1940 በግሉ አውሮፕላን ለመብረት ሲነሳ አውሮፕላኑ ወድቆ የጀርባ አጥንቱ ተጎዳ። በብዙ ሕክምና በሕይወት የመቆየት እና የመዳን ዕድል ቢያገኝም ውስጣዊ ጤናው ግን የተጓደለ ለመሆን በቃ። በጤናው መቃወስ ምክንያትም የኤደን ሙቀታማ የአየር ጸባይ ለኑሮው ተስማሚ ሳይሆን ቀረ።

በመሆኑም ኤደንን ለቆ የመኖሪያ ሠፍራውን ፈረንሳይ አደረገ። ፈረንሳይም ይኖር የነበረው በግሉ የመኖሪያ መንደር ነበር።

የአንቶኒን ቤሴ (Antonin Besse) ከአውሮፕላን አደጋው በኋላ የጤንነት ሕይወቱ በመዛባቱ እ.ኤ.አ በ1948 ስትሮክ (የሰውነት መደንዘዝ) በሽታ ያዘው። ምንም ሕክምና ሊያድነው ሳይችል ቀረ። በእዚህም ችግር ለሦስት ዓመታት ሲሰቃይ ቆይቶ፣ በ74 ዓመቱ፣ በጁላይ 2/ 1951 ከእዚህ የዱንያ ዓለም በሞት ተለየ።

በለንደን ከተማ ውስጥ በኦክስፎርድ ዩኒቨርሲቲ ቅዱስ አንቶኒስ ኮሌጅ (St. Antony's Colledge, Oxford University)፣ እ.ኤ.አ በ1950 መታሰቢያ ተመስርቶለታል። ሀውልትም ተቀርጾለት እስካሁን ይገኛል።

3.2 የኤ. ቢስ ኩባንያ በኢትዮጵያ

ኤ. ቤሴ ኩባንያ በሀገራችን በተለምዶ "ኤ. ቢስ" ወይም "ቢስ" ተብሎ በስፋት ይታወቃል። ኤ. ቤሴ (ኤ. ቢስ) ወደ ሀገራችን የገባበትን ትክክለኛ ዓመት የሚገልጽ መረጃ ማግኘት አልተቻለም። ነገር ግን በ1910ዎቹ አካባቢ እንደሆነ በብዙ ምክንያቶች መገመት ይቻላል። የኢትዮ-ጅቡቲ የምድር ባቡር መንገድ የተሠራው እና ይመራ የነበረው በፈረንሳይ መንግሥት እና ኩባንያዎች እንደነበር የሚታወስ ነው።

የባቡር መንገዱ ተጠናቆ በይፋ አገልግሎት መስጠት የጀመረው እ.ኤ.አ በጁን 7/1917 ሲሆን በእኛ አቆጣጠር

ደግሞ በሰኔ ወር 1909 ሆኖ ተመዝግቧል። የምድር ባቡሩን የሚያስተዳድረው አካል ከፈረንጆቹ ነሐሴ ወር 1888 ጀምሮ እስከ 1900 ድረስ "የኢትዮጵያ ምድር ባቡር ድርጅት" ይባል ነበር። ይህም ፈረንሳዮቹ የባቡር መንገድ ሥራውን እየሠሩ የነበሩበት ጊዜን ያመለክታል። በፈረንጆቹ አቆጣጠር በማርች 8/1909፣ በእኛ መጋቢት/1901 በኢትዮጵያ እና በፈረንሳይ መንግሥታት መሀከል በተደረገ ተጨማሪ ስምምነት "የኢትዮ-ፈረንሳይ የምድር ባቡር ኩባንያ" እንዲባል ተወሰነ።

ይህ የምድር ባቡር መንገድ እና ኩባንያ በፈረንሳዮች የተሠራ እና የሚመራ መሆኑ፣ ዋና ዓላማውም የፈረንሳይ እና የአውሮፓ የንግድ እና የዲፕሎማሲ ግንኙነቶችን ለማፋጠን ያለመ ስለነበር የኤ. ቤሴ ኩባንያ ግንባር ቀደሙ ተሳታፊ እንደነበር ይገመታል።

ኤ. ቤሴ ኩባንያ ወይም (አንቶኒን ቤሴ (Antonin Besse) የፈረንሳይ ተወላጅ፣ በፈረንሳይ ባንኮች ካፒታል የሚንቀሳቀስ፣ ከኢትዮጵያ በቅርብ ርቀት በምትገኘው የመን ኤደን ወደብ እና ከተማ በ1894 ዓ.ኢ የግል የንግድ ሥራ ጀምሮ በ1906 ዓ.ኢ በኤደን ግዙፍ የተባለ የዓለም የንግድ እንቅስቃሴዎችን የሚመራበት ሕንፃ የገነባ ወ.ዘ.ተ መሆኑ ይታወቃል። በጊዜው ከእርሱ የሚስተካከል ወይም የበለጠ የፈረንሳይ ወይም የአውሮፓ የግል ካምፓኒ በኤደን የወደብ ከተማ ውስጥ አልነበረም።

ኤ. ቤሴ ኩባንያ ወይም አንቶኒን ቤሴ (Antonin Besse) የመላው አውሮፓ ኩባንያዎች ምርት ብቸኛ ወኪል ሆኖ

የንግድ ግዛቱን በኤሽያ እና በአፍሪካ እየዘረጋ የነበረበት ወቅት ነበር። የፈረንሳይ መንግሥት ጅቡቲን በቁጥጥሩ ሥር ለማድረግ ከ1840ዎቹ ጀምሮ ተንቀሳቅሶ እ.ኤ.አ በ1896 በይፋ "የፈረንሳይ-ሶማሌ ግዛት" ብሎ ሲያውጅ ለኤ. ቤሴ ኩባንያ ትልቅ የምስራች ሊሆን እንደሚችል ማንም ሊገነዘበው የሚችለው እውነታ ነው። በ1909 ዓ.ኢ፣ በፈረንጆቹ በ1917 ደግሞ የሀገሩ መንግሥት የኢትዮ-ጅቡቲን የባቡር መንገድ ሠርቶ ሲያስመርቅ ምን ዓይነት ደስታ እና ዕድል እንደሆነም ይታወቃል።

ከጊዜው መገጣጠም፣ በወቅቱ የኤ. ቤሴ ኩባንያ የአውሮፓ ምርቶችን ለኤሽያ እና ለአፍሪካ ብቸኛ አከፋፋይ ወይም ወኪል ከመሆኑ አንፃር፣ የአፍሪካ እና የኤሽያ የጥሬ ዕቃ ምርቶችንም በመግዛት እና ወደ አውሮፓ በመላክ የሚስተካከለው ኩባንያ ካለመኖሩ ሁኔታ ጋር ተደማምሮ የኢትዮ-ፈረንሳይ የባቡር መንገድን ገፋፍቶ ያስጀመረው እና ያስጨረሰው ኤ. ቤስ ኩባንያ ነበር ቢባል እንኳ ማጋነን አይሆንም። የምዕራቡ ዓለም መንግሥታት ፖሊሲ የኩባንያዎች ፖሊሲ ውጤት መሆኑ ይታወቃልና ነው።

> *"በአውሮፓ ለመንግሥቱም ለሕዝቡም ትልቅ ጥቅም የሚሠሩ ኩባንያዎች ናቸው። ለመንግሥት መድፉን፣ ጠመንጃውን፣ ሰይፉን፣ ጎራዴውን ሌላውንም ዓይነት መሣሪያ ሁሉ በየወገኑ እያሠሩ ይሸጣሉ። ለሕዝቡም ከአገር የሚገኘውን ሥራውን አሠርተው፣ ከአገር የማይገኘውን ከሩቅ አገር በባቡር፣ በመርከብ አስመጥተው*

የሚያስፈልገውን ሁሉ ይሸጡለታል። ድሀውም ሀብታሙም የሚፈልገውን የሚያገኘው ተኩባንያ ነው"።

የኤ. ቤሴ ኩባንያ ከኢትዮ-ፈረንሳይ የምድር ባቡር ጋር በ1909/1910 ወደ ኢትዮጵያ መግባቱ አያጠያይቅም። በአዲስ አበባ ሥራውን የጀመረበት ሕንፃ አሁንም "ቢስ መብራት ወይም ባምቢስ" ተብሎ በሚታወቀው ሠፈር ይገኛል። በተለምዶ ቢስ መብራት ወይም ባምቢስ እየተባለ የሚጠራው ሠፈር ሥያሜውን ያገነውከእዚሁ ኩባንያ መጠሪያ ሥም ጋር በተያያዘ መሆኑ አይዘነጋም። አካባቢው "የጣሊያን ሠፈር" አካል ቢሆንም ልዩ ቦታው ግን "ቢስ መብራት ወይም ባምቢስ" ተብሎ አሁንም ይታወቃል።

3.3 ኤ. ቤሴ ኩባንያ በአዲስ አበባ

በ1910ዎቹ እንደተገነባ የሚገመተው የኤ. ቤስ ኩባንያ ተቋም፣ በጣሊያን ሠፈር፣ በቢስ መብራት ወይም በባምቢስ ሠፈር እስከ አሁን በነበረበት ቦታ እና ሁኔታ ይገኛል። ተቋሙ አምስት የተለያዩ ሕንፃዎች እና ሦስት የተለያዩ መግቢያ በሮች ያሉት ነው። የተቋሙ አጠቃላይ ይዞታ ስፋት ከሠላሳ ሺህ ካሬ ሜትር በላይ እንደሆነ ሐጂ ሙሐመድ አወል ይገልፃሉ።

በአምስቱ ሕንፃዎች መሬት ውስጥ (አንደር ግራውንድ) ከፍተኛ የሆኑ መጋዘኖች ይገኛሉ። መጋዘኖቹም ከፍተኛ የሆነ የማቀዝቀዣ ሥርዓት ያላቸው ናቸው። አይጥ እና የመሳሰሉት የመጋዘን ዕቃዎች ቀበኛ (ደመኛ) የሆኑ አካላትን ማስገባት

እናማኖር በማያስችል ልዩ ጥበብ የተገነባ መሆኑንም ይነገርለታል፡፡

የኤ. ቤስ ሕንፃዎች እስከ አሁንም በነበሩበት ሁኔታ የሚገኙ ሲሆን ከ1967 ዓመተ ኢትዮጵያ ጀምሮ በመንግሥታዊ የልማት ድርጅትነት ያገለግላሉ፡፡

የኤ. ቤሴ ኩባንያ ተቋም ከምስረታው እስከ አሁን ያሳለፋቸው የአገልግሎት ደረጃዎች

ተ.ቁ	የሕንጻው መጠሪያ ሥም	ዘመን (ዓመተ ኢትዮጵያ)	መሠረታዊ አገልግሎት
1	ኤ. ቤስ ኩባንያ	ከ1910ዎቹ እስከ 1967	የኤ. ቤሴ ኩባንያ የኢትዮጵያ የሀገር ውስጥ እና የውጪ ንግድ ሥራዎች ዋና መ/ቤት
2	የኢትዮጵያ የሀገር ውስጥ ማከፋፈያ ኮርፖሬሽን (ኢሀማኮ)	ከ1967-1985	የሀገር ውስጥ ምርቶች ዋና አከፋፋይ (ብርድልብስ፣ ስኳር፣ ጨው ወ.ዘ.ተ)
3	የሸቀጦች ጅምላ ንግድ እና አስመጪ ድርጅት (ጅንአድ)	ከ1985-2006	ገበያን እና ዋጋን ለማረጋጋት የሸቀጦች አቅራቢ ድርጅት ሆኖ ሲሠራ ቆይቷል፡፡
4	የኢትዮጵያ የኢንደስትሪ ግብዓቶች ልማት ድርጅት	ከ2006-አሁን	ለማኑፋክቸሪንግ ኢንደስትሪዎች የኢንደስትሪ ግብዓቶችን በማቅረብ ላይ የሚገኝ፤

ሕንፃው ከተመሠረተ ጀምሮ እስከ አሁን ባለበት ደረጃ እና ይዘት ምንም ሳይነካ በሀገር ደረጃ በማገልገል ላይ ይገኛል። የቀዳማዊ ኃይለ ሥላሴ፣ የደርግ፣ የኢሕአዴግ እና የብልጽግና አራት ተከታታይ መንግሥታትን እና ትውልድን አገልግሏል። በቀጣይም ስንተኛ ትውልድ እንደሚያገለግል አይወቅም። የሀገሪቱ አፍርሶ የመገንባት ፖለቲካ ሱስ ካቆመ እና ከመፍረስ ከዳነ ሌላ ተጨማሪ አምስት እና ስድስት ትውልድ ሊያገለግል ይችላል።

የእዛኔ ታሪኩም ዉበቱም ልዩ ይሆናል። ምክንያቱም “ዕድሜ ጠገብ የሆነ ነገር ወርቅ ነው” (Old is gold) ይባላልና ነው። በእዚህ ደረጃ የሚገለጸው ሕንፃ ምን ያህል ሰፊ እና ጠንካራ የግንባታ ደረጃ ቢኖረው እንደሆነ ማንም ሰው መገመት ይችላል። መሥሪያ ቤቱ መንግሥት ካላፈረሰው በስተቀር ለወደፊቱም ለብዙ አስተ ዓመታት ሊያገግል የሚችል ነው። መሰል መሥሪያ ቤቶች ለትምህርት፣ ለታሪክ እና ለቱሪዝም ልማት ባሉበት ቦታ እና ሁኔታ እንዲኖሩ ቢደረግ ምንኛ መታደል ነበር? ሆኖም ግን በእኛ ሀገር ይህ ዕድል እስከ አሁን አላጋጠመንም። መንግሥታት በተቀያየሩ ቁጥር ያለፈውን አፍርሰው የራሳቸውን አዲስ ምስል ለመገንባት በሚያደርጉት ገደብ የለሽ ፍላጎት አያሌ ጥንታዊ ቅርሶች ፈርሰዋል፣ ወድመዋል።

3.4 ሐጂ ራሕመቶ ሪጃቶ በኤ. ቤስ ኩባንያ

ሕይወት ለዋጩ ዕውቀት፣ አሠራር እና ክስተት፤

ሐጂ ራሕመቶ ከሀገር ቤት እንደመጡ በቀን ሠራተኝነት (በወዝ አደርነት) ሥራ የጀመሩት በዚህ ኩባንያ ውስጥ ነበር። የመጀመሪያ አካባቢ በቀን ሃያ አምስት ሣንቲም በኋላ ላይ በቀን አንድ ብር (በወር ብር 30) ተቀጥረው ሠርተዋል። ይሠሩ የነበሩትም በኩባንያው ቆዳ እና ሌጦ ግዢ፣ ክምችት እና ምደባ ክፍል ነበር። በተለይም የቆዳ ጥራት የሚለዩ ፈናጅ፣ መራጭ እና ደረጃ መዳቢ ተብለው የሚጠሩ ባለሙያዎች ነበሩ። ሐጂ ራሕመቶም የእነርሱ ረዳት ሆነው ሠርተዋል።

በእዚህ የአገልግሎት ጊዜያት ሐጂ ራሕመቶ ሪጃቶ በኩባንያው ኃላፊዎች ወይም አመራሮች ዐይን እና ልብ ውስጥ እንዲገቡ ያደረጉ አራት ቀልብ ሳቢ ነገሮች ወይም ባሕሪያት እና ተግባራት አሳይተዋል። እነርሱም <u>ታታሪነት፣ ብርቱ (ጠንካራነት)፣ አስተዋይነት እና ታማኝነት</u> ናቸው። እነዚህ አራት ጥሩነቶች (Qualities) በአንድ ሰው ውስጥ በአንድ ላይ ሲገኙ አልፎ አልፎ ካልሆነ በስተቀር የተለመደ አይደሉም። በአንድ ላይ ከተገኙባቸው ጥቂት ሰዎች ውስጥ አንዱ የያኔው ወጣት፣ የኋላኛው ሐጂ ራሕመቶ ሪጃቶ ለመሆን ችለዋል።

ከላይ ከተጠቀሱት የጡሩነት መገለጫዎች ጋር ሕይወታቸውን ወይም ዕድላቸውን የቀየረች አንድ አጋጣሚም ነበረች። እርሷም ተገዝቶ ወደ ኩባንያው የገባው የቆዳ ምርት መጠን

የሚገልጸው ሰነድ መጥፋት ጋር የተያያዘች ነበረች። በክፍሉ ውስጥ የሚሠሩ ባለሙያዎች የሚረከቡት የቆዳ ብዛት የሚቆጣጠሩበት አሠራር ነበራቸው። አልፎ-አልፎ በስህተትም ይሁን ወይም ሆነ ተብሎ የመቆጣጠሪያ ሰነዶች ይጠፋሉ። ይህም የሚሆነው በጊዜው ብዙም ባልዘመነ የሰነድ አያያዝ እንደዚሁም የሥራ አመራሮች ለመዝረፍ ሲያስቡ በሚፈጥሩት ክፍተት የተነሳ ሊሆን ይችላል። ይህ ዓይነቱ ክስተት በዛ ዘመን ቀርቶ በዘመናችንም በስፋት ይከሰታል።

የኩባንያው ባለቤቶች እና የክፍሉ አመራሮች በተፈጠረው ነገር እየተተራመሱ በነበረበት ወቅት ወጣቱ (በኋላ ሐጂ) ራሕመቶ "ተረጋጉ፣ ጉዳዩ ከቁጥጥራችን ውጪ አይሆንም" አሉ። የኩባንያው የሥራ-አመራሮች እና ጠቅላላ ሠራተኛው ትኩረቱን በእዚህ ወጣት ላይ አደረገ። "መፃፍ እና ሰነድ መያዝ አይችልም፣ ምን ሊያመጣ ነው? ወደ መጋዘን የገባውን እና የወጣውን በምን ሊያውቀው ነው?" በማለት መነጋገሪያ ሆነ። በሌላ በኩል የተጨነቁም አይጠፉም። ሰነዱን ያጠፉ ወገኖች ካሉ ስለ ጠፋበት ሁኔታ መረጃ አግኝቶ ሊያጋልጠን ይሆን? በሚል መስጋታቸው እና መጨነቃቸው አይቀርም።

ወጣት (በኋላ ዘመን ሐጂ) ራሕመቶ የጠፋው ሰነድ የሚተካ የራሳቸው ሰነድ ይዘው ብቅ አሉ። በጠፋው እና በእርሳቸው ሰነድ መሀከል ያለው ልዩነቱ የአቀራረብ ብቻ ነበር። የጠፋው ሰነድ የወረቀት ነው። የሐጂ ራሕመቶ ሰነድ ደግሞ ዘመናት ያስቆጠረ ባሕላዊ የገቢ እና ወጪ መለያ የገመድ ቋጠሮ ሰነድ ነበር። ሁለቱም ሰነዶች ከውጤት አንፃር አንድ ዓይነት ናቸው።

ቁጥርን ይገልፃሉ፡፡ የሐጂ ራሕመቶ የወጪ እና ገቢ ማሳያ የገመድ ቋጠሮ ሰነድ ወደ አመራሮች ቢሮ ተወስዶ ተመረመረ፡፡ የወረቀት መረጃ ካልጠፋባቸው ቀናት እና ወራት ጋር ተመሳከረ፡፡ ለመቁጠር አድካሚ ከመሆኑ ውጪ ምንም የቁጥር ልዩነት አልታየበትም፡፡

በመሆኑም የወጣቱ (የኋላ ዘመኑ ሐጂ ራሕመቶ) የገመድ ቋጠሮ ሰነድ ትክክለኛነቱ ተረጋገጠ፡፡ ስለሆነም የጠፋው የወረቀት ሰነድ የሚተካ ትክክለኛ ሰነድ ሆኖ በኩባንያው ጸደቀ፡፡ የወረቀት ሰነዱ በጠፋበት ወቅት የተሠራው ሥራ (የጥሬ ዕቃ ገቢ እና ወጪ) መጠን በእዚህ ሰነድ ገለፃ ልክ መሆኑ ታወቀ፡፡ ኩባንያው ከብዙ ኪሣራ ዳነ፡፡

የወጣት ራሕመቶ ሥራ እና ተግባር በኩባንያው የወራት የሥራ ማካሄጃ ወሬ ሆኖ ከረመ፡፡ ወጣቱም “የኩባንያው ምርጥ ሠራተኛ” ተብሎ ልዩ ትኩረት አገኘ፡፡ የኩባንያው መሪዎች ወጣት ራሕመቶን ይበልጥ በማቅረብ፣ የተለያዩ የሙከራ ፈተናዎች በመስጠት እና የማበረታቻ ሽልማቶችንም በመጨመር እያሳደጉት ሄዱ፡፡

በጥቂት ዓመታት ውስጥ ከተራ ወዛደርነት ወደ ወዛደሮች ተቆጣጣሪነት (ካቦነት) ደረጃ ተሸጋገረ፡፡ በዚህም አላበቃም፡፡ አሁንም በአጭር ዓመታት ውስጥ የቡና እና ሌጦ ዘርፍ ኃላፊ ሆኖ በካምፓኒው ተሾመ፡፡ የወጣት ራሕመቶ የዕድገት ሒደት አልተቋረጠም፣ አልተገታም፡፡ ከፍታውን እየጨመረ በመሄድ የኩባንያው አጠቃላይ የሀገር ምርት ንግድ ማለትም ወደ ውጪ የሚላከው ዘርፍ ተቆጣጣሪ ሆኖ ተሰየመ፡፡

ኩባንያው በጊዜው ሁለት ዋና ዋና ዘርፎች ነበሩት፡፡ እነርሱም ከውጪ ወደ ሀገር የሚገቡ (Import Items) እና ከሀገር ወደ ውጪ የሚሄዱ (Export Items) ናቸው፡፡ ጎልማሳው ራሕመቶ ወደ ውጪ የሚላኩ (Export Items) ዘርፍ ዋና መሪ ሆኖ ተመደቡ፡፡

ቀጥሎም የኩባንያው ጠቅላላ የንግድ ወይም የሽያጭ ሥራ-አስኪያጅ ሆነው አገልግለዋል፡፡ በእዚህም አላበቁም፡፡ ከጠቃላላ የኩባንያው ሽያጭ የኮሚሽን ድርሻ ነበራቸው፡፡ የኮሚሽኑ ትክክለኛ መጠን አልታወቀም፡፡ ነገር ግን ከሥራ-አስኪያጅነቱ ደሞዝ በተጨማሪ የኮሚሽን ተከፋይ መሆናቸው ሁሉም የመረጃ ሰጪዎቻችን ይስማማሉ፡፡ ከ2% እስከ 25% ኮሚሽን ተከፋይ እንደነበሩ ይገለፃል፡፡

በኩባንያው ውስጥ የባለቤትነት ድርሻ ነበራቸው የሚሉ መረጃ ሰጪዎች ቢኖሩም ከቤተሰቡ አባላት ውጪ ሌሎች የመረጃ ምንጮቻችን አይቀበሉትም፡፡ በመሆኑም ዋናው እና ትክክለኛው ከደሞዝ በተጨማሪ የሽያጭ ኮሚሽን የነበራቸው መሆኑ ነው፡፡

በአጠቃላይ የእዛ ግዙፍ ዓለማቀፍ ኩባንያ ከተራ የቀን ሠራተኛነት እስከ ጠቅላላ የንግድ ወይም የሽያጭ ኃላፊነት እና የኮሚሽን ተከፋይነት ደረጃ በአጭር ዓመታት ውስጥ የደረሱ ድንቅ መሪ ሆነው ተገኝተዋል፡፡

3.5 ኤ. ቤስ እና ሐጂ ራሕመቶ በደሴ ከተማ

ከአዲስ አበባ ቀጥሎ ግዙፉ የኤ.ቤስ ኩባንያ መጋዘን እና ቢሮ የነበረው በደሴ ከተማ ውስጥ ነበር፡፡ በኋላ ላይ ግን የሁለተኛነት ደረጃውን በአስመራ ከተማ ተተክቶአል፡፡ በኩባንያው የመጀመሪያዎቹ ሁለት አስርት ዓመታት አካባቢ የደሴው ከአዲስ አበባ ቀጥሎ ለሁለተኛነት ያበቃው ግዙፉ የቆዳ ማከማቻ እና ወደ ውጪ መላኪያ ጣቢያ ስለነበር ነው፡፡ ከደቡብ፣ ከማዕከላዊ እና ከሰሜን ኢትዮጵያ የሚሰበሰበው የቆዳ ምርት ዋና ማከማቻ፣ ማጣሪያ እና ወደ ውጪ መላኪያ ጣቢያው ደሴ ከተማ ነበር፡፡ ከአዲስ አበባ፣ ከጎንደር እና ከሌሎችም የሀገሪቱ ክፍሎች ሁሉ የሚገዛው ቆዳ ምርት የሚከማቸው፣ የሚጣራው እና ወደ ውጭ የሚላከው ከደሴ መጋዘን ውስጥ ነበር፡፡

መጋዘኑ አሁንም ድረስ በቦታው የሚገኝ ሲሆን የአዲስ አበባው ድርጅት ቅርንጫፍ ሆኖ ያገለግላል፡፡ የአዲስ አበባው ተቋም በለያዩ የመንግሥት ለውጦች የተለያየ ሥም ይዞ የሚገኝ በመሆኑ የደሴውም እንደየዘመኑ የአዲስ አበባው ቅርንጫፍ ሆኖ እንደቀጠለ ነው፡፡ መገኛ ሥፍራውም መሀል ከተማ፣ ከዐረብ ገንዳ መስጂድ ፊት ለፊት፣ ወደ ቌራ መሄጃ፣ ከመናኸሪያ አካባቢ ሆኖ ይገለፃል፡፡

በሐጂ ራሕመቶ አማካኝነት የሥልጤ እና የሌሎች አካባቢ ሰዎች ወደ ደሴ ከተማ የሄዱ ሰዎች ከአካባቢው ሕዝብ ጋር ተላምደው እስከ አሁን እዛው ይገኛሉ፡፡ ከአካባቢው ሠራተኞች

በተጨማሪ ከአዲስ አበባም ወደ ቅርንጫፎች የሚመደቡ ሠራተኞች የነበሩ በመሆኑ አያሌ የሥልጤ ተወላጆች በኩባንያው አማካኝነት ደሴ ተመድበው ሠርተዋል። ብዙዎችም እዛው በቋሚነት በመኖር የአካባቢው ባሕል ወርሰው ወሎዬ ሆነዋል።
ከአዲስ አበባ ወደ ደሴ የሄዱ የሥልጤ ሰዎች የወለዷቸው ልጆች ደግሞ ተባዝተው ቁጥራቸው ከፍተኛ የሆነ የሥልጤ ማኅበረሰብ በደሴ ከተማ እንዲገኝ ምክንያት ሆነዋል። በአሁኑ ጊዜ ከመቶ በላይ የሥልጤ ተወላጆች በደሴ ከተማ እንደሚገኙ ለማወቅ ተችሏል።

3.6 ኤ. ቤስ እና ሐጂ ራሕመቶ በአስመራ

ክፉ-ደግ ሳይናገሩ ፍትሕ የማስገኘት እና ሠላም የማስፈን ጥበብ

የአስመራው የኤ. ቤስ እና የሐጂ ራሕመቶ ታሪክ ዋንኛ የመረጃ ምንጫችን ሐጂ ሮራቶ/ ከማል ሰዒድ ሚሽኬር ናቸው። ሐጂ ሮራቶ የ77 ዓመት ዕድሜ ባላባት (ባለአባት) ሲሆኑ አባታቸው ሐጂ ሰዒድ ሚሽኬር በአዲስ አበባ፣ በደሴ እና በአስመራ የኤ. ቤስ ኩባንያ ውስጥ በሐጂ ራሕመቶ አማካኝነት በተለያዩ የሥራ ኃላፊነቶች ሲሠሩ የነበሩ ናቸው። ሐጂ ሮራቶም በልጅነታቸው እና በተማሪነት ጊዜአቸው በአስመራው የኤ. ቤስ ኩባንያ ውስጥ ለአራት ተከታታይ ዓመታት የክረምት

ሥራ (Vacation Job) የሠሩ በመሆናቸው ለታሪክ መረጃው በጣም የቀረቡ ሰው ሆነው ተገኝተዋል፡፡

ኤርትራ ከ1870ዎቹ ጀምሮ እስከ 1943 ዓ.ኢ ድረስ በኢጣልያ ቅኝ ግዛት ሥር እንደነበረች ይታወቃል፡፡ በሁለተኛው የዓለም ጦርነት ኢጣልያ፣ ጀርመን፣ ቱርክ እና ጃፓን በአንድ ወገን ሆነው ሲሸነፉ ኢጣልያ ይዛቸው የነበሩ የቅኝ ሀገራትን ለአሸናፊ ወገኖች እንድታስረክብ ተገደደች፡፡ በእዚህም ምክንያት ሊብያን፣ ኤርትራን እና ደቡብ ሶማሊያን መልቀቅ ግድ ሆነባት፡፡ እነዚህ ሀገሮች ከኢጣልያ እጅ ሲወጡ ምን ይሆኑ? ለየትኛው አሸነፊ ሀገር ይሰጡ? ወ.ዘ.ተ የሚለው ጥያቄ የወቅቱ ኃያላን መንግሥታት (እንግሊዝ፣ አሜሪካ፣ ፈረንሳይ እና ሶቭየት ሕብረት) እርስ በርሳቸው ሲወያዩበት፣ ሲጨቃጨቁበት፣ የቅኝ ግዛት ዓላማቸውን ሲወጥሩበት እና ሲያላሉበት ቆይተዋል፡፡

በመጨረሻም በኅዳር 23/1943 ዓ.ኢ (እ.ኤ.አ ታህሳስ 2/1950) በወቅቱ የኢራን መንግሥት ይመራው በነበረው ሊግ ኦፍ ኔሽን ተብሎ ሀገራት በመሠረቱት የሀገራት ጥምረት የጠቅላላ ጉባኤ ድምጽ ተሰጥቶበት ኤርትራ ከኢትዮጵያ ጋር በፌዴሬሽን እንድትቀላቀል ተወሰነ፡፡

በእዚህም ምክንያት በአስመራ የሚገኘው የኤ. ቤስ ኩባንያ ከ1943 ዓ.ኢ ጀምሮ ከኢትዮጵያው የኤ. ቤስ ተቋም ጋር እንዲቀላቀል የድርጅቱ ባለቤት ወሰነ፡፡ ከፌዴሬሽኑ በፊት የአስመራው ኤ. ቤስ ኩባንያ እራሱን የቻለ የንግድ ኩባንያ ነበር፡፡ በ1943 ዓ.ኢ ኤርትራ ከእናት ሀገሯ (ከኢትዮጵያ)

በፌዴሬሽን እንድትቀላቀል በሊግ ኦፍ ኔሽን ከተወሰነ በኋላ አስመራ የሚገኘው የኤ. ቤስ ኩባንያም ለአዲስ አበባው ዋና መሥሪያ ቤት ቅርንጫፍነት ተሰየመ። ስለሆነም ሐጂ ራሕመቶ የኤ. ቤስ የአስመራ ቅርንጫፍን ከ1943 እስከ 1953 ዓ.ኢ ሲመሩት ቆይተዋል።

ሚስተር ባቪዬሺ የተባለ ሕንዳዊ የአስመራው የኤ. ቤስ ኩባንያ ቅርንጫፍ ሥራ-አስኪያጅ ነበር። አቶ በረከተዓብ የተባለ የኤርትራ ተወላጅ ኢትዮጵያዊ ደግሞ የሽያጭ ዘርፍ ኃላፊ ሆኖ ያገለግል እንደነበር ሐጂ ሮራቶ ያስታውሳሉ።

የሐጂ ሮራቶ አባት ሐጂ ሰዒድ ሚሽኬር በመጀመሪያ በአዲስ አበባ የኤ. ቤስ ኩባንያ ሼል ማደያ ይሠሩ ነበር። በመቀጠልም ደሴ በሚገኘው የኩባንያው መሥሪያ ቤት “በፈናጅነት ወይም በደረጃ መዳቢነት” የሥራ መደብ እና ማዕረግ አገልግለዋል። ደሴ ውስጥ 5/6 ዓመታት ከሠሩ በኋላ በሐጂ ራሕመቶ ትዕዛዝ ወደ አስመራ ተዘዋወሩ። ሐጂ ሰዒድም ቤተሰቦቻቸውን ይዘው አስመራ ገቡ። በጊዜው በአስመራ የመጀመሪያዎቹ የደቡብ/የሥልጤ ቤተሰቦች ሳይሆኑ እንደማይቀር ይገመታል። በኋላ ላይ ግን ይህንኑ ቤተሰብ ተከትሎ ሌሎች ሥልጤዎች ወደ አስመራ ከተማ መሄዳቸው ይሰማል።

ሐጂ ሰዒድ ሚሽኬር በአስመራ ኤ. ቤስ ኩባንያ በቆዳ ፈናጅነት ወይም በመራጮነት እና በደረጃ መዳቢነት በመሥራት ላይ እያሉ የኩባንያው የቅርንጫፍ መሪዎች ማለትም ሚስተር ባቪዬሺ (የቅርንጫፍ ሥራ-አስኪያጅ) እና አቶ በረከተዓብ (የሽያጭ ዘርፍ ኃላፊ) ብዙ ጫናዎች እና ችግሮች

ፈጠሩባቸው። የሚገባቸውን የባለሙያ አክብሮት አለመስጠት እና ጥቅማ ጥቅሞች ጭምር በመንፈግ ያበሳጩዋቸው ነበር።

በመሆኑም ጫናው እና ጭቆናው ሲበዛባቸው ለሐጂ ራሕመቶ ደብዳቤ እየፃፉ ወደ አዲስ አበባ ይሰዱ ጀመር። የደብዳቤው ፀሐፊ የዛሬው የእዚህ መረጃ ሰጪያችን ሐጂ ሮራቶ ሐጂ ሰዒድ ነበሩ። ሐጂ ሰዒድ በተደጋጋሚ ደብዳቤ ወደ አዲስ አበባ ቢልኩም ሐጂ ራሕመቶ ለአንዱም ምላሽ ሳይሰጡ ቀሩ። ሐጂ ሰዒድ ሚሽኬር ተናደው የመጨረሻ የሆነውን ደብዳቤ ለመላክ ወሰኑ። በጊዜው የሆነውንም ሐጂ ሮራቶ እንደሚከተለው ይገልጹታል።

> *"የመጨረሻውን ደብዳቤ እንድጽፍ አዘዙኝ። በጣም ተስፋ በቆረጠ ስሜት ውስጥ ነበሩ። ከቅርንጫፍ ኩባንያው የሥራ አመራሮች ጭቆና በበለጠ የሐጂ ራሕመቶ ምላሽ አለመስጠት አሳዝኗቸው ነበር። ደብዳቤው ይህንን ስሜታቸውን ሁሉ የሚገልጽ እንዲሆን አድርገው አስፃፉኝ (እንድጽፍ አደረጉኝ)። በመጨረሻም ሥራውን ለቀው ወደ አዲስ አበባ ለመመለስ መወሰናቸውን ገልጸው ደመደሙ። እኔም ያዘዙኝን እየፃፍሉ በአራት ነጥብ ዘጋሁ።"*

ሐጂ ራሕመቶ ለመጨረሻው ደብዳቤ ምላሽ ሰጡ። ምላሹም "አንተ አትምጣ። እኔ አስመራ እመጣለሁ" የሚል ሆነ። መቼ እንደሚመጡ ግን ለሐጂ ሰዒድ አላሳወቁም። ሐጂ ሰዒድ በምላሹ ተደስተው፣ በበላይ አመራሮች የሚደርስባቸውን ጭቆና ችለው የተለመደው ሥራቸውን ቀጠሉ።

ሐጂ ራሕመቶ ለሐጂ ሰዒድ ሳያሳውቁ ወደ አስመራ የመሄጃ መርሃ-ግብራቸውን አዘጋጅተው ለአስመራ ቅርንጫፍ አመራሮች አሳወቁ። የአስመራ ቢሮ ኃላፊዎች ልዩ የአቀባበል ዝግጅት አካሄዱ። ከኤርፖርት የሚቀበላቸው እና አስመራ በሚቆዩባቸው ቀናት የሚጠቀሙበት ልዩ ዘመናዊ መኪና፣ አስመራ ከሚገኘው የአሜሪካ ኤምባሲ ተከራዩ።

የተሟላ ቅንጡ ዕቃዎች ያሉት ሙሉ ቪላ ቤት ተዘጋጀላቸው። በጊዜው ከአስመራ ሆቴሎች ሁሉ የተሻለ ተብሎ ይታወቅ ከበረው ቻው ሆቴል ምግብ አብሳይ (ሼፍ) ተቀጠረ። የአስመራ ኤ. ቤስ ኩባንያ አመራሮች ማድረግ የሚችሉትን ሁሉ አድርገው ጨረሱ። ይህ ሁሉ ሲሆን ሐጂ ሰዒድ አያውቁም ነበር። የአስመራ አመራሮችም ሐጂ ራሕመቶ ወደ አስመራ የሚመጡበት ምክንያት አልተነገራቸውም።

ሐጂ ራሕመቶ ባቀዱበት ቀን በአውሮፕላን አስመራ ገቡ። ወራቱ ረመዳን ነበር። ዓመቱ 1950/1 እንደሆነ ይገመታል። የአስመራ ቅርንጫፍ አመራሮች የአቀባበል ቅድመ ዝግጅት ጨርሰው ስለነበር በከፍተኛ ክብር ተቀበሏቸው። በተዘጋጀላቸው ልዩ መኪና ወደ ማረፊያ ቪላ ቤት ተወሰዱ። ለኢፍጣር በልዩ ሼፍዋ አማካኝነት ሾርባ፣ የሀበሻ እና የፈረንጅ ምግቦች ወ.ዘ.ተ ተዘጋጀላቸው።

ሐጂ ራሕመቶ በተዘጋጀላቸው ቤት ትንሽ አረፍ ብለው እንደተነሱ፣ የኢፍጣር ሰዓት ከመድረሱ ቀደም ብለው የተመደበላቸው ሾፌር አስጠሩ። ሾፌሩም በግቢ ውስጥ በተጠንቀቅ ይጠብቅ ነበርናና ወደ ሳሎን ገብቶ "አቤት ጌታዬ!

ምን ልታዘዝ” አላቸው። “የሐጂ ሰዒድ ሚሽኬር ቤት ታውቀዋለህ?” ሲሉ ጠየቁት። “አዎን” ብሎ መለሰ። “በል እዛ ውሰደኝ” ብለው ለባብሰው ተነሱ።

ሾፌራቸው ወደ ታዘዘው ቤት ወሰዳቸው። ሐጂ ሰዒድ እና ቤተሰባቸው እንዲህ ለምድር-ለሰማይ የከበደ እንግዳ እንደሚመጣባቸው አያውቁም ነበርና ደነገጡ። ነገሩ ሁሉ ዱብዳ (ዱብ-ዕዳ) ሆነባቸው። ሆኖም የማይመለሱ እንግዳ ስለሆኑባቸው ባላቸው ነገር እና ሁኔታ ማስተናገድ ግድ አላቸው። ቤት ባፈራው ነገር ኢፍጣር ተካሄደ። ከኢፍጣሩ በኋላ በሐጂ ራሕመቶ መኪና ወደ መስጂድ ተሄደ። የእዚህ ታሪክ መረጃ ሰጪ (ሐጂ ሮራቶ ሰዒድ) አብሮ ወደ መስጂድ ሄዷል። ሐጂ ራሕመቶን ጨምሮ ቤተሰቡ ኢሻዕ እና ተራዊህ ሰግደው በመኪናው ወደ ቤት ተመለሱ።

ሐጂ ራሕመቶ በቅንጡ ቪላ ቤት፣ በልዩ ሼፍ የተዘጋጀላቸውን ምግብ ለመመገብ ቅድሚያ አልሰጡም። ከዘመዳቸው ጋር ቤት ያፈራውን መመገብን መርጠዋል። ከመስጂድ በኋላ በሐጂ ሰዒድ ቤት ራት ተበላ። በመጨረሻም ለመኝታ ወደ ተዘጋጀላቸው ቪላ ቤት ሄዱ። ሐጂ ራሕመቶ በተዘጋጀላቸው ቪላ ቤት ውስጥ የተጠቀሙት ምግብ “ሱሁርን” ብቻ ነበር።

ሐጂ ራሕመቶ በአስመራ ከተማ ውስጥ በቆዩባቸው አምስት ቀናት ሁሉ ፍጡራቸውን እና እራታቸውን በሐጂ ሰዒድ ቤት በማድረግ ለመኝታቸው ብቻ ወደ ቪላ ቤቱ ይሄዳሉ። የቢሮው አመራሮች እንዲህ መሆኑ ሳያውቁ በ2/3ኛው ቀን የጎደለ ነገር ለመጠየቅ ወደ ቪላ ቤቱ ሄደው የምግብ አብሳይዋን

ይጠይቃሉ። "ምን ጎደለሽ? ምን እናቅርብ? ፍሪጁ ውስጥ ምንም የጎደለ ነገር መኖር የለበትም" ይሏታል።

አብሳይዋም "ምንም የጎደለ ነገር የለም። እስከ አሁን የተዘጋጀውንም እየተጠቀሙ አይደለም። ለመኝታ ብቻ ነው የሚመጡት" ትላቸዋለች። ሚስተር ባቪዬሺ እና አቶ በረከተዓብ ክፉኛ ደነገጡ። "እንዴት? የት ነው የሚበሉት?" ብለው በድንጋጤ ሠራተኛዋን ደጋግመው ጠየቋት።በእርግጥ ሠራተኛዋ የት እንደሚሄዱ፣ ከየት ምግብ እንደሚጠቀሙ የምታውቀው ነገር አልነበራትም። ለማወቅ የሚቻለው በተመደበላቸው ሾፌር አማካኝነት ብቻ ነበር።

ማናጀሩ እና የሽያጭ ኃላፊው አቶ በረከተዓብ ላብ በላብ ሆነው ከግቢ ወጥተው ሄዱ። ሾፌሩን ለማግኘት ተጨንቀው የሐጂ ወደ ቢሮ የሚመጡበት ሰዓትን መጠባበቅ ጀመሩ። ሐጂ ራሕመቶ ቀን ከማናጀሩ እና ከገበያ ወይም ከሽያጭ ኃላፊው ጋር የቢሮ እና የመጋዘን ሥራዎች ሒደትን በመጎብኘት ያሳልፋሉ። ማታ ለፍጡር እና ለእራት ወደ ሐጂ ሰዒድ ቤት ይሄዳሉ።

ቀን ላይ ወደ ቢሮ በመጡበት ሰዓት ሾፌሩን ወደ አንድ ክፍል ወስደው "ምግብ የት ነው የሚበሉት?" ብለው ጠየቁት። ሐጂ ሰዒድ ሚሽኬር ቤት መሆኑን ነገራቸው። ሰዎቹ ይበልጥ ደንግጠው የሚገቡበት እና የሚወጡበት አጡ። ሐጂ ሰዒድ ሚሽኬር የማይወዱት እና ብዙ በደል የፈጸሙበት ሰው መሆኑን ያውቃሉና "አለቀልን" ብለው ተስፋ ቆረጡ። "ለምን አትነግረንም ነበር!?" ብለው በሾፌሩ ላይ አምባረቁበት።

ሾፌሩ እዚህ በሉ፣ እዛ በሉ ከርሳቸው ምርጫ ውጪ ምን ሊያመጣ እንደሚችል የሚያውቀው ነገር አልነበረም። የተመደበውም ወደ ሚፈልጉበት ቦታ እንዲያደርሳቸው እንጂ የት እንደሚሄዱ ሪፖርት እንዲያቀርብ በሥራ ስምምነታቸው ውስጥ አልነበረም።

ሚስተር ባቪዬሺ እና አቶ በረከተዓብ መሽቶ በነጋ ቁጥር የመባረር ወይም ከፍተኛ የወቀሳ ቃል ሊደርሰን ይችላል ብለው በድንጋጤ ሲጠብቁ ሰነበቱ። ሐጂ ራሕመቶ ግን ሥራውን ከመነጋብኘት፣ ከማበረታታት ውጪ ምንም ሳይናገሩ እና ከወትሮው የተለየ ፊት ሳያሳዩ ሰነበቱ። ነገሩ ከፍተኛ ልብ አንጠልጣይ ድራማ መሰለ።

ሐጂ ሰዒድም በነጋ በመሸ ቁጥር “በደልህ ምንድነው? ምን ቢቸግርህ ነው ያንን ተደጋጋሚ ደብዳቤ የፃፍክልኝ?” ይሉኛል ብለው ቢጠብቁ ሳይሆን ቀረ። የቢሮ ኃላፊዎቹም ምን ይመጣብን ይሆን? ብለው እንደተጨነቁ፣ ሐጂ ሰዒድም መች-በመች ይጠይቁኝና በደሌን ዘርዝሬ እናገራለሁ ብለው እንደቋመጡ የሐጂ ራሕመቶ ወደ አዲስ አበባ የመመለሻ ቀን እና ሰዓት ደረሰ።

ሐጂ ራሕመቶ ለማንም ምንም ሳይናገሩ፣ ማን ምን እንደበደለ ሳያጣሩ፣ ማን ምን እደተበደለ ሳይጠይቁ፣ ሳይዳኙ እና ሳይሸመግሉ፣ ሳይቀጡ እና ሳይክሱ፣ ሳይቆጡ እና ሳይገስጹ፣ ሳይቀጡ ሁለቱንም ወገኖች በጥሩ ሁኔታ አመስግነው ወደ አየር ማረፊያ ሄዱ። ከቢሮ ከመውጣታቸው በፊት ግን አንድ

ቃል ተናገሩ። እሷም "ተባብራችሁ እና ተስማምታችሁ ሥሩ" የምትል ቃል ነበረች።

"እስከ አሁን ባየሁት የሥራ ሁኔታ ሁሉ ተደስቻለሁ። በርቱ። ነገር ግን ተግባብታችሁ፣ ተስማምታችሁ እና ተባብራችሁ ሥሩ። መልካሙን እመኛለሁ!"

ብለው ወደ ተዘጋጀላቸው መኪና ውስጥ ገቡ። ሚስተር ባቪዬሺ እና አቶ በረከተዓብ ሐጂ ራሕመቶ በመጨረሻ ሰዓት ያስተላለፉት መልዕክት ገብቷቸዋል። የሠሩት በደል በእዚህ መልኩ ስለታለፈላቸው በብዙ ተደስተዋል። ፈጣሪያቸውን ደጋግመው አመስግነዋል። በመሆኑም ሐጂ ሰዒድ ሚሽኬርን ከመጋዘን ለማስጠራት ደቂቃዎች አላባከኑም።

በተለይም ማናጀሩ ሚስተር ባቪዬሺ ብቻውን ሊያወራቸው ወሰነ። ሐጂ ሰዒድ ቢሮው እንደደረሱ ባልተለመደ ሁኔታ ከወንበሩ ብድግ ብሎ በመነሳት በከፍተኛ አክብሮት ተቀበላቸው። ለመጀመሪያ ጊዜ በድንጋጤ የጠየቃቸው ነገር ቢኖር "ዘመዳማሞች ናችሁ እንዴ?" የሚል ነበር።

ሁለቱም ሙስሊም ከመሆናቸው ውጪ ምን ዓይነት ዝምድና እንዳላቸው አያውቅም ነበር። ሐጂ ሰዒድም "አዎን አጎቴ ናቸው" ብለው መለሱለት። አሁንም የእየፈራ እና እየተርበተበተ "በመሀከላችን ያለውን ችግርና ጭቅጭቃችን ነግረሃቸዋል?" ሲል ጠየቃቸው። "አልነገርኳቸውም። ተጨቃጨቅንም፣ በሠላም ኖርንም የምሠራው ከእናንተ ጋር ስለሆነ ብዬ አልነገርኳቸውም" አሉ ሐጂ ሰዒድ በብልጠት።

ሚስተር ባቪዬሺ የሐጂ ሰዒድ መልስ እውነት መሆን አለመሆኑን ደጋግሞ በመጠየቅ እና በማስማል ጭምር አረጋገጠ። ወዲያውኑም የሽያጭ ዘርፍ ኃላፊውን አስጠርቶ "ከደሞዛቸው የ150 ብር ጭማሪ እንዲደረግላቸው፣ ከእዚህ በኋላ እኔ እንጂ ማንም እንዳያዛቸው" የሚል ትዕዛዝ አስተላለፈ። የሐጂ ሰዒድ ሚሽኬር ደሞዝ በአንድ ጊዜ ከዋና ማኔጀሩ ቀጥሎ በድርጅቱ 2ኛ ከፍተኛው ደሞዝ ሆነ።

የሐጂ ሰዒድ ሚሽኬር ከአስመራ ሊያስወጣቸው የነበረው በደል ለአንዴ እና ለመጨረሻ ጊዜ ተወገደ። እሱም መሆኑ ብቻ ሳይሆን በአልታሰበ ሁኔታ የኑሮ ደረጃቸውም በአንዴ የቀየረ ሆኖ ተገኘ። ከደሞዛቸው 150 ብር ጭማሬ በጊዜው ትልቅ ገንዘብ ነበር። ከሽያጭ ክፍል ኃላፊው ደሞዝ በላይም ነበር። የእዚህ መረጃ ሰጪ ሐጂ ሮራቶ ሁኔታውን ሲገልጹት፡-

"በአንድ ጊዜ ሕይወታችን ተቀየረ። የምንኖርበት ሠፈር እና ቤት ወደ ተሻለ ቦታ እና ቤት ተሸጋገረ። ኑሯችን በአስመራ ከተማ ከፍተኛ ገቢ ካላቸው ሰዎች ተርታ ተመደበ። ሠላም እና ደስታ የሠፈነበት ኑሮ እና ሥራ ሆነልን። እኔም በክረምት ወራት በድርጅቱ ውስጥ መሥራት ጀመርኩ። 150 ብር ይከፈለኝ ነበር። ለሦስት ተከታታይ ዓመታት ያህል ሠርቻለሁ። ብሩ አላልቅ ብሎኝ እቸገር ነበር"።

ሲሉ ያጫውታሉ። ሐጂ ሮራቶ ከሐጂ ራሕመቶ ጋር ሌላም ትውስታ አላቸው። አስመራ ሰንብተው ወደ አዲስ አበባ በሚመለሱበት ቀን ለመሰናበቻ ሁለት ቀያይ ባውዶች (20) ብር ሰጥተዋቸው ነበር። በአስመራ የመዝናኛ

ሠፍራዎች ሁሉ እየገቡ-እየወጡ ቢዝናኑም ብሩ አላልቅ ብሏቸው ተቸግረው እንደነበር ያስታውሳሉ፡፡

የሐጂ ራሕመቶ የአስመራ ጉብኝት ያለ አንዳች ንግግር፣ ክርክር፣ ጭቅጭቅ፣ ድርድር የሁሉንም ወገኖች ጥቅሞች አሳክተው የተመለሱበት ነበር፡፡ የሐጂ ሰዒድ ሚሽኬር አቤቱታ፣ በደል ያለ ምንም የንግግር ዳኝነት ከተፈቱ ችግሮች አንዱ እና ቀዳማዊው ሆኖ ይታያል፡፡ የሥራ አስኪያጁ እና የገበያ ኃላፊው ብልሹ አሠራር እንደዚሁ ያለአንዳች ምክር፣ ግሳጼ፣ ቅጣት ሊሻሻል በቅቷል፡፡ በእዚሁ ሁሉ መሀከል የድርጅቱ የኤ.ቤስ ኩባንያ ሥራ ይበልጥ የተሳካ ሊሆን ችሏል፡፡ እርሳቸውም በአስመራ ጥሩ የዕረፍት ጊዜ አሳልፈው ተመልሰዋል፡፡

በእርሳቸው የአስመራ ጉዞ የተጠቀመው ሰው ዓይነት እና ብዛት ሲታሰብ ይገርማል፡፡ ወደ አስመራ የሄዱበት አውሮፕላን፣ ለርሳቸው ተብሎ የተከራዩት መኪና፣ ቪላ ቤት፣ የተገዛው የምግብ ዓይነት፣ የቻው ሆቴል የምግብ ሼፍ፣ ሾፌራቸው፣ በመስጂድ አካባቢ ያደረጓቸው ሰደቃዎች ወ.ዘ.ተ ተደማምረው ሲታዩ በአንድ ሰው፣ የአምስት ቀናት ጉብኝት ብዙ ሰዎች ለመጠቀም እና ለመደሰት ሰበብ ሆነዋል፡፡ ይህም ምንኛ መታደል ነው? ያሰኛል፡፡

ሐጂ ሰዒድ ሚሽኬር ከሐጂ ራሕመቶ ሕልፈት በኋላም እስከ 1963 ዓ.ኢ ድረስ በአስመራ ኤ. ቤስ ኩባንያ ለመሥራት ችለዋል፡፡ ከ1963 በኋላ ደግሞ ወደ አዲስ አበባ በመመለስ

የራሳቸው የንግድ ድርጅት መሥርተው ባለ ጠጋ እና ታዋቂ ሰው ለመሆን የቻሉ ሰው ናቸው።

3.7 ኤ. ቤስ በሌሎች የኢትዮጵያ ከተሞች

የኤ ቤስ ኩባንያ ቅርንጫፍ ቢሮዎች እና መጋዘኖች በመቀሌ፣ በጎንደር፣ በባሕር-ዳር፣ በድሬዳዋ፣ በጅጅጋ፣ በጅማ፣ በሀዋሳ፣ በአዳማ (ናዝሬት)፣ በዲላ ወ.ዘ.ተ ተገንብተዋል። በቦረና (ያቤሎ ከተማ) ሳይቀር ቅርንጫፍ እንደነበረው በጊዜው የነበሩ የዐይን እማኞች ይገልፃሉ።

> *"A. Bess and his company had 18 branches through out Ethiopia and the operation were run by only 350 permanent workers, with the capital of 40,000,000 Ethiopian birr"*

ይህም የጽሑፍ መረጃ እንደሚያመለክተው በ1967 ዓ.ኢ ኩባንያው በተወረሰበት ጊዜ 18 ቅርንጫፎች፣ 350 ቋሚ ሠራተኞች እንደነበሩት ያመለክታል። በጊዜው አርባ ሚሊዮን የተመዘገበ ካፒታል እንደነበረውም ይገልፃል።

በእነዚህ ከተሞች የተገነቡ ሕንፃዎች ሁሉም እስከ ዘመናችን ድረስ ይገኛሉ። በየዘመኑም ድርጅቱ በሥም እና በአገልግሎት ሲቀያየር የቅርንጫፍ ቢሮዎችም አብረው ሥማቸው እና አገልግሎቶቻቸው እየተቀያየረ ዘልቀዋል።

ኤ. ቢስ ኩባንያ በሀገራችን በጊዜው ከነበሩ ኩባንያዎች ሁሉ ግዙፉ እና ይበልጥ የተደራጀው እንደነበር ይነገርለታል።

የንግድ ሥራዎቹም አጠቃላይ አስመጪ እና ላኪ ኩባንያ ሲሆን ከውጪ የሚያስመጣቸው ዕቃዎች፡-

- የምግብ ዕቃዎች (ፓስታ፣ መኮሮኒ፣ ወ.ዘ.ተ)፣
- የተለያዩ ሸቀጣ ሸቀጦች (ሳሙና፣ ዘይት፣ ስኳር የመሳሰሉት)፣
- ነዳጅ (ናፍጣ፣ ቤንዚን፣ ጋዝ)፣
- የመኪና መለዋወጫዎች (Spare Parts)፣
- የቤት መስሪያ ዕቃዎች (Building Materials) በማስመጣትና በማከፋፈል ይታወቃል።

ወደ ውጪ ከሚልካቸው ዘርፈ ብዙ ዕቃዎች ውስጥ የሚከተሉት ይገኙበታል።

- ✓ ጨው፣
- ✓ ቡና፣
- ✓ ቆዳ እና ሌጦ፣
- ✓ ሰም፣
- ✓ ዝባድ፣
- ✓ እህል እና ጥራ-ጥሬ
- ✓ ልዩ ልዩ ማዕድናት እና ከእንስሳት የሚገኙ ውጤቶችን ወደ አውሮፓ በመላክ ይታወቃል።

ጨው ከአፋር (አሰብ) ወደ አዲስ አበባ በብቸኝነት አስመጥቶ ለመላወ ኢትዮጵያ የሚያከፋፍለው ኤ. ቢስ ኩባንያ ነበር። በጊዜው ለብዙ ዓመታት የተለያዩ ሸቀጣ-ሸቀጦችን ከአሰብ ወደ ቤስ ኩባንያ ያጓጉዙ ከነበሩ ሾፌሮች አንዱ የመጀመሪያ የመረጃ ምንጬ ሆነው እንደሰጡን ማብራሪያ ጨው እና ስኳር ለመላው ኢትዮጵያ የሚያከፋፍለው ኤ. ቤስ ኩባነያ ነበር።

ከአሰብ የአንድ ኩንታል (100 ኪሎ ግራም) ጨው የትራንስፖርት ዋጋ አምስት ብር እንደነበርም ያስታውሳሉ። የጫኝ እና አወራጅ፣ የጆንያ ወ.ዘ.ተ ተደምሮበት አዲስ አበባ ይሸጥ የነበረው ደግሞ በኩንታል ሠላሳ ብር እንደነበር ይገልፃሉ። ኪሎ ሠላሣ ሣንቲም ማለት ነው።

የወንጂ ሱካር ፋብሪካ ምርቶችም ይከፋፈሉ የነበረው በዚሁ በኤ. ቤስ ኩባንያ በኩል ነበር። በመሆኑም ኩባንያው ለሀገር ዕድገት እና ልማት ከፍተኛ አስተዋጽኦ እንደነበረው የመረጃ ሰጪዎች በአጽንኦት ይገልፃሉ።

3.8 በኤ. ቤስ ኩባንያ ወኪልነት ወደ ኢትዮጵያ የገቡ ትላልቅ የዓለም ኩባንያዎች

ሼል ኢትዮጵያ

የኤ. ቤስ ኩባንያ ለኢትዮያ ካስተዋወቃቸው የዓለም ኩባንያዎች አንዱ የ“ሼል-ኢትዮጵያ” ይገኝበታል። ሼል ኩባንያ

በዓለም ዝነኛ የነዳጅ ማጣሪያ እና ማደያ ሲሆን በኢትዮጵያም ዓርማውን ያልሰቀለበት ከተማ አልነበረም ማለት ይቻላል። በኢትዮጵያ ከጨዋታ ውጪ እስከሆ 2000 ዓ.ኢ ድረስ ከ200 በላይ ማደያዎች እንደነበሩት መረጃዎች ያመለክታሉ።

ይህ ታላቅ ኩባንያን በወኪልነት ወደ ኢትዮጵያ ያመጣው እና ሲያስተዳድረው የኖረው ኤ. ቤስ ኩባንያ ነበር። በዘመኑ የቤስ እና አረቢያን ትሬዲንግ የነበራቸው ሚና ጎልቶ የሚታይ ነበር።

“በዚያ ዘመን አራዳ ውስጥ የነበሩት የፈረንሳዩ ቤስና የእንግሊዙ አረቢያን ትሬዲንግ ካምፓኒዎች ብቻ ነበሩ”

ምዕራፍ አራት

4. የኢትዮጵያ ነፃነት አደጋ ላይ መውደቅ እና የኤ. ቤስ ኩባንያ

4.1 ኤ. ቤስ በአዲስ አበባ ከንጉሠ ነገሥቱ ጋር መነጋገር

"ሚስተር ቤሴ በኢትዮጵያ ላይ ከባድ የሆነ ነገር እንደሚከሰት እርግጠኛ ነበር"

በ1927 (እ.ኤ.አ 1937) በኤርትራ፣ በጅቡቲ እና በሞቃዲሾ ሶማሌ ለነበሩት የኤ. ቤስ ኩባንያ ቅርንጫፎች ከመጠን ያለፈ የነዳጅ አቅርቦት ግዢ ጥያቄ ቀረበላቸው፡፡
ምንም እንኳን ባገኙት ከፍተኛ የገበያ ዕድል ሚስተር ኤ. ቤስ ቢደሰቱም "ነገሩ ምንድነው? ከበስተኋላው ምን ይኖር ይሆን?" ማለታቸው አልቀረም፡፡ "በሬ ሆይ! ሣሩን ብለህ ገደሉን ሳታይ!" እንደሚባለው እንዳይሆንባቸው ጥርጣሬ ውስጥ ገቡ፡፡ በመሆኑም ማጣራት ፈለጉ፡፡ በኤርትራ ለነረው ወኪላቸው ሚስተር ሲኞር እስጢፋኖ አራታ እና በሞቃዲሾ የስዊዘርላንድ ሥራ አስኪያጅ ኤም. ካሜንዚንድ የግምገማ ሪፖርት እንዲያቀርቡላቸው ጠየቁ፡፡
የቀረበላቸው ሪፖርት እንደሚያመለክተው ከሆነ በግልጽ የሚታይ ምንም ነገር አልነበረም፡፡ ውስጥ ውስጡ ቢኖርም የኢጣልያ መንግሥት ለራሱ ሰዎች እንጂ ለሌላው ምንም

ትንፍሽ የሚለው ነገር አለመኖሩም ሪፖርቱ ጨምሮ ይገልፃል። ነገሮች በእዚህ ላይ እንዳሉ ሁኔታዎች በፍጥነት መቀያየር ጀመሩ። በመሆኑም ሚስተር ኤ. ቤሴ በቀርብ ጊዜ ውስጥ በኢትዮጵያ ላይ ከባድ የሆነ ነገር እንደሚከሰት እርግጠኛ ሆኑ። የኢጣልያ መንግሥትም በአስመራ፣ በጅቡቲ እና በሞቃዲሾ ሶማሌ ከፍተኛ የነዳጅ ግዢ ጥያቄ ለኩባንያቸው ያቀረበው ለወረራው ዝግጅት መሆኑን ተገነዘቡ። በጊዜው ኤ. ቤስ ኩባኒያ በቀይ ባሕር ደቡባዊ ክፍል እና በኤደን ባሕረ ሰላጤ ላይ ለሚገኙት ግዛቶች ሁሉ የሼል ኩባንያ ብቸኛ ተወካይ ሆኖ ማገልገል ከጀመረ አሥር ዓመታት አካባቢ ነበር።

በመሆኑም የኢጣልያ መንግሥት ለወረራው የኃይል ወይም የነዳጅ አቅርቦት እንዳይቸግረው በቅድሚያ እየተዘጋጀ ነበር። የራሱ የነዳጅ አቅርቦት በአስተማማኝ እስኪዘረጋ ድረስ በኤ. ቤስ ኩባንያ ወኪልነት የሚቀርበውን የሼል ነዳጅን ለመጠቀም ወስኖአል።

ነገሩ ሁሉ ግልጽ እየሆነ ሲመጣ ሚስተር ኤ. ቤስ ወደ አዲስ አበባ መምጣት እና ከግርማዊ ንጉሠ ነገሥት ቀዳማዊ ኃይለ ሥላሴ ጋር መነጋገር እንዳለበት ወሰነ። ይህንንም ከኤደን ወደ አዲስ አበባ የሚደረገው ጉዞ በጅቡቲ የኤ. ቤስ ቢዝነስ ዋና ተጠሪ የሆነው ሚስተር ማዉሪስ ዲ. ወርተርስ (Maurice D. Weerters) እንዲያሳልጠው ተደረገ። ከኤደን እስከ ጅቡቲ በልዩ የግል አውሮፕላን፣ ከጅቡቲ እስከ አዲስ አበባ በባቡር ተጉዘው ሚስተር ኤ. ቤስ አዲስ አበባ ደረሱ።

የአዲስ አበባ ድርጅቱን ጎብኝቶ በተያዘለት ቀጠሮ መሠረት ከግርማዊነታቸው ከንጉሠ ነገሥት ቀዳማዊ ኃይለ ሥላሴ ጋር በልዩ ሁኔታ ተገናኝ። ሚስተር ኤ. ቤስ በቅርብ ጊዜ ወስጥ በኢትዮጵያ ላይ በጣም ከባድ ነገር ሊከሰት እንደሚችል እርግጠኛ የሆነባቸው መረጃዎችን ለንጉሠ ነሥቱ አቀረበ። መፍትሔውም ከኢጣልያ ጋር በቀጥተኛ ዲፕሎማሲያዊ ንግግር እና ድርድር መንገድ እንደማይፈታ፣ ለትግሉ ሁለንተናዊ ቆራጥ ዝግጅት እንደሚጠይቅ፣ ለእዚህም እንዲረዳ ከጊዜው የዓለም ኃያል ሀገር (እንግሊዝ) ጋር መጠጋት እንደሚያዋጣ ወ.ዘ.ተ ትንታኔ ሰጠ።

ንጉሠ ነገሥቱ በቀረበው መረጃ እና የመፍትሔ ሀሣብ ተስማምተው "ከእንግሊዝ ጋር መጠጋት" የምትለዋ ግን ልትዋጥላቸው አልቻለችም። በእርግጥም በቀላሉ የምትዋጥ ነገር አልነበረችም። ከጅብ አፍ አምልጦ ወደ አንበሣ አፍ ውስጥ መግባት ያህል የምታስፈራ ነበረች። የእርሳቸው ፍላጎት በቀጥታ ለሊግ ኦፍ ኔሽንስ (ለዓለም ሀገራት ኅብረት) ጉዳዩን ማቅረብ የሚል ነበር። በእዚህ ጉዳይ ዙሪያ መጠነኛ ልዩነት ቢፈጥሩም በችግሩ እና በሁለንተናዊ ትግሉ ዙሪያ ተስማምተው ተለያዩ።

4.2 "በኢትዮጵያ ላይ በጣም ከባድ ነገር ስለሚከሰት በቁርጥ አንዘጋጅ!" ሚስተር ኤ. ቤስ

በይፋ ባይገለጽም የቀረበው ስጋት እውን ከሆነ የኤ. ቤስ ኩባንያ አስፈላጊውን የትጥቅ እና የስንቅ አቅርቦት እንደሚያደርግ ስምምነት መድረሳቸው አያጠያይቅም። ይህንን ሊያደርግ የሚችልባቸው ብዙ ምክንያቶች ነበሩ። አንደኛው ምክንያት በኢትዮጵያ ሰፊ የነበረው የቢዝነስ እንቅስቃሴው በወረራው አማካኝነት እንዳይወድምበት መስጋቱ ነው። ሁለተኛው ምክንያት ደግሞ የአውሮፓ ኩባንያዎች አንዱ ምናልባትም ዋነኛው የገቢ ምንጫቸው ጦርነት መሆኑ አያጠያይቅም። የጦር መሣሪያ፣ መኪና፣ ነዳጅ፣ የታሸጉ ምግቦች ወ.ዘ.ተ አቅርቦት ከፍተኛ ትርፋማ የሚያደርጋቸው እንደሆነ ይታወቃል።

እንደተሰጋው በ1928 የመስቀል በዓል እንደተከበረ ኢጣልያ ኢትዮጵያን ለመቆጣጠር “ክተት ሠራዊት፣ ምታ ነጋሪት” ማለትዋን አወጀች። ሚስተር ኤ. ቤስ እና ኩባንያው ከመላው ሠራተኞቹ ጋር ለሀገሪቷ የጭንቅ ቀን ወዳጆች ለመሆን በብርቱ መታገል ጀመሩ። አስር ሺህ መኪና፣ ሦስት መቶ ስልሳ ሺህ ሊትር ነዳጅ፣ ለንጉሣዊው አየር ኃይል ብቻ የሚያገለግል የአየር ነዳጅ የጫነች የኤ. ቤስ መርከብ ወዲያው ጅቡቲ ደረሰች። በጊዜው ጅቡቲ በፈረንሳይ መዳፍ ውስጥ እንደነበረች አይዘነጋም። ሙሉ ኤርትራ እና ደቡብ ሶማሊያ በኢጣልያ፣ ሰሜን ሶማሊያ (ሀርጌሳ) በእንግሊዝ ቁጥጥር ሥር ነበሩ።

በመሀከል በራሷ ተወላጆች የምትመራ ነፃ ሀገር እና ሕዝብ ኢትዮጵያ እና ኢትዮጵያውያን ብቻ ነበሩ። በእዚህም ምክንያት ሦስቱ የአውሮፓ ሀገራት (ኢጣልያ፣ ፈረንሳይ እና

እንግሊዝ) በወዳጅነት እና በጠላትት እርስ በርሳቸው የሚደጋገፉ፣ የሚፎካከሩ፣ የሚፈራሩ እና የሚጣሉም ነበሩ። አፍሪካን በአጠቃላይም ዓለምን በመውረሩ እና በመዝረፉ ጉዳይ ዙሪያ ላይ የጋራ አቋም እና ዓላማ የነበራቸው በመሆናቸው ይስማማሉ፣ ይደጋገፋሉም። ሆኖም ግን በሃብቱ ክፍፍል ዙሪያ እርስ በርሳቸው የሚወዳደሩ፣ የሚፎካከሩ፣ የሚፈራሩ፣ የሚጣሉ እና የሚጋጩ ሆነው ይታያሉ።

በእዚህም ምክንያት በ1920ዎቹ መጨረሻ (1928) እንደታየው ጀርመን፣ ኢጣልያ እና ቱርክ በአፍሪካ እና በዓለም የነበራቸው የቅኝ ገዢነት ደረጃ እና ሃብት አነስተኛ በመሆኑ በአንድ ጎራ ተሰልፈው ልዕለ-ኃያል ለመሆን ተማክረው ተነሱ። ፈረንሳይ፣ እንግሊዝ፣ ከኋላቸው ሰሜን አሜሪካንን አሠልፈው አፍሪካን እና ዓለምን በበላይነት ይዘው ለማስቀጠል የሚያስችላቸው ጥምረት ፈጸሙ። ይህም የሁለት ጎራ ጥምረት ወደ ሁለተኛው የዓለም ጦርነት (ከ1927-1935/ ከ1935-1945) ተሸጋግሮ ከፍተኛ ውድመት ለማስከተል በቅቷል።

ምዕራፍ አምስት

5. በኢትዮጵያ የኤ.ቤስ ቢዝነስ በኢጣልያ ወረራ ወቅት

5.1 ኢትዮጵያውያን አደራ የማይበሉ ታማኞች እንደነበሩ

ኢጣልያ ከሰሜን እና ከምስራቅ ኢትዮጵያን ለመያዝ በምድር-በሰማይ ተንቀሳቀሰች። ሀገር ቀውጢ ሆነ። የሀገሪቱ መንግሥት እና ሕዝብ ሀገሩን ለማዳን ክተት ሠራዊት፣ ምታ ነጋሪት አደረጉ። የንጉሥ ኃይለ ሥላሴ ጦር ከሰሜን በኩል የመጣውን የኢጣልያ ወራሪ ኃይል ለመከላከል ወደ ማይጨው ዘመተ።

በእዚህም ጊዜ ነበር በጅቡቲ የኤ. ቤስ ኩባንያ ዋና ተጠሪ የነበረው ማዉሪስ ዲ. ወርተርስ (Maurice D. Weerters) ወደ አዲስ አበባ እንዲዛወር የተደረገው። ማዉሪስ ዲ. ወርተርስ የፈረንሳይ ተወላጅ ሲሆን የአንቶኒን ቤሴ (Antonin Besse) የቅርብ ሰው እንደነበር ይታመናል። በሀበሻ ቆጣጠር በ1962 (እ.ኤ.አ በ1970) በፃፈው ጽሑፍ እንደጠቀሰው ታህሳስ ወር/ 1928/ እ.ኤ.አ 1937 ከጅቡቲ ወደ አዲስ አበባ ደረሰ። ወደ አዲስ አበባ እንዲዛወር የተደረገው በጦርነቱ ስጋት ወቅት የኤ. ቤስ ኩባንያ ቢዝነስን ከአደጋዎች ለመጠበቅ እና የተሻለ መረጃ ለኩባንያው ባለቤት እንዲያቀርብ ተብሎ ነው።

ማዉረስ ዲ. ወርተርስ አዲስ አበባ እንደገባ በመጋዘን ውስጥ ያሉ ብዛት ያላቸው ንብረቶችን በቶሎ በመሸጥ ለማቃለል ጣረ። በመሆኑም ከፍተኛ መጠን ያለው የንግድ ዕቃዎች ወደ ደሴ ላከ። ሸቀጣ ሸቀጦች፣ ስኳር፣ ነጭ ናፍጣ፣ አስር ሺህ ማርትሬዛ ብር የያዘ ሣጥን (ካዝና) ወ.ዘ.ተ በግመል እና በበቅሎ ለሚያጓጉዙ የሲራራ ነጋዴዎች (Caravans) አደራ ሰጠ። በወቅቱ ዕቃዎች እና ሰዎች ከመሀል ወደ ዳር፣ ከዳር ወደ መሀል እና ደቡብ የሚጓጓዙት በሲራራ ነጋዴዎች (Caravans) አማካኝነት ነበር።

ወደ ደሴ የተላከው መጠኑ የበዛ የኤ. ቤስ ንብረት ደሴ መድረስ አለመድረሱ ሳይረጋገጥ ወደ ሰሜን የዘመተው የንጉሠ ነገሥቱ ጦር መፈታቱ (መሸነፉ) ተሰማ። በሀገሪቱ በሞላ ርዕደ-ፍርሃት ነገሠ። የሰሜኑ ጦር በቀላሉ የተፈታው "በንጉሠ ነገሥቱ ቁርጠኝነት ማጣት ነው" የሚለው ኃልቶ ይሰማል። ኢጣልያ እና አጋሮችዋ በድርድር ችግሮችን እንፈታለን እያሉ ንጉሡን ያማልሏቸው እና ያታልሏቸው ስለነበር የኢትዮጵያ ጦር ባገኘው እና ባመቸው መንገድ እና አጋጣሚ ሁሉ የጠላትን ጦር እንዳይመታ እና እንዳይደመስስ ንጉሡ ቀስፈው (ወጥረው) ይዘውት እንደነበር የጦር ሜዳ መረጃዎች ያመለክታሉ።

እንደዚሁም የሰሜኑም የደቡቡም ግንባር ዋና አዛዥነትን በራሳቸው እጅ ብቻ በማድረግ የኢትዮጵያ ጦር መሪዎች እንደሚገጥማቸው ፈተና በራሳቸው ውሳኔ እየሰጡ ጦርነቱን እንዳይመሩ አድርጓቸው እንደነበር አያሌ የታሪክ ሰነዶች

ይመሰክራሉ። ምናልባት ከሁሉ የከፋው በሀገራችን ታሪክ ባልተለመደ ሁኔታ ብዙ የውጭ የጦር አማካሪዎች በዙሪያቸው ማድረጋቸው እና የእነርሱን ምክር በይበልጥ መስማታቸው ለሽንፈቱ ሰፊ ምክንያት መሆኑም ተዘግቧል።

> *"በኢትዮጵያ ቤተ-መንግሥት ዘንድ ወትሮ (የጦርነት) ምክር የሚመከረው ከኢትዮጵያውያን (ጋር) ነበር። በተለይም በዳግማዊ ምኒሊክ። ከቀዳማዊ ኃይለ ሥላሴ ዘንድ ግን እንዲህ አልነበረም። ጦርነቱን መቋቋም የሚቻለው በዘመናዊ ዘዴ ነው ብለው ስላመኑ፣ ብዙ የውጭ ሀገር አማካሪዎች በዙሪያቸው ኮለኮሉ። የሚሰሙትም የእነርሱን ብቻ ምክር ስለሆነ፣ የተማሩ ኢትዮጵያውያን ሀሣባቸውን የእነርሱ ሀሣብ አስመስለው እንዲያቀርቡላቸው እስከ መለማመጥ ደርሰው ነበር"።*

ከማይጨው ጦርነት ሽንፈት በኋላ የኢጣልያ ጦር ደሴን ለመያዝ ጊዜ አልወሰደበትም። ደሴ ከተማ በወራሪው የኢጣልያ ጦር እጅ በቀላሉ ወደቀች። ወደ ደሴ የተላከው የኤ. ቤስ ንብረት የመዘረፍ፣ የብዙ ነጋዴዎች ሞት ዜና መስማት ብቻ ነበር የቀረው። ማዉሪስ ዲ. ወርተርስ (በጊዜው የኤ. ቤስ የኢትዮጵያ ተወካይ) ተስፋ ቆርጦ እንደነበር ይገልፃል።

> *"የሲራራ ነጋዴዎች (Caravans) ዕቃችን ጭነው ከሄዱ በኋላ ብዙም ሳይቆይ ደሴ ከተማ በጠላት መያዙዋን ሰማሁ። ስለንብረታችን መጥፋት እና ምናልባትም ስለ ነጋዴዎች ሞት በቅርቡ እሰማለሁ ብዬ ጠብቄ ነበር። በጣም የገረመኝ እና ያስደሰተኝ ግን የነጋዴዎች ደህንነት ብቻ ሳይሆን ዕቃችንም ሳይዘረፍ መገኘት መቻሉ ነው።*

የተጓዥ ካራቫኑ መሪ በራሱ እንኳን ቀላል የዘረፋ ታሪክ አዘጋጅቶ ማምለጥ ይችል ነበር"።

በማለት ለኢትዮጵያውያን ያለውን አድናቆት እና አክብሮት ገልፆአል።

የሲራራ ነጋዴዎች በብዙ መቶዎች አንዳንዴም በሺህ ቤት የሚቆጠር የግመል፣ የበቅሎ፣ የአህያ እና አጋሰስ (የጭነት ፈረስ) ጭነቶችን ይዘው ከአዲስ አበባ ወደ ደሴ ለመድረስ ከሁለት እስከ ሦስት ሳምንታት ይወስድ እንደነበር ማዉሪስ ዲ. ወርተርስ ጨምሮ አስፍሯል። ወደ ጅማ ወይም ዲላ፣ ጎሬ ቢያንስ አንድ ወር ሙሉ የሚደረግ ጉዞ እንደነበርም ጽፏል። ከደሴ መጋዘን የሚከማቸው ወደ ውጪ የሚላከው ዕቃም በብዙ ሺህ የግመል ጫኝ የሲራራ የጭነት አጓጓዦች አማካኝነት በታጁራ በኩል እንደነበር መረጃ አስቀምጧል።

"የፍየል ሌጦ እና የበግ ቆዳ ከደሴ በባቲ በኩል ወደ ታጁራ ወደብ በካራቫን ይላካል። በአውሳ በረሃ እና በአሳል ሀይቅ ዙሪያ አቋርጦ ታጁራ ለመድረስ ከአርባ እስከ ሃምሳ ቀናት ተጉዞ ይደረጋል"።

ፈረንሳዊ ዜግነት ያለው እና በአዲስ አበባ የኤ.ቤስ ቢዝነስ ዋና አስተዳዳሪ የነበረው ሚስተር ማዉሪስ ዲ. ወርተርስ የተደነቀበት ስለ ኢትዮጵያውያን ታማኝነት ያስረዳል።

"በዚህ አስቸጋሪ የጠላት ወረራ ጊዜም ቢሆን የኢትዮጵያውያን ሠራተኞች አስተማማኝነት እንደቀድሞው ጥሩ ነበር። አብዛኛዎቹ ንግዶቻችን በብር ሳንቲሞች ማለትም በማሪያ ቴሬዛ ዶላር ይገበያዩ ነበር። እያንዳንዱ ማርት ቴሬዛ ሣንቲም 28 ግራም ይመዝናል።

ወደ ባንክ የሚሸጋገረው በጀንያ ታስሮ፣ ተሸካሚዎች በጭንቅላታቸው ተሸክመው ያደርሱታል። እያንዳንዳቸው 2,000 የማር ትሬዛ ዶላር ወይም 56 ኪሎ ግራም በጭንቅላታቸው ይሸከማሉ። ብዙ ቁጥር ያላቸው አጓጓዦች በዚህ ዓይነት በአንድ ላይ ሸክሙን ተሸክመው፣ ከፊት እና ከኋላ መስመራቸውን ጠብቀው ሲሄዱ መመልከቱ ከምዕራቡ ዓለም ለመጣ ሰው ዐይኖች አስገራሚ ትዕይንት ይሆን ነበር።

በእጁ ዱላ የያዘ፣ ሸምገል ያለ ተቆጣጣሪ ብቻ በቅርበት ይከተላቸዋል። በከተማው ውስጥ የሞተር ሳይክል ሥራ እስከዛ ጊዜ ድረስ ምንም ዓይነት ደረጃ ላይ አልደረሰም ነበር። እናም በየዕለቱ የተሠራው ሳንቲም በእዚህ መልኩ ተጓጉዞ ባንኮች ውስጥ ይገባል። በዛ በተጨናነቁ ጎዳናዎች፣ በማንኛውም ሁኔታ፣ ማንኛውም ሳንቲም ተሸካሚ፣ ከመስመሩ ውስጥ አፈትልኮ የመጥፋት ዜና ተሰምቶ አያውቅም"።

5.2 የኤ.ቤስ ኩባንያ ከዘረፋ መዳን

"በሕይወቴ እንደ አቶ ራሕመቶ ቅዱስ ሰው አይቼ አላውቅም" ማዉሪስ ዲ. ወርተርስ

የኢጣልያ ጦር አዲስ አበባ ሲገባ በከተማ ውስጥ ብዙ ዝርፊያዎች ተፈጸሙ። በተለይም የውጪ ኩባንያዎች የዘረፋው ዋና የትኩረት ኢላማ ነበሩ። የሀገሬው ሰው እና ከወራሪው ጋር የመጡ ወታደሮች የውጭ ኩባንያዎችን

ሙልጭ አድርገው ዘረፉዋቸው፡፡ ከዘረፋው የዳነው ኤ. ቤስ ኩባንያ ብቻ ነበር፡፡ የመዳኑም ምክንያት ሐጂ ራሕሞቶ ረጃቶ ነበሩ፡፡ ይህ ተአምረኛ ሰው እንዴት የኤ. ቤስ ኩባንያን ከዘረፋ እንደታደጉት በወቀቱ የካምፓኒው ዋና ሥራ-አስኪያጅ የነበረው ፈረንሳዊው ሚስተር ማዉሪስ ዲ. ወርተርስ ተገርሞ እና ተደንቆ ገልጾታል፡፡

> *"His Imperial Majesty had then to leave Ethiopia. Addis Ababa was in a turmoil and the permission given by the Emperor to his servants to take away what he had to leave in the Palace was followed by some looting in town. Däjazmač Abebe, later on to be made a Ras, had taken the Police Force with him into the Ankober mountains in order to start a guerila war which was to last five years. The town fell a prey to disorderly elements, and it looked as if the Besse depository was to be looted like so many other premises.*
>
> *Fortunately for us, the Guragé daily workers brought their own families to our premises, under the advice of their respected leader, Ato Rahmato Muktar, one of the noblest persons I have ever met in my life. These workers soon numbered more than one hundred and they found a way to secure some firearms and ammunition. Our premises did not attract the predators, and some time later I could report the fact to Mr Besse, praising the cooperation of the labour force under conditions unheard of so far."*

"ግርማዊነታቸው ንጉሠ ነገሥት ከግዛታቸው ኢትዮጵያ መውጣት ነበረባቸው። አዲስ አበባ ውዥንብር እና የተወሰነ ዘረፋም ውስጥ ገባች። ንጉሠ ነገሥቱ በቤተ-መንግሥት ያስቀመጡትን ንብረት ሁሉ እንዲወስዱ ለአገልጋዮቻቸው ፈቃድ ሰጡ። ደጃዝማች አበበ በኋላም ራስ አበበ አረጋይ የሽምቅ ውጊያ ለመጀመር የፖሊስ ኃይሉን ይዞ ወደ አንኮበር ተራሮች ወረደ። ከተማዋ አዲስ አበባ የሥርዓት-አልባ አካላት ሰለባ ሆነች። <u>የቤሴ የንግድ ዕቃ ክምችትም እንደ ሌሎች ብዙ በታዎች እና የቢዝነስ ተቋማት የሚዘረፍ ይመስል ነበር።</u> እንደ ዕድል ሆኖ ግን በእነኛ የጉራጌ የቀን ሠራተኞች <u>በሕይወቴ እንደ እርሱ ቅዱስ ሰው አይቼ የማላውቅ በሆነው በአቶ ራሕማቶ ሙክታር መሪነት ቤተሰባቸውን ይዘው ወደ እኛ ግቢ መጡ። በሕይወቴ እንደ እርሱ ቅዱስ ሰው አጋጥሞኝ አያውቅም።</u> ብዙም ሳይቆይ እነዚህ ሠራተኞች ቁጥራቸው ከመቶ በላይ ሆነ። የመከላከያ መሣሪያዎችንም ለመታጠቅ ቻሉ። በእዚህም ምክንያት ግቢያችን አዳኞችን ወይም ዘራፊዎችን አልሳበም። ከተወሰነ ጊዜ በኋላ የሠራተኛውን ትብብር እያደነቅሁ እውነታውን ለአቶ በሴ (ለኩባንያው ባለቤት) ሪፖርት ማድረግ ቻልኩ"።

ነገሩ የሆነው እንዲህ ነው። የወረራው እና የዘረፋው ትርምስ እየተባባሰ ሲሄድ የውጭ ሠራተኞች ወይም ኃላፊዎች ወደ ሀገራቸው ሊሸሹ እንደሚችሉ ሐጂ ራሕመቶ አስቀድሞ ገብቶአቸዋል። ኃላፊነቱ በኢትዮጵያውያን በተለይም የሰው ኃይል ኃላፊ (ካቦ) በመሆናቸው በራሳቸው ላይ እንደሚወድቅ ተረድተውታል።

በመሆኑም ከማይጨው ጦርነት በኋላ ነገሮች ከመንግሥት ቁጥጥር ውጪ ሲሆኑ፣ ንጉሡ እና የውጭ ሀገር ሰዎች ጓዛቸውን ሸክፈው ከሀገር ሲወጡ የቁርጥ ቀን መድረሱን ሐጂ ራሕመቶ ተገነዘቡ። እርሳቸው እና የውስጥ አርበኞች ሌላ መሸሸጊያ ሀገር እና ሕዝብ አልነበራቸውም። ያላቸው አማራጭ የሚመጣውን ፊት ለፊት እና በብልሃት መጋፈጥ ብቻ ነበር። ስለሆነም ሐጂ ራሕመቶ በፍጥነት የሚከተለውን እርምጃ ወሰዱ፡-

1. በኤ. ቢስ ኩባንያ ይሠሩ የነበሩ ጠቅላላ ኢትዮጵያውያን
2. በአዲስ አበባ እና በሀገር ቤትም የነበሩ የሚያምኑባቸው የቅርብ እና የሩቅ ዘመዶቻቸው

ባለቤቶቻቸውን እና ልጆቻቸውን ሁሉ ይዘው ወደ ኤ. ቤስ ኩባንያ ውስጥ እንዲሰበሰቡ ጥሪ አስተላለፉ። በወቅቱ ከኤ. ቤስ የተሻለ መጠለያ ወይም የችግር ጊዜ መውጫ ስላልነበር ሁሉም ሠራተኛ እና ቤተዘመድ ጥሪያቸውን በፍጥነት ተቀብሎ ወደ ቤስ ቅጥር ግዛት ገባ። ሠራተኛው እና ቤተዘመዶች እንተሰባሰቡ ሐጂ ራሕመቶ ለሁሉም የማረፊያ ቦታ ሰጡዋቸው። የኩባንያው ግቢው እና ሕንፃዎች ስፋት እና ብዛት ስለነበራቸው የመጠለያ ችግር አልነበረም። በመቀጠልም ወንድ ሠራተኞችን እና የመረጧቸው ዘመዶቻቸውን ሰብስበው የሚከተለውን ምክር እና ትዕዛዝ ሰጡ።

"እንደምትመለከቱት የምግብ እና የመጠለያ ችግር የለብንም። በእዚህ የጭንቅ ሰዓት ከእዚህ የተሻለ ምግብ እና መጠለያ የምናገኝበት ቦታ አናገኝም። ስለሆነም ሁላችንም ወታደራዊ ሥልጠና እዚሁ ግቢ ውስጥ ይሰጠናል። ለሁላችንም የጦር መሣሪያ እናገኛለን። ቀን እና ማታ ከማንኛውም ጥቃት ኩባንያውን እንጠብቃለን" ብለው ደመደሙ።

ያንገራገረ፣ ያጉረመረመ፣ የተቃወመ፣ ሌላ የተሻለ አማራጭ አለኝ ብሎ ጥሎ የሄደ ሰው አልነበረም። ሁሉም በአንድ ድምጽ ተስማማ። የኤ. ቤስ ግቢ በወታደራዊ ሥልጠና፣ በምግብ ዝግጅት እና በመሳሰሉት ተግባራት ላይ ተጠመደ። ሐጂ ራሕመቶ በቂ የጦር መሣሪያ እና ጥይት ወደ ኩባንያው አስገቡ። ኩባንያው የጦር መሣሪያ ችግር አልነበረበትም። ለመንግሥት እና ለአርበኞች ጭምር የሚሆን የጦር መሣሪያ አቅርቦት እንደነበረው ይነገራል።

ሠራተኛው በእየቀኑ በቂ የሰውነት ማጎልመሻ እንቅስቃሴዎችን ካደረገ በኋላ የመሣሪያ አጠቃቀምና የኢላማ ልምምድ አደረገ። በጊዜው አብዛኛው የሀገራችን ሰው የመሣሪያ አጠቃቀም ችግር አልነበረበትም። የጦር መሣሪያ መግዛት እና መጠቀም እንደዘመናችን የከበደ አልነበረም። አቅም ያለው ሁሉ በፒያሳ ሱቆች የሚሸምተው ነገር ነበር።

መጠነኛ የወታደርነት ሙያ የሠለጠነው እና የታጠቀው የሐጂ ራሕመቶ ጦር የኤ. ቢስ ኩባንያን በአጥር ውስጥ ዙሪያ ከበ ተቀመጠ። ምሽግ ሰርቶ ቀን እና ማታ በተጠነንቀቅ አድፍጦ መጠበቁን ተያያዘው።

ሌሎች የውጭ ኩባንያዎችን በመዝረፍ ያተረፈው ዘራፊ እና ዘርፈው የከበሩ ሰዎች መኖራቸውን የሰማው ሌላኛው ወሮ-በላ (ዘርፎ የሚበላ) በቀን እና በማታ ኤ. ቤስ ኩብናያን ለመዝረፍ ሙከራ አደረገ። ከውጭ የሚጠጋ ሁሉ ከውስጥ ኃይለኛ የጥይት ኡሩምታ ሲሰማ አማራጩ መሸሽ ሆነ። በሌላ ጊዜ የተለያዩ ሙከራዎች ተደረጉ። በቡድን ሆነው በጦር መሣሪያ የታገዘ የዘረፋ ሙከራዎችም ተከሰቱ። የሐጂ ራሕመቶ ጦር የሚቀመስ ሊሆን አልቻለም።

በመጨረሻም ዘራፊው ሁሉ ነገሩን ሰማው። የሐጂ ራሕመቶ ጦር በኩባንያው ግቢ ውስጥ ምሽግ ሠርቶ ቀን እና ማታ በተጠንቀቅ እንደሚጠብቅ፣ በቂ ልምድ፣ ስንቅ እና ትጥቅ እንዳለው ተወራ። አንዳንዱ ወሬ በጣም የተጋነነም ነበር። *"ምንም ዓይነት ጦር ቢመጣ የማይደመሰሰው ኃይል ነው"* የሚል ወሬም ነበረበት። ወሬው ለኩባንያው ደህንነት ተጨማሪ ዋስትና ሰጥቷል። ወሬውን የሰማ ዘራፊ ሁሉ የኤ. ቤስ ኩባንያን ከመዳፈር እንዲታቀብ አድርጎታል። ወሬውን ያልሰማ እና አንዳንድ ተስፈኛ ብቻ ነበር ሙከራ ያደርግ የነበረው። የነበረው ኃይል ደግሞ እነሱን የመከላከል አቅም ነበረው።

በመሆኑም የሐጂ ራሕመቶ ጦር ብዙም ሥራ ሳይበዛበት፣ ከባድ የዘረፋ ሙከራ ሳይገጥመው፣ የሰው ኃይሉ ላይ አደጋ ሳይደርስ፣ አንድም የተሳካ የንብረት ዘረፋ ሳይፈጸም አምስት ዓመታት ታለፉ። በጊዜው በኩባንያው ውስጥ ከመቶ ያላነሱ የታጠቁ በሐጂ ራሕመቶ የሚታዘዙ ወታደሮች እነደነበሩ

መረጃዎች ይጠቀማሉ። ሐጂ ራሕመቶም ራሳቸው ሙሉ ዝናራቸውን ታጥቀው፣ ከላዩ ላይ ጀለቢያ በመልበስ ወታደሮቻቸውን ይቆጣጠሩ፣ ያጠናክሩ፣ ስንቅና ትጥቃቸውን ያሟሉ እንደነበር ይገለፃል።

በሀገሪቱ አለ የሚባለውን የኤ. ቤስ ኩባንያን ለመዝረፍ የቋመጠ ሁሉ ሁኔታው ሲያይ የተለየ ነገር ሆነበት። ጧት ማታ በተጠንቀቅ የቆመው የሐጂ ራሕመቶ ወታደር የማያንቀላፋ፣ ትጥቁን የማይፈታ ሆኖ አገኘው። በዚህም ምክንያት "እስቲ ልሞክር" ያለ እንኳ አልተገኘም።

ይህንን አስገራሚ እና አስደናቂ ገድል ፈረንሳዊው ሚስተር ማዉሪስ ዲ. ወርተርስ፣ በጊዜው እዚሁ አዲስ አበባ ይኖር የነበረ፣ የኤ. ቤስ የኢትዮጵያ ተጠሪ በዐይኑ አይቶታል። በነገሩ ሁሉ በመገረም እና በመደነቅ ሪፖርቱን ወደ ኤደን ዋናው ቢሮ አስተላልፎታል።

"...ከተወሰነ ጊዜ በኋላ የሠራተኛውን ትብብር እያደነቅኩ እውነታውን ለአቶ በሴ (ለኩባንያው ባለቤት) ሪፖርት ማድረግ ቻልኩ" ያለውም ይህንኑ ነው።

5.3 የሐጂ ራሕመቶ በኢጣልያ እጅ መውደቅ

አዲስ አበባን የተቆጣጠረው የኢጣለያ የጦር አበጋዝ ማርሻል ባዶሊኖ ወደ ኢጣልያ በክብር እንዲመለስ እና ኢትዮጵያን የማስተዳደሩ ሥራ እና ኃላፊነት ጀነራል ግራዚያኒ

እንዲረከበው ግንቦት 24/1928 በሙሶሎኒ ተወሰነ። ውሳኔው በተለያዩ የፖለቲካ ምክንያቶች ያሉት መሆኑ ይገለፃል።
የመጀመሪያ ምክንያት ሆኖ የሚጠቀሰው ጀነራል ግራዚያኒ የቅኝ ተገዢ በሆኑ ሕዝብ (ለምሳሌ ሊብያ) ላይ በፈጸማቸው ዘግናኝ አያያዞች በጣም የሚፈራ እና ጠላትን ጸጥ-ረጭ ማድረግ የሚችል ነው ተብሎ ስለታመነበት ነው ይባላል። ኢትዮጵያውያን በጊዜው በንጉሣቸው "ስህተት" በቀላሉ ቢሸነፉም አርፈው የሚገዙ ሊሆኑ እንደማይችሉ በመታመኑ፣ የሚችለውን ሁሉ አድርጎ የሚያንበረክካቸው ሰው ያስፈልጋል ስለተባለ መመረጡ ጎልቶ ይነገራል።
ሁለተኛው ምክንያት በፖለቲካ ሳይንስ አንድ የጦር መሪ ወይም ፖለቲከኛ ታግሎ ላሸነፈበት ነገር "ክብር እንጂ ቦታውን አትስጠው" የሚለው መርህ ነው። "ታግሎ ያሸነፈበትን ቦታ ከሰጠኸው ይጠግባል። ከእኔ በላይ ማን አለ? ብሎ በመጨረሻም አልታዘዝም ይላል" ነው ነገሩ። ይህ አካሄድ በሀገራችን ጨምሮ በሁሉም የዓለም ክፍሎች ሲተገበር እና ሲሠራበት የኖረ እና አሁንም ያለ የፖለቲካ አካሄድ ሆኖ እናገኘዋለን።
በእዚህም አልነው በእዛ ማርሻል ባርዶሊዮ አዲስ አበባን ወይም ኢትዮጵያን ለጀነራል ግራዚያኒ እንዲያስረክብ ታዘዘ። በመሆኑም ማርሻሉ ከኢትዮጵያ ወጣ። ጀነራሉ ወደ ኢትዮጵያ ገባ። ግራዚያኒ መጀመሪያ የጨካኔ ጠባዩን ደብቆ ሕዝቡን በስጦታ፣ በሽልማት እና በሹመት ለመያዝ ሥራውን ጀመረ። ከእዚህም አንፃር የካቲት 12/1929 "ስጦታ፣ ሽልማት እና

ሹመት እሰጣለሁ እና የሀገሬው ሰው ይሰብሰብልኝ” አለ። ዘመን የከዳው የሀገሬው ሰው ከሊቅ እስከ ደቂቅ በስድስት ኪሎ፣ በየካቲት 12 ሆስፒታል አጠገብ፣ አሁን የማዕታት ሐውልት በቆመበት ሜዳ ላይ ተሰበሰበ።

አብረሃም ደቦጭ እና ሞገስ አስገዶም የተባሉ የኢትዮጵያ (የአሁኗ ኤርትራ) ተወላጆች አጋጣሚውን ለመጠቀም ተመካክረው ወሰኑ። ወጣቶቹ ጣልያንኛ የሚችሉ፣ የተማሩ እና ነቃ ያሉ፣ በኢጣልያ ድርጅቶች ውስጥ ይሠሩ የነበሩ ናቸው። ውሳኔአቸው ጀነራል ግራዚያኒን በዕለቱ መግደል የሚል ነበር። በንብ አዘጋጅተው፣ የቻሉትን ሁሉ አድርገው በየካቲት 12/1929 እንደማንኛውም ተሰብሳቢ ነጠላቸውን ደርበው አደባባዩ ዘለቁ።

ሕዝቡ አደባባዩን ሞልቶ ባለበት ጀነራሉ ሲመጣ ወጣቶቹ በምባቸውን አከታትለው ወረወሩ። ከፍርሃት እና ከልምድ ማነስ ሊሆን ይችላል ኢላማቸውን በትክክል መምታት አልቻሉም። አከታትለው የወረወሯቸው ሰባት ያህል የእጅ ቦምቦች ግራዚያኒን ጨምሮ ሠላሳ ያህል የኢጣልያ የጦር አበጋዞችን ከማቁሰል ውጪ አንዳቸውንም ሳይገድሉ ቀሩ።

ነገሮች በጣም የተበላሹ ሆኑ። በአደባባዩ የተገኘው ሰው ሁሉ እንዲፈጅ ተደረገ። በአደባባዩ ከሦስት ሺህ ሰው በላይ እንደነበር ይነገራል። የአደባባዩ ሕዝብ በጅምላ ከተጨፈጨፈ በኋላ በእየመንገዱ እና መንደሩ የተገኘው ኢትዮጵያዊ ሁሉ ያለ ምንም ማጣራት እና ርህራሄ እንዲገደል ትዕዛዝ ተላለፈ። በወቅቱ አዲስ አበባ ላይ የነበረው ፈረንሳዊው የኤ. ቤስ

የኢትዮጵያ ተወካይ ሚስተር ማዉሪስ ዲ. ወርተርስ ሁኔታውን እንደሚከተለው ገልጾታል።

"ትዝ ይለኛል አርበኞች በግራዚያኒ ላይ የግድያ ሙከራ ባደረጉበት ጊዜ፣ የፋሽስት ፓርቲ ፀሃፊ ኮርቴሴ በአዲስ አበባ በተከፈተ መኪና ላይ ቆሞ አሁን ኩኒንግሃም ጎዳና ተብሎ በሚጠራው ጎዳና ላይ ደም ለብሶ ሲጮህ አየሁት። ኢትዮጵያውያን ድላችንን ለመግደል እንደሞከሩት ሁሉ ከፊት ለፊት የሚገኙትን ሁሉ እንዲገድሉ በዙሪያው ላሉት ጣሊያኖች በማዘዝ ድምፁን ከፍ አድርጎ ይናገር ነበር። በእዚህም ምክንያት በእውነቱ እጅግ በጣም ብዙ ዘግናኝ ጭፍጨፋ ተካሄደ። ለመጪዎቹ አራት ቀናት ጎጆአቸው ከሌሊት እስከ ማታ በእሳት ለተቃጠለባቸው ጎረቤቶቻችን ሁሉ መጠለያ እና ምግብ ስንሰጥ ሰነበትን"

በመሰንበቻውም ለሀገራቸው ቀናኢነት አላቸው፣ ለኢጣልያ ስጋት ናቸው የተባሉ ትልልቅ ሰዎች ሁሉ ከየቤታቸው እየታፈሱ ተወሰዱ። አቶ ራሕመቶም ከተጠርጣሪዎቹ አንዱ ሆነው በመጀመሪያ ወደ ቤተመንግሥት ተወሰዱ። እዛም ከብዙ መሰሎቻቸው ጋር ተቀላቀሉ። በመጨረሻም እንዲረሸኑ ወይም እንዲጋዙ ተብሎ ከተፈረጁት ጋር ተመድበው ወደ ጊዮርጊስ ቤተክርስቲያን አካባቢ ወደሚገኝ አደባባይ ከብዙ ወገኖቻቸው ጋር ተዛወሩ። ቤተሰባቸው ጉዳዩን በቅርበት ሲከታተሉ ነበርና ሰምተው ከፍተኛ ረብሻ ተፈጠረ። ይህንኑ ክስተት በቅርበት ሆኖ ያየው ሚስተር ማዉሪስ ዲ. ወርተርስ በሚከተለው መንገድ መረጃውን አስቀምጦልናል።

"በየካቲት ወር 1937 አርበኞች ግራዚያኒን እና ጓደኞቹን ለመግደል ሲሞክሩ አቶ ራሕመቶ ተይዘው በቤተ-መንግሥት ውስጥ ከታጎሩት አንዱ ሆኑ። በኋላም ከብዙዎች ጋር በመሆን በጊዮርጊስ ካቴድራል አቅራቢያ ወደሚገኝ ክፍት ቦታ ተዛወረ። ልጁ ሙሐመድ ስለጉዳዩ ሊነግረኝ መጣ። ቦታውን ከመረመርን በኋላ የተወሰነ ገንዘብ በመመደብ እና በመታገዝ ከግዞት እና ከቀረበ ሞት እንዲያመልጥ አመቻቸን። በግንቦት ወር በከተማው በተዘረፈ ወቅት ኤ. ቤስ ኩባንያ ሳይዘረፍ እንዲተርፍ ላደረገው ከፍተኛ እርዳታ ክፍያ ወይም ውለታ እንደመለስኩ ተሰማኝ"።

አቶ (በኋላም ሐጂ) ራሕመቶ በተያዙበት ቀን ብዙ ሰዎች ያለቁ ሲሆን በፈጣሪ ተዓምር፣ በሚስተር ማዉሪስ ዲ. ወርተርስ ሰበብ ከቀረበ ሞት ለመትረፍ ችለዋል። በጊዜው ለሦስት ተከታታይ ቀናት ግድያ እና አፈና እንደተካሄደ ይነገራል። በዚህም ከሠላሳ ሺህ ሰው በላይ እንደተገደለ፣ ከአራት ሺህ በላይ ቤቶች እንደተቃጠሉ እና ከሰባት ሺህ ሰው በላይ ታፍኖ ወደ ኤርትራ፣ ሶማሊያ እና ኢጣልያ ለጉልበት ሥራ (ባርነት) እንደተወሰደ ተረጋግጧል።

"በዚያም ቀን የኢጣልያ ዐይኖች እንደ ሌላው ቀን ሁሉ እስላምንና ክርስቲያንን፣ ሽማግሌንና ሕፃንን፣ ወንድንና ሴትን አለየም። እንደ ፋሲካ ሌሊት ዶሮ ወይም በፋሲካ ንጋት በያለበት እንደሚታረድ የጦር መሣሪያውን አስረክቦ፣ ሠላማዊ ሆኖ የተቀመጠው ያዲስ አበባ ሕዝብ የቄራ ከብት ሆኖ ታረደ"።

ወደ ሶማሊያ ከተጋዙት ውስጥ ታዋቂው የሀገራችን ታሪክ ፀሐፊ ክቡር ተክለ ፃዲቅ መኩሪያ ይገኙበታል። እርሳቸውም ከነፃነት በኋላ እንደሚከተለው ጽፈውታል።

"መጋቢት 13 ቀን ጧት 200 የሚሆኑ መኪኖች አምጥተው ባርባ-ባርባ እየቆጠሩ አሳፈሩን። ወዲያው የተቀመጥንበት መኪና ተቀጣጥሎ ከቆመና የሚጠብቁን ዘበኞች በየመኪናችን ከወጡ በኋላ ይዞን የሚሄደው ኮሎኔል ጋርሶ በርትተው እንዲጠብቁ ለዘበኞቹ ትዕዛዝ አደረገላቸውና መኪናው መሄድ ዠመረ። የገሚሶቹም ታሰሪ ዘመዶች ፍፃሜውን ለማወቅ ሌሊት መጥተው በየመኪናው አጠገብ ቁመው በሩቁ ይመለከቱ ነበርና መኪናው ጉዞውን ሲዠምር በሩቁ እያዩ ያለቅሱ ዠመር። እኛም እነርሱንና አዲስ አበባን እያየን፣ እያለቀስን ትተናቸው ሄድን።

ወዴት እንደሚወስዱንም ለይተን አናውቅም ነበር። በመኪናም ስንሄድ ውለን ማታ የሚሰጡን የተፈጨ ዱቄት ነበርና መኪናው በቆመ ጊዜ ይህን ዱቄት እንዴት አድርጎ አብስሎ መብላት ባለማወቅና በበረሓ ምጣድና ውሃ በማጣት በልቶ ከሚያድረው ሳይበላ የሚያድረው ይበልጣል። በዚህም ጉዞ ይበልጥ የሚያሳዝኑት ልጅ የታቀፉት ሴቶች ናቸው። እነሱም ከመኪናው ጥበት ጋራ ከበረሃው ከሚሰማው ሙቀትና ከምተሩ ግለት የተነሳ ሕፃናቶቹ በየቀኑ፣ በየሰዓቱ ይሞቱ ነበር። እነዚህንም አውርዶ ለመቅበር መኪና ሊቆም አይችልም እያሉ ችግር ነበርና እናቶቻቸው ብዙ መንገድ የሕፃን ሬሳቸውን በክንዳቸው እንደያዙ ከተጓዙ በኋላ ጥቂት ሲቆም ከመኪው ወርደው አልታወቀ በረሓ ላይ እንደሚገባ ሳይቀብሩ

ይመለሳሉ። በዚህ አኳኋን መኪናና መንገድ ሲበላሽ በየበረው ሦስት ቀን፣ ሁለትም ቀን እያደርን፣ እየተራብን፣ እየተጠማን፣ መፈጠራችንን እስክንጠላ ድረስ እየተደበደብን በሚያዝያ 30 ቀን መቃዲሾ አጠገብ ደናኔ ከምትባለዋ ስፍራ ደርሰን እግራችንን ዘርግተን ዐረፈን ስለዋልን በጣም ደስ አለን"።

በሞቃዲሾም አቅራቢያ በምትገኘው ደናኔ የእርሻ ጣቢያ ለአንድ ዓመት ተኩል እንዴት የጉልበት ሥራ ሲሠሩ እንደቆዩ የታሪክ ምሁሩ ክቡር ተክለ ፃድቅ መኩሪያ በዝርዝር ጽፈውት ይገኛል። ሐጂ ራሕመቶም ከላይ በተገለጸው ሁኔታ ከእገታው ባያመልጡ ኖሮ የነበራቸው ዕድል ከተገደሉት ወይም በእንዲህ ሁኔታ ወደ ኤርትራ፣ ሰማሊያ እና ኢጣልያ ተወስደው በባርነት መልክ ጉልበታቸው ከተበዘበዙት ውስጥ ይሆን ነበር። በሶማሊያ ደናኔ በጉልበት ሥራ (በባርነት) ለአንድ ዓመት ተኩል ካገለገሉት ኢትዮጵያውያን ውስጥ ፀሐፊውን ጨምሮ አያሌ መኳንንቶች እና ባለሃብቶች እንደነበሩበት የታሪክ ሊቁ ክቡር ተክለ ፃድቅ ዘግበዋል። ሶማልያ ውስጥ ብቻ ቁጥሩ ሁለት ሺህ አምስት መቶ ሰው ይደርስ እንደነበር የታሪክ መረጃ አስቀምዋል።

የአሜሪካ መንግሥት እና በአዲስ አበባ የነበረው ሌጋሲዮን በእነዛ ተከታታይ ሦስት የመከራ ቀናት ለኢትዮጵያውያን የጭንቅ ቀን ደራሽ በመሆን እንዳገለገለ ሚስተር ማዉሪስ ዲ. ወርተርስ ምስክርነቱን ሰጥቷል።

"የዩናይትድ ስቴትስ ሌጋሲዮን በእዚያን ጊዜ በሀብተ ጊዮርጊስ ድልድይ አካባቢ በሚገኝ አንድ ሰፊ ሥፍራ ላይ

የሚገኝ ነበር። የፋሺስት ባለሥልጣናት ራሳቸውን በመግዛት እስኪረጋጉ ድረስ በሺዎች የሚቆጠሩ ኢትዮጵያውያንን በአሜሪካ ባንዲራ ሥር ተጠልለው እንዲጠበቁ አድርጓል። የዩናይትድ ስቴትስ ሚኒስቴር ሚስትር ኢገርዝ በያዙት ጽኑ አቋም በወቅቱ ብዙ ኢትዮጵያውያንን ከእስራት እና ከሞት አድነዋል"።

ምዕራፍ ስድስት

6. ሐጂ ራሕመቶ ለሀገር ነፃነት ያበረከቱዋቸው አስተዋጽኦዎች

6.1 መረጃ የማሰባብ እና የማሠራጨት ሥራ መጀመር

በጊዜው ስለነበረው ሁኔታ የመጀመሪያ ደረጃ የታሪክ መረጃ ምንጭ የሆነው ሚስተር ማዉሪስ ዲ. ወርተርስ እንደዘገበው በኢጣልያ ወረራ ጊዜ፣ ሐጂ ራሕመቶ በመረጃ ማሰባሰብ እና ለአስፈላጊ የትግሉ ወገኖች ማሠራጨት ታላቅ ሥራ ላይ በዋነኝነት ተሳትፈዋል። የኩባንያው ባለቤት አንቶኒን ቤስ፣ ኩባንያው (ኤ. ቤስ)፣ ሠራተኞች በሞላ ለኢትዮጵያ ነፃነት ትግል ላይ በመጀመሪያው ዘርፍ የተሰለፉ በመሆናቸው ሐጂ ራሕመቶም የዘው አካል ብቻ ሳይሆን በኢትዮጵያዊነታቸው ደግሞ ድርብ ኃላፊነት ይሰማቸው ነበር።

በመሆኑም የኢጣልያን እንቅስቃሴዎች በመከታተል መረጃ በመሰብሰብ ለሀገር ውስጥ አርበኞች እና ለውጭ ሀገር የፃነት ትግሉ ደጋፊ አካላት እንዲደርስ ማስቻል የአምስት ዓመቱ ሙሉ የትግል ጥረታቸው ሆኖ ተመዝግቧል፡፡

በጊዜው በቂ የመብራት፣ የራድዮ መሣሪያዎች እና አገልግሎቶች ካለመኖር ጋር ተዳምሮ የመረጃ ፍሰቱ በጣም ውስን ነበር፡፡ በመሆኑም በሐጂ ራሕመቶ በኩል የሚደረገው የመረጃ ልውውጥ ተግባር ከፍተኛ ዋጋ ያለው እንደነበር ሚስተር ማዉሪስ ዲ. ወርተርስ ይገልፃል፡፡ እሱም ከእርሳቸው ጋር ሆኖ በመረጃ ልውውጥ ትግሉ ውስጥ እንደገባ ያስረዳል፡፡

"...እነዚህ ሁለት ክንውኖች ከአቶ ራሕማቶ ሙክታር ጋር ወንድማማችነትን ፈጥረውልናል፡፡ በመሆኑም ሁለታችንም በድብቅ ወደ መልካም ሥራ ዞርን፡፡ በዚያን ጊዜ የራዲዮ መገናኛ አገልግሎቶች ጥራት የሌላቸው ነበሩ:: ከሁሉም በላይ ደግሞ በቁጥር በጣም አነስተኛ ናቸው፡፡ በከተማው የተደራጀ የኤሌክትሪክ ኃይል ስርጭት አልነበረም፡፡ አንዳንድ የውጭ ሀገር ነዋሪዎች ትንንሽ ጀነሬተሮችን በማንቀሳቀስ ለግል ጥቅማቸው የሚያውሉትን ኤሌክትሪክ ይጠቀማሉ፡፡ እንዲሁም አቶ ራሕማቶ በጓደኞቹ መካከል የሚያሰራጩትን የዜና ስርጭት ለማዳመጥ ችለዋል"፡፡

የሚስተር ማውሪስ ዲ. ወርተርስ መረጃ እንደሚጠቁመው በሐጂ ራሕመቶ የሚመራ የመረጃ ማሰባሰብ አገልግሎት እንደነበር እና መረጃውም ለሀገር ውስጥ እና ለውጭ አካላት የሚሠራጭ እንደሆነም የሚያመለክት ነው፡፡ መረጃውን በሀገር ውስጥ ለሚኖሩ የውጭ ነዋሪዎች የሚያደርስ መሣሪያ

በራሱ (በሚስተር ማውሪስ ዲ. ወርተርስ) በኩል እንደተዘጋጀም ያመለክታል።

ከእዚህም በተጨማሪ የጽሑፍ መረጃ ወደ ውጪ ይላክ እንደነበርም ዘግቧል። በተለይም በኢትዮጵያ ስለነበረው የኤ. ቤስ ሃብት እና ንብረት በአጠቃላይም ስለ ነፃነታቸው ስለሚታገሉ አርበኞች ጉዳይ በዝርዝር እንዲያስረዳ ወደ ኤደን ከተጠራበት ጊዜ ጀምሮ ከመሄዱ በፊት ብዙ መረጃዎችን ከሐጂ ራሕመቶ እየሰበሰበ በጽሑፍ ይልክ እንደነበር ያስረዳል።

"በኢትዮጵያ ስለነበረው የንግድ ሥራ ላይ ብቻ ሳይሆን ከሁሉም በላይ በአጠቃላይ በፖለቲካዊ ጉዳዮች፣ አዋጆች በተለይም ለሀገራቸቸው ነፃነት ስለሚታገሉ አርበኞች እንቅስቃሴዎች ዙሪያ የተሟላ ዘገባ እንድጽፍ በኤ. ቤሴ ታዘዝሁ። ለእዚህም ሲባል ወደ ኤደን እንድመለስ ትእዛዝ ደረሰኝ። ይህንን ዕቅድ አቶ ራሕማቶ ሙክታር ሲሰማ በጣም ተደሰተ፣ ጓዳም። የከተማው እውነታዎችን ለመሰብሰብ ወዲያው ሥራ ጀመረ። ይህም የነፃነት ታጋዮች (አርበኞች) በወራሪው ጦር ላይ እያደረሱ የሚገኙትን ጥቃት በተመለከተ ትክክለኛ እና ጠቃሚ መረጃ እንዳገኝ አስችሎኛል። እኔም እነዚህን ዘገባዎች እየፃፍኩ ደብዳቤዎቼን ወደ ፈረንሳይ ቆንስላ ጄኔራል ይዤ እሄድ ነበር። በፈረንሳይ ሌጋሲዮን ውስጥ የሚሠራ ጓደኛዬ አቶ ወልደ አማኑኤል ተክለ ሃይማኖት በቀጥታ ወደ ጅቡቲ የዲፕሎማቲክ ቦርሳ ውስጥ ያስገባል። አቶ ወልደ አማኑኤል በወራሪዎች የሞት ፍርድ ሲፈረድባቸው በፈረንሣይ መንግሥት ጥገኝነት የተሰጣቸው የሌጋሲዮን ፀሐፊ ነበሩ።

ከኢትዮጵያ ወደ ጅቡቲ በድብቅ የሚገቡት መልዕክቶች በፈረንሳይ ሱማሌ ላንድ ለሚገኘው የሚስተር ቤሴን ቢዝነስ ሲያስተዳድር ለነበረው፣ ለሚስተር ቤሴ ታላቅ ልጅ ሚስተር አንድሬ በሴ ይደርሳል። ከእዚያም ደብዳቤዎቹ ወደ ኤደን ይላካሉ። ሚስተር ቤሴ ደግሞ ወደ ለንደን እና ወደ ባዝ ለሚገኙት ከፍተኛ ወታደራዊ ባለሥልጣናት ያደርሳሉ። ከዓመታት በኋላ ስለ ብሪታኒያ መንግሥት እና ለንጉሠ ነገሥቱ ግርማ ሞገስ የተላበሰውን የመረጃ ፍሰት በተጻፈ መጽሐፍ ውስጥ ስለ ተቀደሰው ሥራችን ተጠቅሶ ተመለከትኩኝ። ሚስ ፍሬያስታርክ በደቡብ ዐረቢያ ስላደረገችው ጉዞ በፃፈችው መፅሐፍዋ ላይ ሚስተር ቤሴ በየጊዜው በኢትዮጵያ ስላለው ሁኔታ ከፍተኛ ዋጋ ያለው መረጃ እንደሚያቀርቡ ጠቅሳለች"።

6.2 በሀገር ፍቅር ማኅበር ውስጥ የነበራቸው ሚና

የሐጂ ራሕመቶ የነፃነት ትግል የሚጀምረው ከ1927 ዓ.ኢ ነው። የኢጣልያ ወረራ የማይቀር እና የቀረበ አደጋ መሆኑ በመረጋገጡ በሐምሌ 11/1927 ዓ.ኢ የሀገር ፍቅር ማኅበር ሲመሠረት ጀምሮ ሐጂ ራሕመቶ ከፊት ለፊት ደጋፊዎች አንዱ ነበሩ። ማኅበሩን ከ1927 ዓ.ኢ ጀምሮ በሕይወት ዘመናቸው ሁሉ እስከ 1953 ዓ.ኢ ድረስ በሀሣብ፣ በገንዘብ፣ በቁሳቁስ እና በቦርድ አመራርነት ከፍተኛ ድጋፍ አድርገውለታል።

የሀገር ፍቅር ማኅበር የተመሠረተው ሐምሌ 11/1927 ዓ.ኢ ነው። መስራቹም ክቡር አቶ መኮንን ሀብተወልድ ሆነው

ይጠቀሳሉ። የማኅበሩ መቋቋም ዓለማ እየገፋ በመምጣት ላይ የነበረውን የኢጣልያ ዳግም ወረራ በትጥቅ እና በስንቅ ለመታገል ሕዝቡን ማነሳሳት እና ማዘጋጀት ነበር።

በእዚህም መሠረት ዘወትር እሁድ ቀን፣ በዳግማዊ ምኒሊክ ሐውልት አደባባይ ብዙ ሺህ ሕዝብ እየተሰበሰበ የአንድነት እና የቅስቀሳ መርሃ-ግብሮች ይካሄዱ ጀመር። ክቡር አቶ መኮንን ሀብተወልድ የቅስቀሳው እና የመርሃ-ግብሩ ዋና ተዋናይ ነበሩ። ይህ መርሃ-ግብር ከሐምሌ 11/1927 እስከ ሚያዝያ 23/1928 ዓ.ኢ ለዘጠኝ ወራት ምንም ሳይቋረጥ ቀጥሏል።

ጦርነቱ ከተጀመረ በኋላም መድረኩ ይበልጥ ግሎ ቀጥሎ ነበር። የመድረኩ ወይም የማኅበሩ መሥራች ክቡር አቶ መኮንን ሀብተወልድ የመንግሥት የሕዝብ ግንኙነት ሆነው እንዲሠሩ አዲስ አበባ ስለተመደቡ ለወራት ያህል ለመቀጠል ችሏል።

በእዚህ ሀገርን ከጠላት የመከላከል ቅስቀሳ እና ዝግጅት መርሃ-ግብር ውስጥ ብዙ ባለሃብቶች እና ባለሥልጣናት የተሳተፉበት ሲሆን አንዱ ሐጂ ራሕመቶ ረጃቶ ናቸው።

የሐጂ ራሕመቶ ቤት እና መሥሪያ ቤት ከዳግማዊ ምኒሊክ ሐውልት በቅርብ ርቀት የሚገኝ በመሆኑ ዘወትር እሁድ በሚካሄደው የቅስቀሳ እና የዝግጅት መርሃ-ግብር ቀርተው አያውቁም። በጦር መሣሪያ አቅርቦት እና በስንቅ ዝግጅትም ከፍተኛ አስተዋጽኦ ካደረጉ ሰዎች አንዱ ነበሩ።

በተለይም ከነፃነት በኋላ የሀገር ፍቅር ማኅበሩ ወደ ሀገር ፍቅር ቲያትር ቤት ሲሸጋገር ከፍተኛ የገንዘብ ድጋፍ በማድረግ

ይታወሳሉ። የቲያትር ቤቱም የቦርድ አባል በመሆን እስከ እለተ ሞታቸው አገልግለዋል። በቦርድ ስብሰባ ጊዜ የልጅ ልጆቻቸውን ወደ ቲያትር ቤቱ ይዘው በመሄድ ከስብሰባ እስኪወጡ ድረስ በግቢው እና በአዳራሾቹ ውስጥ ይዝናኑ እንደነበር የልጅ ልጃቸው አቶ ኸድር ፊታውራሪ ሙሐመድ ራሕመቶ አሁንም ድረስ ያስታውሳሉ።

እንደዚሁም የሐጂ ራሕመቶ ሌላኛው የልጅ ልጅ አቶ ጀሚል ሙሐመድ አህመድ ከአያታቸው ጋር በተለያዩ የስብሰባ እና የቲያትር ቤቱ መድረኮች በመገኘት የሰሟቸውን እና የተመለከቷቸውን ጉዳዮች ይገልፃሉ።

አቶ አህመዲን ሱለይማን ዑመር የተባሉ የሐጂ ራሕመቶ ዘመድ እና በሐጂ ራሕመቶ አማካኝነት በቄራ ድርጅት ሲሠሩ የኖሩ አባት እንደሚገልጹት ብዙ ጊዜ ለስብሰባ ከሐጂ ራሕመቶ ጋር ሀገር ፍቅር ሄደዋል። በአጠቃላይም ሐጂ ራሕመቶ በሕይወት ዘመናቸው ሙሉ የሀገር ፍቅር አስተዳደር ኮሚቴ ውስጥ በአመራርነት እና በገንዘብ ድጋፍ ሲያገለግሉ ኖረዋል። የሀገር ፍቅር ማኅበር የሀገር ፍቅር ቲያትር ቤት ሆኖ በአዲስ መልክ ከተደራጀም በኋላ ዋና ኃላፊው የግብርና ሚኒስትር የነበሩት ክቡር አቶ መኮንን ሀብተወልድ ነበሩ። በርሳቸው ሥር ሆነውም ክቡር አቶ ሰይፉ ድባቤ ከጥቅምት 5/1936 ጀምሮ ለተወሰነ ጊዜ የሀገር ፍቅር ቲያትር ቤትን አስተዳድረዋል።

6.3 ከልዑል ራስ ካሣ እና ከደጃዝማቾች ጋር የነበራቸው ግንኙነት

የኢጣልያ ወረራ የማይቀር መሆኑ ሲረጋገጥ ሁሉም ዜጋ በእጁ ባለው መንገድ ሁሉ ለመታገል በግል፣ በቤተሰብ፣ በሀገር ደረጃ መመካከሩ ተጋግሎ ቀጠለ። ወሬው ሁሉ "እንዴት እንሆናለን? ምን እናደርጋለን? በምን መንገድ እንታገላለን?" የሚል ነበር። በመሆኑም ሐጂ ራሕመቶም በእዚህ ጉዳይ ዙሪያ ከወንድሞቻቸው፣ ከቤተዘመዶቻቸው፣ ከታላላቅ የመንግሥት ባለሥልጣናት ጋር መነጋገራቸው ይነገራል። በተለይም ከክቡር ልዑል ራስ ካሣ፣ ከልጆቻቸው ከደጃዝማች አበራ እና ከደጃዝማች አስፋወሰን ጋር ልዩ የሆነ ምስጢራዊ ግንኙነት ነበራቸው።

ከእነዚህ ታላቅ ቤተሰብ እና ከፍተኛ የመንግሥት መሪዎች ጋር የነበራቸው ግንኙነት በአጋጣሚ የተመሠረተ አልነበረም። የቆየ የሥጋ-ዝምድና ግንኙነት የለነበራቸው ነው። ከጦርነቱ በፊት ጀምሮ የነበራቸው የሥጋ ዝምድና አውቀው የቀረበ እና የጠነከረ ግንኙነት መሥርተው ነበር። ዝምድናቸው እንደሚከተለው ነው።

የሸዋ ንጉሣዊ ሥርወ-መንግሥት መስራች ንጉሥ ሳሕለ ሥላሴ ወሰን ሰገድ የሐጂ ራሕመቶ የጎሣ መሪ የሆኑት የአዝማች ቀልቦ ልጅ ወ/ሮ ወሬኙን ያገባሉ። በእርሳቸውም ራስ ዳርጌን ወለዱ። ራስ ዳርጌ በበኩላቸው ከእናታቸው ወገን (ከሥልጤ) ነው የማገባው በማለት ከጩመቶ ወለብገረድ ጋር ጋብቻ ይመሠርታሉ። እቴጌ ጩመቶ በሱሙት ሰንገ ሥልጤ፣ የሳንቤ

ጎሣ ተወላጅ ናቸው። እቴጌ ጨመቴ ራስ ዳርጌን ካገቡ በኋላ ወለተ-ጊዮርጊስ ተብለው ይታወቃሉ።

"ወ/ሮ ወለተ ጊዮርጊስ ወይም ወይዘሮ ቂቶ የወይዘሮ የሺ እመቤት እናት ቁመታቸው አጭር ሲሆን ብስል ቀይ እና በጣም ውብ የሆኑ ሴት ነበሩ። ትውልዳቸውም የሥልጤ ጉራጌ ናቸው ይባላል። 'ከአንዲት ጉራጌ ሴት የሚወለድ ልጅ ትልቅ ንጉሥ ይሆናል' የሚል ትንቢት ስለነበረ የሸዋ መኳንንት ሁሉ የጉራጌ ሚስት እየፈለገ ያገባ ነበር። በተለይ የወለኔ ሴቶች ቆንጆዎች ስለነበሩ ብዙ መኳንንቶች ተረባርበውባቸዋል..."

ጨሰሜ (በኋላ ላይ ወለተ ጊዮርጊስ) ከራስ ዳርጌ ጋር ሦስት ልጆች የወለዱ ሲሆን አንደኛዋ ወ/ሮ ትሰሜ ይባላሉ። ወ/ሮ ትሰሜ ደግሞ የአገው የዋግ ሹሞች የዘር ግንድ ወገን የሆኑትን ራስ ኃይሉ ተክለ ጊዮርጊስን አግብተው ልዑል ራስ ካሣን ወለዱ።

"ደጃዝማች ካሣ ከአባታቸው ከደጃዝማች ኃይሉ ወልደ ኪሮስና ከእናታቸው ከወይዘሮ ትሰሜ ዳርጌ በቤገምድር ፋርጣ ወረዳ፣ በኅዳር 4 ቀን፣ 1873 ተወለዱ። አባታቸው ደጃዝማች ኃይሉ አጼ ቴዎድሮስን ተከትለው ለሦስት ዓመታት የኢትዮጵያ ንጉሠ ነገሥት የነበሩት የአጼ ተክለ ጊዮርጊስ ወንድም ሲሆኑ እናታቸው ወይዘሮ ትሰሜ ደግሞ የንጉሥ ሣህለ ሥላሴ ልጅና የአጼ ምኒሊክ አጎት የነበሩት የራስ ዳርጌ ልጅ ናቸው።"

ልዑል ራስ ካሣ በበኩላቸው ደጃዝማች አበራ (2ኛ ልጅ)፣ ደጃዝማች አስፋወሰን፣ ወ/ሮ ትሰሜ (በሴት አያታቸው ሥም

የሚጠሩ)፣ ልውል አስራት፣ ደጃዝማች ኃይለ መስቀል፣ ዳጃዝማች አመሃ የሚባሉ ልጆችን አፍርተዋል።

የሐጂ ራሕመቶ እና የልውል ራስ ካሣ እና የልጆቻቸው (ደጃዝማች አበራ እና ደጃዝማች አስፋወሰን) ግንኙነት ይንን የመሰለ እና በታሪክ ሰነዶች የተረጋገጠ ዝምድና ያላቸው ሆኖ ይገኛል። ይህንንም የዝምድና ታሪክ ከልውል ራስ ካሣ ቤተሰብ በኩል ለማረጋገጥ ተችሏል። በሐጂ ኸይረዲን አዝማች ሁሴን ሳሊያ በሰጡን ጥቆማ መሠረት በጀርመን ሀገር ከሚኖሩት ልውል አስፋወሰን (በአጎታቸው ሥም የሚጠሩ) ለመገናኘት ችለናል። ክቡርነታቸው ልውል አስፋወሰን ልውል አስራት በስልክ ተገናኝተን የተዋወቅን ሲሆን ስለ ሐጂ ራሕመቶ፣ ስለ ቤተሰቡ የዘር ግንኙነት እና በኢጣልያ ወረራ ዓመታት ስለ ሰሩአቸው ተግባራት ጠይቀናቸው የሚከተለውን አጫውተውናል።

ከላይ በታሪክ ሰነዶች እና በቃል የተገኘው የዝምድና ሰንሰለት በሁሉም የልውል ራስ ካሣ ቤተሰቦች የሚታወቅ እና ሲገለጽ ከትውልድ ወደ ትውልድ እየተላለፈ የመጣና ለወደፊትም የሚቀጥል መሆኑን ምስክርነታቸውን ሰጥተውናል። የነበረን የስልክ ቆይታ ከፊል ገጽታ የሚከተለውን ይመስላል፡-

ጥያቄ፡- *ክቡር ልውል አስፋወሰን ስለትውውቃችን እያመሰገንን ስለ ሐጂ ራሕመቶ ሙኽታር የሚያውቁት ነገር ካለ ቢያጫውቱን?*

ልውል አስፋወሰን፡- *ስለ እኔን አጎት!? የቅርብ ዘመዴ ናቸው። አጎቴ ራሕመቶ ብዬ እየጠራኋቸው ነው ያደኩት። በጊዜው*

በገበያ የማይገኙ የውጭ ከረሜላ እና የተለያዩ ብስኩቶችን ቤት ይዘውልን ይመጡ ነበር። ከቤተሰባችን የቅርብ ዝምድና ያላቸው ናቸው። ወላጆቻችን ዝምድናውን እንዳትረሱ እያሉን ነው ያደግነው። በእውነቱ ከሥልጤ ጨምሮ ከሌሎች ከብዙዎች የሀገራችን ማኅበረሰቦች ጋር ያለንን የዘር ሀረግ ከምኮራባቸው ጉዳዮች አንዱ ነው።

ጥያቄ፡- *በዳግም የኢጣልያ ወረራ ወቅት ሐጂ ራሕመቶ ከእዚህ ታላቅ ከፍተኛ የመንግሥት ባለሥልጣን ቤተሰብ ጋር የነበራቸው ግንኙነት እና የሠሯቸው ሥራዎች ዙሪያ የሚያስውሱት ነገር ይኖራል?*

ልዑል አስፋወሰን፡- *ልዑል አባቴ በጊዜው ልጅ ስለነበሩ ከግርማዊነታቸው ጋር ወደ ውጪ ከመሰደድ ውጪ ያደረጉት ነገር የለም። ነገር ግን ከአጎቶቼ ከደጃዝማች አበራ እና ከደጃዝማች አስፋወሰን ጋር ለነፃነቱ በድብቅ ብዙ ከፍተኛ ነገር ማድረጋቸውን ሰምቻለሁ። ንጉሠ ነገሥቱና ቤተሰባችን ከስደት ከተመለሱ በኋላ ደግሞ ሐጂ ራሕመቶ ከአባቴ ጋር የቀረበ ግንኙነት ነበራቸው። ከአባቴ ከልዑል አስራት ጋር ሲነጋገሩ ብዙ እሰማ ነበር። አሁን ትዝ የሚለኝ አንድ ቀን ደጃዝማች ዘውዴ ገ/ሥላሴ ወደ ልዑል አባታችን መጥተው ትልቅ ድንኳን አጣሁ። ላለብኝ ትልቅ ዝግጅት ሰውን ሁሉ የሚሰበስብልኝ ትልቅ ድንኳን አጥቼ ተቸገርኩ አሏቸው። ልዑል አባቴም ፈጠን ብለው ይህማ ምን ችግር አለው!? አስቀድመህ አትነገረኝም ነበር?! ዘመዴ ሐጂ*

ራሕመቶ አለ አይደል!? በማለት አገጣጠሙዋቸው። የሐጂ ራሕመቶ እና የልዑል አባቴ ግንኙነት እስከዚህ የቀረበ ነበር።

ጥያቄ፦ ሐጂ ኸይረዲን አዝማች ሁሴን ከእርሶ ጋር ባላቸው የቆየ ግንኙነት ሐጂ ራሕመቶ ከልዑል አባትዎ ጋር በቤተሰባዊ እና በሀገራዊ ጉዳዮችን ሲጫወቱ እርሶ ይሰሙ እንደነበር፣ ከንግግራቸው ውስጥም 'ለቀዳማዊ ኃይለ ሥላሴ ሥልጤነታቸውን እንዳይደብቁት ሳስታውሳቸው አይቀበሉኝም፣ ይከብዳቸዋል፣ አይዋጥላቸውም፣ ይዝናኑብኛል። ስለሆነም ይምከሩዋቸው፣ ዘር አይቆረጥም በማለት ሐጂ ራሕመቶ ለልዑል አባትዎ ሲናገሩ እንደሚያስታውሱ አጫውተውን ነበር። ይሄ ነገር እውነት ነው? በተገለጸው ዙሪያ ይጫወቱ ነበር?

ልዑል አስፋወሰን፦ አዎን! ትክክል ነው። በእዚህ ዙሪያ ሲጫወቱ ሰምቻለሁ። ሐጂ ራሕመቶ ጉዳዩን ሲያነሱ ልዑል አባቴም ግዴሎትም፣ በጉዳዩ ዙሪያ እኔም አጫውታቸዋለሁ፣ ቤተሰባዊነቱ ሊረሳ አይገባም። ከእርሳቸውም ጋር እንደ ቤተሰብ ነው መተያየት ያለባችሁ ብለው ሲመልሱላቸው እና ሲያረጋጉዋቸው አስታውሳለሁ።

ጥያቄ፦ በጊዜው ስለነበሩ ጉዳዮች ሊጨምሩልን የሚፈልጉት ነገር ካለ ደስ ይለኛል።

ልዑል አስፋወሰን፦ በጊዜው የነበረው ቤተሰሰባዊነት እና አንድነት በጣም ይገርመኛል። ባለፉት ሃምሳ እና ስልሳ

ዓመታት ውስጥ የኢትዮጵያ ሕዝቡ ቤተሰባዊነት እና አንድነት እንዴት እንደጠፋ ሳስብ ያሳዝነኛል፡፡ ስለ እራሴ እንኳ ብናገር ቤተሰቦቼ አንድም ቀን ስለ አማራነቴ ተናግረውኝ አያውቁም፡፡ ነገር ግን ከኢትዮጵያዊነት በተጨማሪ የነገሩኝ ሥልጤነትህ አትርሳ ተብዬ ነው ያደኩት፡፡ ስለ ዘር ከተነሳ እኔ የማስታውሰው እና የማውቀው ሥልጤነቴ ነው፡፡

ደራሲ እና ጋዜጠኛ ተስፋዬ ገብረአብ “የጀሚላ እናት” ብሎ በሰየመው መጽሐፉ ስለ አፄ ኃይለ ሥላሴ እናት እቴጌ ጀሚላ (በኋላ የሺእመቤት) በአባት የወሎ ኦሮሞ እና በእናት ሥልጤ መሆናቸውን አስፍሯል፡፡ የጋብቻ ሁኔታውን እና የመረጃ ምንጮችንም በስፋት አስቀምጧል፡፡

ሐጂ ራሕመቶ በኢጣልያ ዳግም ወረራ ወቅት ከደጃዝማች አበራ እና ከደጃዝማች አስፋ ወሰን ጋር በልዩ ሁኔታ እንዲሰሩ ያደረጋቸው ከላይ የተገለጸው ዝምድና እና የቆየ ቤተሰባዊ ግንኙነቶች ነበር፡፡ በነበራቸው ልዩ ምስጢራዊ ግንኙነት የመረጃ፣ የገንዘብ እና የጦር መሣሪያ ድጋፍ አድርገዋል፡፡

ከማይጨው ጦርነት ጀምሮ እስከ አዲስ አበባ ሁለቱ ወንድማማች ደጃዝማቾች ባደረጓቸው ሰፊ ተጋድሎዎች ሁሉ የሐጂ ራሕመቶ የመረጃ፣ የስንቅ እና ትጥቅ እገዛ አልተለያቸውም፡፡ ደጃዝማቾቹ ኋላ ላይ ኢጣልያን ከውስጥ ሆነው ለመውጋት ተደራድረው ስምምነት ቢያደርጉም ጠላት ስላላመናቸው እና እነርሱም ልባቸውን ሊሰጡት ባለመፈለጋቸው በ1929 ዓ.ኢ ገድሏቸዋል፡፡

የሐጂ ራሕመቶ የመረጃ፣ የስንቅ እና የትጥቅ ድጋፍ በደቡብ ግንባር ሲታገሉ ለወደቁት አርበኞች ለደጃዝማች ባልቻ አባ-ነፍሶ፣ ለራስ ደስታ ዳምጠው፣ ለደጃዝማች ገብረማሪያም ጋሪ ወ.ዘ.ተ ደርሶአቸዋል። በተለይም ራስ ደስታ ዳምጠው እና ደጃዝማች ገብረማሪያም ጋሪ ይመራ የነበረው የደቡብ ግንባር ጦር ብዙ ከታገለ በኋላ የመጨረሻ ፍልሚያውን ለማድረግ "የዘቢዳር ሰንሰለታማ ተራራ የተፈጥሮ ምሽጎች" ዙሪያ ለማድረግ ወደ አካባቢው በመጣ ጊዜ የስልጤ፣ የመስቃን፣ የማረቆ እና የሶዶ-ክስታኔ ጀግኖች እና አርሶ-አደሮች ብዙ ዋጋ ከፍለዋል።

የራስ ደስታ ዳምጠው እናት የአካባቢው ተወላጅ በመሆናቸው ጭምር የዘቢዳር ሰንሰለታማ ተራራ ለመጨረሻው ፍልሚያ መመረጡ ይታወቃል። በሁለቱ ታላላቅ የጦር መሪዎች የሚመራው የደቡብ ግንባር የኢትዮጵያ ጦር እያፈገፈገ እና እየተዋጋ ሥልጤ አካባቢ ሲደርስ "ኢንሴኖ ሚጦ" ላይ ከፍተኛ የመከላከል ውግያ አካሂዷል። የራስ ደስታ ዳምጠው እና የደጃዝማች ገብረ ማሪያም ጋሪ ሕይወት በዘቢዳር ተራራ ሥር በተካሄዱ የተጋድሎ ጦርነቶች ቢያልፍም የሥልጤ፣ የመስቃን፣ የማረቆ፣ የዶቢ፣ የሶዶ-ክስታኔ፣ የሰባት ቤት-ጉራጌ፣ የወለኔ፣ የሀዲያ፣ የቀቤና፣ የሶዶ-ኦሮሞ አርበኞች እና ገበሬዎች ከፍተኛ መስዋእትነት ከፍተለዋል።

በተለይም በጊዜው ሰባት የሥልጤ አርበኞች ለኢጣልያ እጅ አንሰጥም ብለው ከፍተኛ ፍልሚያ ያካሄዱ ሲሆን ሰባቱም

በተለያየ ሁኔታ በኢጣልያ እጅ ወድቀው ወደ ሞጀ የጦር እስረኛ ጣቢያ፣ በመቀጠልም ወደ ሞቃዲሾ ተግዘዋል፡፡

በኢጣልያ እጅ ወድቀው ወደ ሞቃድሾ የተጋዙት የሥልጤ አርበኞች

ተ.ቁ	የአርበኛው ሥም	መግለጫ
1	አበጋዝ ሁሴን ሳሊያ ደበሎ	በሱሙት ሰንገ ሥልጤ፣ የዑራጎ ጎሣ ተወላጅ ሲሆኑ ከኢጣልያ ሽንፈት በኋላ ከእንግሊዝ ጦር ጋር ወደ ሀገራቸው እና ቀዬአቸው ተመልሰዋል፡፡
2	አዝማች ኦርሞራ	በሥልጤ የመጎ ጎሣ ተወላጅ ሲሆኑ ሞጆ የጦር እስረኞች ጣቢያ ላይ ከተረሸኑ ሰማዕታት አንዱ ናቸው፡፡
3	ሸኽ ሁሴን (የቂራሮ ሸኽ)	በሥልጤ፣ በላንፎሮ አካባቢ የዑራጎ ጎሣ ተወላጅ የሆኑ፣ ጎጌቲ ላይ በተካሄደው ጦርነት የተገደሉ
4	ሴላ ሰብሮ	የአዝማች ዑራጎ ተወላጅ ሲሆኑ ሞቃዲሾ ላይ በተደረገው የእስረኞች አመጽ ተይዘው በዱላ ብዛት ራሳቸው (አቅላቸው) በማጣታቸው በሞቃዲሾ ጎዳናዎች ሲንከራተቱ የቀሩ ጀግና
5	ኤርሱላ ሰብሮ	እኚህም አርበኛ የሴላ ወንድም ሲሆኑ ሞቃዲሾ በተደረገው የጦር እስረኞች አመጽ የተገደሉ፡፡
6	ሱምከሞ ጡራሽ	የመጎ ጎሣ ተወላጅ የነበሩ፣ ሞቃዲሾ ላይ መስዋዕት የሆኑ

7	አህመድ አዲሎ	የአዝማች ዑራጎ ተወላጅ፣ እስከ መጨረሻው በኢጣልያ እጅ ሳይወድቁ፣ አምስት ዓመት ሙሉ ጫካ-ለጫካ ኢጣልያን ሲታገዱ ያሳለፉ
8	አበጋዝ ሙሣ አሽሮ	የመስቃን ተወላጅ፣ ከሥልጤ አርበኞች ጋር ሰፊ ጥምረት የነበራቸው

በአምስቱ ዓመታት የኢጣልያ ወረራ ወቅት በሥልጤ ውስጥ ለሀገር እና ለሕዝብ ነፃነት የታገሉ ጀግኖች አርበኞች እነዚህ ብቻ አልነበሩም። በመቶ ቤት የሚቆጠሩ አርበኞች እንደነበሩ የተለያዩ መረጃዎች ያመለክታሉ። ለምሣሌ ሰባ አንድ የሥልጤ አርበኞች ሥም ዝርዝር እና የተወለዱበት አካባቢያዊ በሐጂ ስርጋጋ ዳሪ ቡሽራ ተጽፎ ይገኛል። በተጨማሪም ሃያ ዘጠኝ የነፃነት ታጋዮች ሥም ዝርዝርና አድረሻ በኸይረዲን ተዘራ (በዶ/ር) ተጽፎ እናገኛለን። እንደዘሁም ፌለ እና ሸኽ ዒሣ የተባሉ የነፃነት አርበኞች እንደነበሩና በኢጣልያ ወራሪ ኃይል እንደተረሸኑ የሥልጥኘ-አማርኘ-እንግሊዝኘ ቃሙስ የተሰኘው መዝገበ ቃላት ይገልፃል።

በዝዋይ የኦሮሞ አካባቢዎች፣ በማረቆ፣ በሥልጤ፣ በመስቃን፣ በዶቢ በተካሄዱት የኢንሴኔ-ሚጦ፣ የቂንደል፣ የዱግዳ (በማረቆ እና በሶዶ ክስታኔ ድንበር አካባቢ)፣ የደንቄሮ (በመስቃን እና በሶዶ ክስታኔ ድንበር አካባቢ የሚገኝ ወንዝ)፣ የሙጤቻ፣ የጎጌቲ (በዶቢ ሕዝብ ውስጥ) ወ.ዘ.ተ ጦርነቶች ሁሉ የሥልጤ አርበኞች እንደ ሌላው የአካባቢው የኦሮሞ፣

የማረቆ፣ የመስቃን፣ የሶዶ-ክስታኔ፣ የዶቢ አርበኞች ሰፊ ሚና ነበራቸው።

በእነዚህ አካባቢዎች በተካሄዱ ጦርነቶች የሐጂ ራሕመቶ ረጃቶ ድጋፍ ከፍ ያለ እንደነበር ይነገራል። በተለይም ለአርበኞች ትጥቅ እና ስንቅ በገበሬው በኩል እንዲደርስ በማድረግ ይህ ቀረሽ የማይባል ድጋፍ ሰጥተዋል። በአካባቢው የውስጥ አርበኛ በመሆን ያገለግሉ ከነበሩት ቀኛዝማች ሻሞሮ፣ ገራድ ወልዴ ደልኬሮ ወ.ዘ.ተ አማካኝነትም ሕዝቡ በኢጣልያን ወረራ እንዳይጎዳ ብዙ ጥረቶችን አካሂደዋል።

አቶ ዩሱፍ ጉታጎ የሐጂ ራሕመቶ ብዙ ጉዳዮችን በማስፈጸም በኩል ቁልፍ ሰው እንደነበር ይነገራል። በተለይም የመረጃ፣ የስንቅ፣ የመድሃኒት፣ የጦር መሣሪያ ወ.ዘ.ተ ለአርበኞች እንዲደርስ በማድረጉ ተግባር ላይ የበኩሉን ሰፊ ሚና ተወጥቷል።

ክፍል ሦስት

የሐጂ ራሕመቶ አበርክቶ
በድህረ-ወረራ

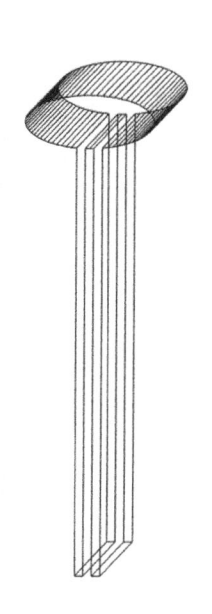

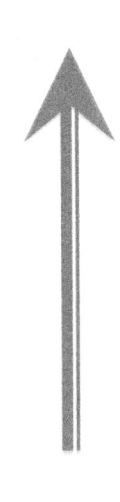

ምዕራፍ ሰባት

7. ከነፃነት በኋላ የኤ. ቤስ ኩባንያ እና የሐጂ ራሕመቶ የላቀ ዕድገት

7.1 ሐጂ ራሕመቶ ሪጃቶ በኤ.ቤስ ኩባንያ የነበራቸው የሥራ ኃላፊነት

ሐጂ ዩሱፍ አህመድ፣ የ90 ዓመት ዕድሜ ባለጸጋ፣ ከ1947 ዓ.ኢ ጀምሮ እስከ 2014 ድረስ በትራንፖርት ዘርፍ ሲያገለግሉ የኖሩ፣ ለብዙ ዓመታት የተለያዩ ሸቀጣ-ሸቀጦችን ከአሰብ ወደ ኤ.ቤስ ኩባንያ ያጓጓዙ ባለሙያ፣ ሐጂ ራሕመቶንም በሚገባ የሚያውቁ፣ ትውልደ ሕንዳዊ አባት አሁን ላይ ሆነው የሚያስታውሱት ሐጂ ራሕመቶ የኩባንያው ሠራተኞች ዘርፍ ኃላፊ (ካቦ) መሆናቸውን ነው።

አቶ አህመዲን ሱለይማን ዑመር፣ በ1932 ዓ.ኢ የተወለዱ፣ የከሐጂ ራሕመቶ የቅርብ ዘመድ፣ ሐጂ ራሕመቶ ባቋቋሙት የኢትዮጵያ ቄራ ድርጅት (በአሁኑ ጊዜ የአዲስ አበባ ቄራ ድርጅት) ለ28 ዓመታት የሠሩ አባት እንደገለጹልን ደግሞ ሚስተር ወርተርስ የሚባል ፈረንሳዊ ዋና ሥራ አስኪያጅ እንደነበር፣ ሐጂ ራሕመቶ በሚስተር ወርተርስ ሥር የሀገር ውስጥ ምርት ሽያጭ ክፍል ኃላፊ አንደነበሩ ይጠቁማሉ። በሌላ አገላለጽ ወደ ውጭ የሚላኩ (Export Items) ዘርፍ ሥራ-አስኪያጅ ሆነው አገልግለዋል በማለት ያብራራሉ።

ሐጂ ሙሐመድ አወል ዑስማን የሐጂ ራሕመቶ ቤተ-ዘመድ፣ ሐጂ ራሕመቶ ይሠሩበት በነበረው ተቋም ከ1972 እስከ 2014 ዓ.ኢ ከመጋዘን ኃላፊነት እስከ የንብረት አስተዳደር እና ጠቅላላ አገልግሎት ዳይሬክቶሬት ዳይሬክተር በመሆን ያገለገሉ ሰው ከላይ ከተገለጹት የተለየ መረጃ አላቸው። እንደ ሐጂ ሙሐመድ አወል ዑስማን ገለፃ ሐጂ ራሕመቶ ሪጃቶ በኤ. ቤስ ኩባንያ የጠቅላላ ሽያጭ አገልግሎት ሥራ-አስኪያጅ (Sales General Manager) ነበሩ።

በመሆኑም ወደ ውጪ የሚወጣውም ሆነ ከውጪ ወደ ሀገር ውስጥ የሚገባው በጠቅላላ በእርሳቸው የእዝ ሰንሰለት ውስጥ ነበር። በአጠቃላይ የድርጅቱ ሕይወት በእርሳቸው የሚመራ ነበር ማለት ይቻላል። ከርሳቸው በላይ ዋና ሥራ-አስኪያጅ (General Manager) ቢኖርም ማናቸውም ነገሮች የሚታቀዱት እና የሚወሰኑት ሐጂ ራሕመቶ በሚያቀርቡት እና በሚያስፈጽሙት ሀሣብ እና አሠራር መሠረት እንደነበር ያመለክታሉ።

የሐጂ ራሕመቶ ቤተሰቦች (ልጆች እና የልጅ ልጆችም) የሚጋሩት ይህንኑ ሀሣብ ነው። አዴ ዛሕራ ሐጂ ራሕመቶ ደጋግመው እንደገለጹልን “በድርጅቱ አሠራር እና ሕይወት ላይ ከሐጂ ራሕመቶ በላይ የሚወስን ሰው አልነበረም። ሥራ-አስኪያጆቹ ሐጂ ራሕመቶን ሳያማክሩ እና ሳያስፈቅዱ አንዳችም ነገር አያደርጉም ነበር።”

ይህም የሆነው ከኢጣልያ ወረራ መቀልበስ፣ ከ1933 ወዲህ እንደሆነም ጨምረው ያስረዳሉ። ከኢጣልያ ወረራ በፊት ሐጂ

ራሕመቶ በኩባንያው ውስጥ የነበራቸው ኃላፊነት የሠራተኞች ዘርፍ አስተዳደር ኃላፊነት (Human Resource Manager)፣ በተለምዶ ወይም በጊዜው "ካቦ" ተብሎ የሚጠራው ነበር።

ወደ ጠቅላላ ንግድ ወይም ሽያጭ አገልግሎት ኃላፊነት የተሸጋገሩት በኩባንያው ባለቤት አንቶኒን ቤሴ ትዕዛዝ አማካኝነት ነው። በኢጣልያ ወረራ የአምስት ዓመታት ጊዜ ውስጥ ሐጂ ራሕመቶ ድርጅቱን ከውስጥ እና ከውጪ ዘረፋ ጠብቀው ስላሸጋገሩ ማናቸውም ሥራዎች ከሐጂ ራሕመቶ ምክር እና ሀሣብ ወጪ እንዳይሠራ መወሰኑ ተከትሎ የሆነ ነበር።

በአጠቃላይ ስንመለከተው ሐጂ ራሕመቶ ከካቦነት ወይም ከሠራተኞች ዘርፍ ኃላፊነት ወደ የሀገር ውስጥ ምርት ኃላፊነት ቀጥሎም ወደ አጠቃላይ ንግድ (ሽያጭ) ኃላፊነት ደረጃ በደረጃ ተሸጋግረውም ይሆናል። ዘመኑ በመራቁ፣ ከርሳቸው ጋር የሠሩ ሰዎች በሕይወት ባለመኖራቸው እና የተፃፉ የመረጃ ሰነዶች መገኘት ባለመቻላቸው ምክንያት የነገሮች ሒደት በትክክል ማስቀመጥ አልተቻለም።

ሆኖም ግን በኃላፊነት ደረጃቸው ካቦነቱ እና የጠቀላላ ንግድ (ሽያጭ) ኃላፊነታቸው አብዛኛው የመረጃ ምንጮቻችን ያረጋገጡት ትክክለኛ መረጃ ለመሆን ችሏል።ቀጥሎ የሚመጣው ጥያቄ የሐጂ ራሕመቶ የሃብት ምንጫቸው ምን ነበር? የኖሩት ወይም የሠሩት በደሞዝ ብቻ ነው? ወይንስ በኩባንያው ሌላ የገቢ ምንጭ ነበራቸው? የሚለው ነው።

በእዚህም ጥያቄ ዙሪያ የተለያዩ የመረጃ ምንጮች የተለያየ ምላሽ የሰጡ ሲሆን ብዙዎች የሚስማሙበት "በደሞዝ ብቻ ሳይሆን በሽያጩም ኮሚሽን ነበራቸው" የሚለው አመዝኖ ይገኛል። አንዳንዶች በኩባንያው ውስጥ "ሼር" ነበራቸው ቢሉም ይህንን የሚያመለክት ምንም መረጃ ለማግኘት አልቻልንም። በመሆኑም ሼርነቱ የተጋነነ ሀሣብ እና አስተያየት የመሆን ዕድሉ ያመዘነ ሆኖ አግኝተነዋል። አሳማኝ የሆነው ከሽያጩ ኮሚሽን የነበራቸው መሆኑ ነው።

ሐጂ ራሕመቶ በዘመናቸው የነበራቸው ሃብት ሁሉ በደሞዛቸው ብቻ አካበቱት ማለት ፈጽሞ አይቻልም። ደሞዛቸው የፈለገው ያህል ትልቅ ቢሆን እና የዘመኑ የኑሮ ሁኔታም የቱንም ያህል ርካሽ እንደነበረ ቢታወቅም የርሳቸው ሃብት ያህል በደሞዝ ማካበት እንደማይቻል በሁሉም ዘንድ ይታመናል።

ስለሆነም ከደሞዛቸው በተጨማሪ "የሽያጭ ትርፍ ክፍያ (ኮሚሽን)" ነበራቸው የሚለው መረጃ አሳማኝ ይሆናል። ቀጥሎም የሚመጣው መረጃ የሽያጭ ትርፍ ክፍያ (ኮሚሽኑ) ምን ያህል ነበር? የሚለው ነው። አንዳንድ ጥያቄዎች ለደንቡ ያህል ይጠየቃሉ እንጂ ትክክለኛ መልሳቸው ለማግኘት አዳጋች ይሆናል። ከእነዚህም ጥያቄዎች አንዱ ይኸኛው ይገኝበታል። እንደነዚህ ዓይነት ጥያቄዎች ሊመለሱ የሚችሉት በሰነድ መረጃዎች አማካኝነት ብቻ ነው።

በሀገራችን የሰነድ መረጃዎችን በየተቋሙ ይዞ የመገኘት አቅማችን እና አቋማችን በጣም ደካማ የሆነ ነው። ከዘመናችን

የሰነድ መረጃዎች ይልቅ በቀድመ ዘመን የነበረው የቃል መረጃዎች ይበልጥ ስፋት፣ ጥልቀት እና ታማኝነትም ነበራቸው። ነገር ግን በአሁኑ ጊዜ የቃሉንም የሰነዱንም መረጃ በማጣት ብዙ ወደኋላ የቀረንበት ጊዜ መሆኑ በብዙ የሚያሳስብ ነገር ነው።

በተለይም መንግሥታት በተለዋወጡ ቁጥር ደግሞ የመረጃ ሰነዶችን የመደበቅ እና የማጥፋት ሥራ በሰፊው ይከናወንባቸዋል። ለምሣሌ የኤ.ቤስ ኩባንያ የሰነድ መረጃዎች ደርግ በ1967 ኩባንያውን ሲወርሰው ከተቋሙ ውስጥ እንዲወጣ አድርጎታል። ከተቋሙ አውጥቶ የት እንዳደረገው ወይም እንዳቃጠለው የሚያውቅ ሰው አላገኘንም።

ኢሕአዴግ ተተክቶ ኩባንያውን ሲቆጣጠርም በደርግ ዘመን የነበረው መረጃ በሙሉ በበላይ ትዕዛዝ ተሰብስቦ ለመንግሥት እንደተሰጠ በጊዜው በኃላፊነት ላይ የነበሩ እና አሁንም ያሉ ሰዎች ገልፀውልናል። በመሆኑም በድርጅቱ ውስጥ ከኤ. ቤስ ኩባንያ ጋር የተያያዘ አንዳችም መረጃ በአሁኑ ጊዜ አይገኝም።

የኤ. ቤስ ኩባንያ ይመራ የነበረው ከኤደን ተሹመው በሚመጡ የሕንድ እና የዐረብ ተወላጆች እንደነበር ሁሉም የመረጃ ምንጮቻችን ያረጋግጣሉ። የአርመን እና የግሪክ ተወላጆችም በተለያዩ ከፍተኛ የሙያ ዘርፎች በኩባንያው ውስጥ ይሠሩ እንደነበር ይነገራል። ኩባንያውን የመሩ ከፍተኛ የሥራ አመራር አካላት ማንነት የሚያሳይ መረጃ ባናገኝም

አንዳንዶችን የሚያስታውሱ ሰዎች አልጠፉም። በእዚህ አጋጣሚ ድርጅቱን የመሩ ሰዎች ለማስታወስ የሚከተሉት ይገኙበታል።

ተ.ቁ	ሥም	ዜግነት	የሥራ ኃላፊነት	የመሩበት ዘመን
1	ሚስተር ማውሪስ ወርተርስ (Maurice D. Weerters)	ፈረንሳዊ	ጀነራል ማናጀር	ሐጂ ራሕመቶ እያሉ
2	ሚስተር ፖፐትራይ	ሕንዳዊ	ማናጀር	በ1940ዎቹ መጀመሪያ?
3	ሚስተር ዓሊ ኸሊል	ዐረብ	ማናጀር	ከሚስተር ፖፐትራይ ቀጥሎ
4	ሚስተር ሰዒድ ሀሚድ	ዐረብ	ካሸር	በሐጂ ራሕመቶ ዘመን

ሚስተር ሰዒድ ሀሚድ *“ለ30 ዓመታት በካሸርነት አገልግሎ አንድም ጊዜ የሒሣብ ጉድለት ያልተገኘበት ሰው ነበር”* ተብሎ ሲሞገስ እንደነበር ሐጂ ዩሱፍ አህመድ አስረድተውናል። ያገለገሉትም በሐጂ ራሕመቶ ዘመን እንደነበር ያስታውሳሉ።

7.2 የኤ. ቤስ ኩባንያ የወደብ መስመሮች እና በሮች፡-

የኤ. ቤስ ምርት ወደ ውጪ የሚላከው በታጁራ ወደብ በኩል እንደነበር ተረጋግጧል፡፡ ሐጂ ሮራቶ ሐጂ ሰኢድ (በልጅነታቸው ከአባታቸው ጋር በመሆን ደሴ ከተማ በኋላም አስመራ በመኖር እና በመሥራት የኤ.ቤስ ኩባንያን እና የሐጂ ራሕመቶ ታሪክን በቅርበት የሚያውቁ ሰው) ከደሴ የሚነሳው ምርት ወደ ውጪ የሚላከው በታጁራ ወደብ በኩል እንደነበር ይገልፃሉ፡፡ የእርሳቸው መረጃ ትክክለኛነቱን የሚያረጋግጥ የጽሑፍ መረጃም ተገኝቷል፡፡ ለብዙ ዓመታት የኩባንያው ሥራ-አስኪያጅ ሆኖ ሲሠራ የነበረው ፈረንሳዊው ማውሪስ ዲ. ወርተስ የድርጅቱ የኤክስፖርት ወደብ ታጁራ እንደነበር አረጋግጧል፡፡

"የፍየል ሌጦ እና የበግ ቆዳ ከደሴ ከተማ በባቲ አድርጎ በአውሳ በረሃ እና በአሳል ሀይቅ ዙሪያ አልፎ ወደ ታጁራ በካራቫን ይላክ ነበር፡፡ ከደሴ ታጁራ ለመድረስም ከአርባ እስከ ሃምሳ ቀናት ጉዞ ይፈጅ ነበር"፡፡

የታጁራ ወደብ የሚገኘው ከጅቡቲ ከተማ ትንሽ ኪሎ ሜትር ወደ ሰሜን ፈቅ ብሎ ነው፡፡ ማጓጓዣውም በብዙ መቶዎች ወይም በሺህ የሚቆጠር የግመል ጭነት አማካኝት እንደነበር ሰነዱ ይገልፃል፡፡ "ካራቫን" ማለት ቁጥሩ የበዛ የግመል፣ የበቅሎ፣ የአህያ እና አጋሰስ (የጭነት ፈረስ) በመጠቀም በአንድ ጊዜ ብዙ ቶን ዕቃን በመጫን የሚጓጓዝ የሲራራ ንግድ እና ትራንስፖርት መሆኑ ይታወቃል፡፡

በኋላ ዘመን ከደሴ ወደ አሰብ ወደብ መጠቀም ተጀምሮ ነበር የሚል የቃል መረጃ ተገኝቷል። ከደሴ ወደ አሰብ 509 ኪሎ ሜትር፣ ከአዲስ አበባ 860 ኪሎ ሜትር ነበር ርቀት እንደነበረው መረጃዎች ያመለክታሉ። ከደሴ አሰብ 509 ኪሎ ሜትሩ ውስጥ 386 ኪሎ ሜትሩ አስፋልት እንደነበርም ይገለፃል።

በ1946/7/8 ከአዲስ አበባ ወደ ደሴ የአውሮፕላን ደርሶ መልስ ዋጋ 49/40 ብር ነበር። ከአዲስ አበባ ጅማ ደርሶ መልስ 43 ብር፣ ድሬዳዋ ደርሶ መልስ 49 ብር እንደነበረም መረጃዎች ይጠቁማሉ።

በኢትዮጵያ የነበሩ የውጪ ኩባንያዎች ከውጭ ለሚያስመጡዋቸው እና ከሀገር ወደ ውጪ ለሚልኳቸው ዕቃዎች የሚገለገሉበት ወደብ የሚለያይ እንደነበር መረጃዎች ይጠቁማሉ። ይህም የሚሆነው ኩባንያዎቹ ከመጡት ሀገር እና በኢትዮጵያ ዙሪያ ካላቸው የቅኝ ግዛት ሀገር እና ወደብ ጋር የተያያዘ ነበር። በእዚህም ምክንያት የፈረንሳይ ኩባንያዎች ታጁራን (ጅቡቲ)፣ የእንግሊዝ ኩባንያዎች ዘይላን (ሶማሌላንድ)፣ የኢጣልያ ኩባንያዎች ደግሞ አሰብን እና ምጽዋን (ኤርትራ) ይጠቀሙ እንደነበር ይነገራል።

“በሀበሻ የሚገኙ የፈረንሳይ ነጋዴዎች (ሳሹሬ፣ ምናት፣ ትሩልዮ፣ ስቴቨን፣ ፒኖ እና ሌሎችም) ዕቃዎችን የሚልኩት በጅቡቲ በኩል ሲሆን አርመኖች፣ ግሪኮች፣ ዐረቦችና ሀበሾች ግን በዘይላ በኩል ነው”።

ለብዙ ዓመታት የኤ. ቤስ የኢትዮጵያ ተወካይ ሆኖ ያገለገለው ፈረንሳዊው ሚስተር ማዉሪስ ዲ.ወርተርስ እንዳመለከተው

ከደሴ መጋዘን የሚከማቸው ወደ ውጪ የሚላከው ዕቃም በብዙ ሺህ የግመል ጫኝ የሲራራ የጭነት አጓጓዦች አማካኝነት ነበር። ከውጪ ወደ ሀገር ውስጥ የሚገቡትም በብዙ ሺህ ቶን የሚገመቱ ዕቃዎች በሲራራ የጭነት አጓጓዦች አገልግሎት ሰጪዎች አማካኝነት ይጓጓዛል። የሲራራ የጭነት አጓጓዦች ማለት በብዙ መቶዎች እና በሺዎች የሚቆጠሩ የግመል፣ የበቅሎ፣ የአሕያ እና የአጋሰስ (የጭነት ፈረስ) በማዘጋጀት ከኩባንያዎች ዋጋ በመነጋገር ዕቃ የሚያጓጉዙ የዘመኑ የትራንስፖርት አገልግሎት ዓይነቶች ናቸው።

"ከጥቂት ቀናት በኋላ አንድ ትልቅ ቅፍለት (Caravan) ማሃረሳት አጠገብ አረፈ። ቅፍለቱ የመጣው ከጎጃም ነው አሉ። ትልቅ ነው ማለት በእርግጥም ትልቅ ቅፍለት ነበረ። ስድስት መቶ ጋሻ የታጠቀ ወታደሮች አጅበውታል። በዚህ ላይ ገንቦ ተሸካሚውና አገልጋዩ ሲጨመር ጠቅላላ ብዛቱ ከሺህ ሦስት መቶ እስከ ሺህ አራት መቶ ይደርሳል። ከዚህ በተጨማሪ አርባ የሚሆኑ ወደ ኢየሩሳሌም መንፈሳዊ ጉዞ ለማድረግ የመጡ ሰዎች ተቀላቅለዋቸዋል"።

በእዚህም ሥራ ሰማሌዎች እና አፋሮች ዋንኛ የሲራራ የጭነት አገልግሎት ሰጪዎች እንደነበሩ አያሌ ሰነዶች ያረጋግጣሉ።

"ግመሎች ማግኘትና ጉዞውን ማዘጋጀት በቀላሉ የሚከናወን ተግባር ነው። በጅቡቲ ወይም በዘይላ የምትገኙ ከሆነ ግመል የምትፈልጉ መሆኑን ይህንን ሥራ ለሚሠሩ ሰዎች ስትነግሯቸው ግመሎች ካሉና ሀሩር (ሙቀት) ያላዳከማቸው ከሆነ ወዲያውኑ የምትፈልጉትን ያህል ግመሎች ያመጡላችኋል። ይህ

ካልሆነ ግን ላልተወሰነ ጊዜ መጠበቅ ወይም ዕቃዎቻችሁን ትንሽ በትንሽ መላክ አለባችሁ። አባን የሚባል በግመል ነጂዎች የሚመረጠው አለቃ ለሚረከባቸው ዕቃዎች ሁሉ ኃላፊነት የሚወስድና ግዴታውን በቅንነት የሚወጣ ስለሆነ ዕቃችሁ...በሚጓዝበት ጊዜ የተለየ ጥንቃቄ ማድረግ ወይም ሌላ አሽከር መቅጠር አያስፈልግም። ...ከጅቡቲ ወይም ከዘይላ እስከ የረር ድረስ አንድ ሙሉ የግመል ጭነት የሚመጣው በ16 ብር ሲሆን ለአባኑም ጉርሻ መስጠት ያስፈልጋል። የረር ላይ የሰማሌ ግመሎች በቱምባሆ ጎሣ አለቃ አማካኝነት በአፋር ግመሎች ይለወጣሉ"።

በአዲስ አበባ የሚገኘው ሰማሌ ተራ ተብሎ የሚጠራው ሠፈር ሥሙን ያገኘው የሰማሌ የሲራራ የጭነት አመላላሽ አገልግሎት የሚሰጡ በበዙ ሺህ የሚቆጠሩ ግመሎች መዋያ እና ማደሪያ ጣቢያ ስለነበር መሆኑም መረጃዎች ያመለክታሉ።

ኤርትራ በፌዴሬሽን ከኢትዮጵያ ጋር ከመቀላቀሏ (1943 ዓ.ኢ) በፊት በኤርትራ ይገኝ የነበረው የኤ. ቤስ ኩባንያ የዕቃዎች ወጪ እና ገቢ ወደብ ምጽዋ ነበር። ከ1943 ዓ.ኢ በኋላም በኢትዮጵያ የሚገኘው የኤ. ቤስ ኩባንያ ዋና የውጭ ንግድ በምጽዋ በኩል ይሳለጥ እንደነበር ሐጂ ሮራቶ ሰዒድ ሚሽኬር ይገለፃሉ።

እንደ ሐጂ ሮራቶ አገላለጽ ከቡና ምርት በስተቀር ሁሉም ወደ ውጪ የሚላከው የቆዳ እና ሌጦ፣ የእህል እና ጥራጥሬ ወ.ዘ.ተ ምርት በአስመራ መጋዘን ተከማችቶ በምጽዋ ወደብ በኩል ነበር። “አስመራ ለምጽዋ ወደብ ቅርብ መሆንዋ፣ ከምጽዋ አስመራ የባቡር መንገድ መኖሩ፣ በጊዜው የተሻለች እና የሰለጠነች ከተማ ስለነበረች ለኤ.ቤስ ኩባንያ የውጭ ንግድ በርነት እንድትመረጥ አስችሏታል” በማለት ሐጂ ሮራቶ ይገልፃሉ።

ምዕራፍ ስምንት

8. ከነፃነት በኋላ ሐጂ ራሕመቶ በሀገራዊ ተቋማት ምስረታ እና ግንባታ የነበራቸው ሚና

8.1 የመንግሥት ካዝናን የማሟላት እገዛ

የኢጣልያ ወረራ ከተቀለበሰ እና ንጉሡ ከስደት ከተመለሱ በኋላ ፈርሶ የነበረውን መንግሥት እና ሀገር መልሶ የመገንባት ሥራው ከፍተኛ ትግል የጠየቀ ነበረበት፡፡ በመሆኑም የሁሉም አቅም እና ዕውቀት የነበረው ዜጋ በብዙ ተረባርቦ የቆመ እና የቀጠለ ነው፡፡ በእዚህ ወቅት በተለይም የሐጂ ራሕመቶ እና የሀገሪቱ ባለሃብቶች ዕገዛ በምንም በሌላ የሚተካ አልነበረም፡፡ ንጉሡም የመንግዝት ካዝናቸው መልሰው ያደራጁት ከእነዚሁ አካላት ነበር፡፡

ወ/ሮ ሐያት ሲዲ ሙሐመድ ሀሰን አባቴ ዘወትር ደጋግሞ ሲናገር ሰምቻለሁ ብለው እንደገለጹልን ለመንግሥት እና ለሀገር መልሶ ግንባታ የሐጂ ራሕመቶ ሚና የአንሣውን ድርሻ የሚይዝ ነው፡፡

“ንጉሡ ከስደት እንደተመለሱ የነጋዴው ማኅበረሰብን በቤተ-መንግሥታቸው ሰበሰቡ፡፡ ‘እንደምታውቁት ካዝናችን ባዶ ነውና አግዙን, ብለው ጥሪ አቀረቡ፡፡ ሐጂ ራሕመቶም በግላቸው 40,000 የማርትሬዛ ብር ለመንግሥት እና ለሀገር መልሶ ግንባታ ለገሰዋል”

አበ ሲዲ ሙሐመድም ይህንን ልገሳ እያስታወሱ መንግሥት እና ሀገር በተነካ ወይም በተነሳ ቁጥር "አባታችን ሐጂ ራሕመቶ መልሰው ያቋቋሙት መንግሥት እና ሀገር ነው!" በማለት ለሀገር እና ለመንግሥት ግንባታው አጥብቀው ይቆረቆሩ እና ይከራከሩ እንደነበር ወ/ሮ ሐያት ጨምረው ያስረዳሉ።

8.2 የቄራ ድርጅት ምሥረታ እና አስተዳደር

ሐጂ ኸድር ፊታውራሪ ሙሐመድ ሐጂ ራሕመቶ (የባለ ታሪኩ የልጅ ልጅ) ጠቃሚ የሆነ የሰነድ መረጃ ሰርተው አስቀምጠውልናል። በ1965 ዓ.ኢ (እ.ኤ.አ በ1973) በአስመራ ዩኒቨርሲቲ ለነበራቸው የቢዝነስ ማኔጅመንት የመጀመሪያ ዲግሪ የማሟያ ጥናት የሠሩት አያታቸው በመሠረቱት የቄራ ድርጅት ላይ ነበር።

ሐጂ ኸድር በእዚህ ታሪካዊ የጥናት ሥራቸው ለእዚህ የአያታቸው የታሪክ መጽሐፍ ከፍተኛ ባለውለታ ሆነዋል። ምክንያቱም እንደርሳቸው ከቤተሰቡ ታሪክ ጋር በተያያዘ የጥናት ሥራ የሠራ እና ያስቀመጠ እስካሁን አላጋጠመንምና ነው።

ሐጂ ኸድር ፊታውራሪ ሙሐመድ በጥናታቸው እንደገለጡት የቄራ ድርጅት መሥራቾች ሐጂ ራሕመቶ ረጃቶ/ሙኽታር እና ቀኛዝማች አብዱልሰመድ ኢብራሂም የተባሉ ሰው ናቸው። ቀኛዝማች አብዱልሰመድ ኢብራሂም ማለት የሀረሪ ተወላጅ ሲሆኑ በዘመናዊ የሀገር ግንባታ ግንባር ቀደም አሻራ ካላቸው ሰዎች አንዱ ሆነው ይጠቀሳሉ። ለምሳሌ በሀገራችን

ለመጀመሪያ ጊዜ የዘመናዊ የሽርክና ማኅበር ያቋቋሙት እርሳቸው እንደነበሩ የታሪክ መረጃዎች ያመለክታሉ።

"በወቅቱ በአዲስ አበባ ከተማ የነበሩ ታዋቂ ነጋዴዎችን አስተባበሩና የሕብረት ማኅበር በሚል ስያሜ አደራጁ። ሕብረ-ብሔር የነበረው ይህ ማኅበር ግለሰብ ባለሃብቶችን ብቻ ያካተተ በአዲስ አበባ ከተማ የመጀመሪያው የሽርክና ማኅበር ነበር ይባላል"።

በ1940ዎቹ መጀመሪያ ቀኛዝማች አብዱልሰመድ ኢብራሂም በአዲስ አበባ አቋቋሙት በተባለው በመጀመሪያው የሽርክና ማኅበር ውስጥ ሐጂ ራሕመቶ ረጃቶም እንደነበሩበት ይነገራል። ከዛም ተነስተው ነበር የቄራ ድርጅቱን በጋራ ለማቋቋም የበቁት።

ሐጂ ራሕመቶ እና ቀኛዝማች አብዱልሰመድ የቄራውን ድርጅት ለማቋቋም ከሀሣብ ማመንጨት ጀምሮ በጋራ ሰርተዋል። ሁለቱ ታላላቆች በሀገሪቱ የእርድ ሥጋ አቅርቦት እና በተረፈ ምርቶች አጠቃቀም ላይ የሚሠራ ድርጅት አለመኖሩ አሳስቧቸው ድርጅቱን ለመመሥረት ብዙ አስበዋል፣ ለፍተዋል።

በጊዜው ሀገራችን ዘመናዊ ድርጅቶች ገና እየተመሠረቱ ያሉበት ጊዜ ነበር። አብዛኛዎቹ ድርጅቶች በውጭ ሀገራት ሰዎች እና ኩባንያዎች ይመሩ ነበር። ሐጂ ራሕመቶ እና ቀኛዝማች አብዱልሰመድ ኢብራሂም ደግሞ ከውጪው ዓለም ጋር የቀረበ የንግድ ግንኙነት ነበራቸው። በመሆኑም ዘመናዊ የእንስሳት እርድ ድርጅት መመሥረቱ እንደ ሀገር እና እንደ ኢንቨስተር አስፈላጊ እና አዋጭ መሆኑን ከማንም ቀድመው ተረድተውታል፣ ተገንዝበውታል።

በመሆኑም አስፈላጊውን ቅድመ ዝግጅት ሁሉ አድርገው 1946 ዓ.ኢ (እ.ኤ.አ በፌብሬዋሪ 15/ በ1954) እውን ሊያደርጉት ችለዋል። ድርጅቱ በሁለቱ ግለሰቦች ሀሣብ አመንጪነት፣ አስተባባሪነት እና ገንዘብ የተጀመረ ቢሆንም ሥራው ሀገርን እና መንግሥትን የሚወክል ስለነበር በንጉሠ-ነገሥት ቀዳማዊ ኃይለ ስላሴ ፈቃድ፣ የአዲስ አበባ መዘጋጃ በሼር አባልነት እንዲሳተፍ ተደርጓል። በጊዜው የአዲስ አበባ መዘጋጃን ወክለው በሼር አባልነቱ የፈረሙት ክቡር ራስ አበበ አረጋይ (የሀገር ውስጥ ጉዳይ ሚኒስተር) የነበሩ ናቸው።

የቄራ ድርጅቱ የተመሠረተው አሁን ባለበት ቦታ ላይ ነበር። መሬቱ የተገነው ከመንግሥት በነፃ እንደነበር አንዳንድ መረጃዎች ይጠቁማሉ። በጊዜው አካባቢው ከከተማ የራቀ ሥፍራ ተብሎ ነበር የተመሠረተው። የከተማ ሰው የሚኖርበት ሥፍራ አልነበረም። ጥቅጥቅ ያለ ጫካ ነበር።

ድርጅቱ ሲመሠረት ብር 1,000,000 (አንድ ሚሊዮን ብር) በካሽ የተከፈለ ካቲታል ይዞ ነው። ከእዚህም ውስጥ ዋናው እና ትልቁ ሼር የያዙት ሐጂ ራሕመቶ ረጃቶ/ ሙኽታር ነበሩ። የሼር መጠኑ ለጊዜው ያገኘነው መረጃ የለም።

የቄራ ድርጅት ከተመሠረተ ጀምሮ እስከ 1953 ዓ.ኢ ድረስ የሚመሩት ሐጂ ራሕመቶ ረጃቶ እንደነበሩ ሐጂ ኸድር ያስታውሳሉ። የእሁድ ቀን ጠዋት የመጀመሪያ ተግባራቸው ወደ ቄራ ድርጅት ሄደው ግቢውን መዞር፣ መመልከት፣ ችግሮችን መፍታትና አቅጣጫ ማስያዝ የዘወትር ሥራቸው እና ተግባራቸው ነበር። ሐጂ ኸድር ፊታውራሪ ሙሐመድ እና

ጀሚል ሙሐመድ አህመድ (የሐጂ ራሕመቶ ረጃቶ የልጅ ልጆች) በልጅነታቸው ብዙን ጊዜ በአያታቸው ሐጂ ራሕመቶ ቤት ሲያድሩ ይዘዋቸው ወደ ቄራ ድርጅት ይሄዱ እንደነበር ያስታውሳሉ።

በሐጂ ራሕመቶ አማካኝነት በቄራ ድርጅት ለ28 ዓመታት ያገለገሉት አቶ አህመዲን ሱለይማን ዑመር በበኩላቸው ሐጂ ራሕመቶ የቄራ ድርጅቱ የቦርድ ሰብሳቢ እንደነበሩ እማኝነታቸውን ይሰጣሉ። በቄራ ድርጅቱ ውስጥ ቋሚ ቢሮ ባይኖራቸውም በሳምንት አንድ ቀን እየመጡ አጠቃላይ የሥራ ሒደቱን ይከታተሉ እና ይገመግሙ እንደነበር ያስረዳሉ። ይህንኑ መረጃ አቶ ጀማል ሙሐመድ አምዶቴ አጠናክረውታል።

"ቄራ ድርጅት በእየሳምንቱ መጨረሻ ይሄዱ ነበር። ታድያ ከቤታቸው (ከቢስ መብራት) አካባቢ ተነስተው ወደ ቄራ ሲሄዱ የእኛ ቤት (ተክለ ሃይማኖት አካባቢ) እና ሌሎችንም ሳይዘይሩ አያልፉም ነበር።"

የቄራ ድርጅቱ አገልግሎት በሀገራችን የመጀመሪያ ስለነበር ለማስለመድ ከባድ ፈተና እንደነበር የሐጂ ኸድር ፊታውራሪ ሙሐመድ ጥናት ያመለክታል። ከቄራ ድርጅቱ ውጪ የእንስሳት እርድ እንዳይፈጸም መከላከል እና በቄራ ድርጅቱ አገልግሎት የማግኘት ጥቅሞች የሚያስተምር አካል አልነበረም። ጉዳዩ የአዲስ አበባ መዘጋጃን በቀጥታ የሚመለከት የነበረ ቢሆንም ሥራዬ ብሎ አልያዘውም ነበር። በመሆኑም ብዙ የእርድ እንስሳትን አግኝቶ አገልግሎቱን

ሰጥቶ፣ ድርጅቱን ትርፋማ ለማድረግ ሐጂ ራሕመቶ ብዙ መልፋት ነበረባቸው።

የአዲስ አበባ መዘጋጃን ለቁጥጥሩ በመገፋፋት፣ የአዲስ አበባ ልኳንዳ ቤቶችን በማግባባት እና በማሳመን፣ በቄራ ድርጅቱ አጠገብ የቁም እንስሳት የሚሸጥበት ገበያ በማቋቋም ወ.ዘ.ተ የቄራ ድርጅቱ አገልግሎትን ለኢትዮጵያ ሕዝብ ለማስተዋወቅና ለማስለመድ ብዙ መስዋዕትነት ከፍለውበታል። የተዳቀለ የሥጋ በሬ ዘር ከውጭ ለመጀመሪያ ጊዜ በማስገባት ተቋሙን ትርፋማ ለማድረግ ብዙ ለፍተዋል። እርሳቸው በግላቸው እንደ ነጋዴ ብዙ ትርፍ ባያገኙበትም ድርጅቱ በሒደት ለሀገር፣ ለሕዝብ እና ለመንግሥት ትልቅ የልማት ተቋም ሆኖ እስካሁን በማገልገል ላይ ይገኛል።

የቄራ ድርጅት ከጅማሮው ጀምሮ ይሠጣቸው የነበሩ አገልግሎቶች የከብት፣ የበግ፣ የፍየል እና የአሳማ እርድ ማካሄድ፣ ተረፈ-ምርቶችን (ቆዳ፣ ሌጦ እና የመሳሰሉትን) መሸጥ ያጠቃልላል።

በሐጂ ራሕመቶ የአስተዳደር ዘመን የቄራ ድርጅት የአገልግሎት ዋጋ ክፍያው ስንት ብር እንደነበር ለማወቅ ባይቻልም ከ1965 ዓ.ኢ ቀደም ብሎ ለከብት 5 ብር፣ በኋላም ወደ 7 ብር፣ ለሳማ 13 ብር፣ ለበግ እና ለፍየል 25 ሣንቲም እንደነበር የሐጂ ኸድር ፈታውራሪ ሙሐመድ ጥናት ያመለክታል። የከብቱ እርድ አገልግሎት ዋጋ ከ5 ብር ወደ 7 ብር ባደገበት ጊዜ የአዲስ አበባ ልኳንዳ ቤቶች ከፍተኛ ተቃውሞ አስነስተው፣ የቄራ ድርጅትን በፍርድ ቤት ከሰው፣

ፍርድ ቤቱም 30,000 ብር የኪሣራ ወጪ ፈርዶላቸው፣ በኋላም በቄራ ድርጅቱ እና በልኳንዳ ቤቶቹ በተደረገ የድርድር ስምምነት 20,000 ብር ተከፍሏቸው ጉዳዩ እንዳበቃ ጥናቱ ያስረዳል፡፡

ሐጂ ራሕመቶ በ1953/ በፈረንጅ 1960 ወደ አኼራ ከሄዱ በኋላ የቄራ ድርጅትን በቦርድ ዳይሬክተርነት ያገለገሉት ፊታውራሪ ሙሐመድ ሐጂ ራሕመቶ እና ሐጂ ዑመር ዩሱፍ ሆነው ተመርጠዋል፡፡ እነዚህ ሁለቱም የመጀመሪያ የቄራ ድርጅት መስራቾች ወራሾች እና ባለ ሼር አባላት ሲሆኑ በአንድነት እንዲመሩት በቃለ-ጉባኤ መመረጣቸው ታውቋል፡፡ ከሐጂ ራሕመቶ በኋላ የቄራ ድርጅት ብዙ ፈተናዎችን አስተናግዷል፡፡ ሆኖም የአዲስ አበባ መዘጋጃ ዋና የሼር ባለቤትነት ቦታውን በመያዙ ምክንያት ከቄራ ድርጅት ውጪ እርድ እንዳይፈጸም አጥብቆ መሥራት በመጀመሩ የተገልጋዩ ቁጥር በተወነ ደረጃም ቢሆን እንዲጨምር አድርጎታል፡፡ በእዚህም መሠረት በ1965 ዓ.ኢ አካባቢ የአገልግሎቱ መጠን የሚከተለውን ይመስል ነበር፡፡

ተ.ቁ	የአገልግሎቱ ዓይነት	ብዛት	መለኪያ
1	ከብት	236	በቀን
2	በግ እና ፍየል	472	በወር
3	አሳማ	354	በወር

የመዘጋጃ ቤቱ ቁጥጥር እና የአዲስ አበባ ነዋሪ ግንዛቤም ከጊዜ ወደ ጊዜ እያደገ በመምጣቱ ምክንያት የቄራ ድርጅት

አገልግሎት የተወሰነ ዕድገት እያሳየ ለመሄድ ችሏል፡፡ ከእዚህ በታች የሚታየው ግራፍ ከ1967-1972 ዓመተ ኢትዮጵያ የነበረውን የውጣ-ውረድ ዕድገት ያመለክታል፡፡

ዓመት	በሬ	በግ	ፍየል	አሳማ
1967	71,757	5,230	213	2,944
1968	73,694	4,804	156	2,674
1969	75,218	5,662	335	2,909
1970	65,875	2,813	49	3,402
1971	69,765	5,629	72	4,352
1972	82,690	5,643	19	4,249

የካምፓኒው ቋሚ የሠራተኛ ብዛትም በ1965 ዓ.ኢ 368 እንደነበር የሐጂ ኸድር ፊታውራሪ ሙሐመድ ጥናት ያስረዳል፡፡ በሐጂ ራሕመቶ ረጃቶ የአስተዳደር ዘመን ማለትም ከ1953 ዓ.ኢ በፊት ምን ያህል እንደነበር አያስቀምጥም፡፡

በአጠቃላይ ግን ሐጂ ራሕመቶ እና ቀኛዝማች አብዱልሰመድ ኢብራሂም ለሀገር፣ ለሕዝብ እና ለመንግሥት አስበው የመሠረቱት የቄራ ድርጀት በየዘመኑ በብዙ ለውጦች አድጎ ዛሬ ያለበት ደረጃ ላይ ደርሷል፡፡ ድርጅቱ ሲመሠረት በመላው ኢትዮጵያ የቄራ አገልግሎት ለማስጀመር እና ለማስፋፋት ታሳቢ ያደረገ ነበር፡፡ ቢሆንም በሐጂ ራሕመቶ የአስተዳደር ዘመን ማለትም ከ1953 ዓ.ኢ በፊት ከአዲስ አበባ ውጪ ቅርንጫፍ መክፈት አልተቻለም፡፡

በጊዜው ከአዲስ አበባ ውጪ ይቅርና የአዲስ አበባ የልኳንዳ ቤቶች ከቄራ ድርጅት አገልግሎት እንዲያገኙ ለማስለመድ እና

ለማሳመን ከፍተኛ ፈተና ነበር። ቢሆንም ዓላማው ሀገራዊ፣ ሕዝባዊ እና ዘላቂያዊ ስለነበር በጊዜው ከነበረው የተጠቃሚ ወይም የተገልጋይ ብዛት እና ከሚያስገኘው ትርፍ አንፃር የሚለካ አይደለም። ሐጂ ራሕመቶ እና ቀኛዝማች አብዱልሰመድ ሲመሠርቱት ይህንን በሚገባ ይገነዘባሉ።

የሁለቱ አንጋፋዎች አሻራ የሆነው የቄራ ድርጅት በ1962 የመጀመሪያውን ቅርንጫፍ በጅማ ለመክፈት ችሏል። በመቀጠልም በድሬ-ዳዋ፣ በአዳማ፣ በሀረር ወ.ዘ.ተ እያለ አስራ ሁለቱም ጠቅላይ ግዛት፣ በኋላም አስራ አራቱም ክፍለ ሀገር፣ በዘመናችንም በብዙ መቶዎች በሚቆጠሩ ከተሞች አገልግሎቱ ሊስፋፋ እና ሊለመድ በቅቷል።

8.3 በ1948ቱ ዓለም አቀፍ ኤግዚቢሽን ተሳትፎ እና ሽልማት

የግርማዊ ንጉሠ ነገሥት ቀዳማዊ ኃይለ ሥላሴ እና የግርማዊት እቴጌ መነን የ25ኛው ዓመት የዘውድ እዮቤልዩ በዓል ከዛ ቀደም ከታዩት ሁሉ የተለየ ነበር። ለበዓሉ ያልተደረጉ ነገሮች አልነበሩም። በ1923 ዓመተ ኢትዮጵያ የወጣውን ሕገ-መንግሥት ማሻሻል፣ ዓለማቀፋዊ ኤግዚቢሽን፣ የወይዛዝርት የቁንጅና ውድድር፣ ዓለማቀፍ ፓቪሊዮን መክፈት እና ሌሎች አያሌ ለሀገሪቱ አዳዲስ የሆኑ ነገሮች ተከናውነዋል።

የ1948ቱ የንጉሡ ሕገ-መንግሥት ለይምሰል ተሻሻለ ተባለ እንጂ በሀገሪቱ እና በሕዝቦችዋ ማኅበራዊ-ምጣኔ ሃብታዊ እና አስተዳደራዊ ሥርዓት ላይ የለወጠው ነገር አልነበረም።

ይልቁንም እስካሁን ለጭቅጭቅ የዳረጉን አያሌ ጉዳዮችን በተሻሻለው ሕገ-መንግሥት ውስጥ በማስገባቱ ይበልጥ ይታወቃል። ለምሣሌ የባንዲራ እና የቋንቋ ጉዳዮች በዋነንነት ይጠቀሳሉ። ከእዛ በፊት ሁለቱም ጉዳዮች በተፃፈ ሕግ የተበየኑ አልነበሩም። ባንዲራን በሚመለከት መንግሥታት በምርጫቸው እና በፍላጎታቸው የተለያዩ ቀለማትን ይጠቀሙ ነበር። የ1948ቱ የንጉሠ ነገሥት ሕገ-መንግሥት፣ በምዕራፍ 8፣ በአንቀጽ 124፣ ከላይ ወደ ታች አረንጓዴ፣ ቢጫ እና ቀይ ቀለማትን ግዴታ አድርጎ መጣ። ነገሩ እስካሁን የፖለቲካ ጭቅጭቅ አጀንዳ ሆኖ ሊገኝ ቻለ።

ቋንቋን አስመልክቶም ከ1948ቱ ሕገ-መንግሥት በፊት መንግሥታት በሕዝባቸው ውስጥ በስፋት ጥቅም ላይ የሚውሉ ከአንድ በላይ ቋንቋዎች እንደነበሩ ይታወቃል። ይኸው የ1948ቱ መዘዘኛ ሕገ-መንግሥት *“የንጉሠ ነገሥቱ መንግሥት ግዛት መደበኛ (ኦፊሲዬል) ቋንቋ አማርኛ ነው”* ብሎ ብቅ አለ። ይህም የሀገራችን ፖለቲካ የንትርክ መድረክ ካደረጉ ጉዳዎች በግንባር ቀደምነት የሚጠቀስ ነው።

ኤግዚቢሽኑ በግርማዊነታቸው ተመርቆ የተከፈተው በጥቅምት 25/1948 ነበር። ለስንት ቀናት እንደቆየ የሚገልጽ መረጃ አላገኘሁም። በኅዳር 23/1948 ንጉሠ ነገሥቱ በኤግዚቢሽኑ የላቀ ውጤት ላስመዘገቡ አዘጋጆች እና ተሳታፊዎች ሽልማት መስጣቸው የተዘገበ በመሆኑ ምናልባት እስከዛ ድረስ ዘልቆ የነበረ ሊሆን ይችላል።

ዓለማቀፋዊው ኤግዚቢሽን ለሀገሪቱ ዕድገት እና ልማት ብዙ በጎ ነገሮች ያሳየ ነበር። የአስራ ስምንት የተለያዩ ሀገራት የንግድ ማኅበራት ምርቶቻቸውን እና አገልግሎቶቻቸውን ይዘው ቀርበው ነበር።

በሀገር ውስጥም ከሚኒስትር መሥሪያ ቤቶች (የግብርና፣ የጤና፣ የመከላከያ ወ.ዘ.ተ)፣ ከመንግሥት የልማት ድርጅቶች፣ ከጠቅላይ ግዛቶች የምግብ፣ የመጠጥ፣ የቁሳቁሰስ ባሕላዊ መገለጫዎች በስፋት መቅረባቸው በጊዜው የታተሙ የአዲስ ዘመን ጋዜጦች ያመለክታሉ። ንጉሡም ከጥቅምት 25 ጀምሮ በተከታታይ ቀናት እየተመላለሱ ኤግዚቢሽኑን ሲጎበኙ ሰንብተዋል። ለምሳሌ በጥቅምት 26/1948፣ ከ10፡00 ሰዓት ጀምሮ የመንግሥት መሥሪያ ቤቶች ያሰናዷቸውን፣ ጥቅምት 27 የመንግሥት የልማት ድርጅቶችን፣ ጥቅምት 28 ሌሎች የተለያዩትን በተለየ ሁኔታ ተመልክተዋል።

በኤግዚቢሽኑ ብዙ ትኩረት የሳቡ ነገሮች ተከናውነውበታል። ብዙ አዳዲስ ነገሮች ታይተውበታል። ለንግድ፣ ለእርሻ፣ ለኢንደስትሪ ወ.ዘ.ተ የሚጠቅሙ ሀሣቦች፣ ዕውቀቶች፣ ሥራዎች እና ውጤቶች ይገኙበታል ተብሎ በመታመኑ መንግሥትም የነጋዴው ማኅበረሰብም ብዙ ለፍተውበታል፣ ደክመውበታል።

በሀገራችን በአስራ አራቱም ጠቅላይ ግዛት ይወክላሉ የተባሉ የምግብ፣ የመጠጥ፣ የቁሳቁስ ወ.ዘ.ተ መገለጫዎችም ቀርበዋል። ቤተ-ክርስቲያንም የራስዋን መገለጫዎች ይዛ ቀርባ ነበር። በጊዜው ከኢትዮጵያ ኦርቶዶክስ ቤተ-ክርስቲያን

ውጪ ያሉት ቤተ-ሃይማኖቶች የመንግሥት እውቅና እና ድጋፍ ስላልነበራቸው ከርሷ ውጪ የቀረበ እና ያቀረበ ቤተ-ሃይማኖት የለም።

የማዕከላዊ ደቡብ ኢትዮጵያ ሕዝብ ማለትም ሥልጤን፣ ወለኔን፣ ሰባት ቤት ጉራጌን፣ ሶዶ-ክስታኔን፣ መስቃንን፣ ቀቤናን፣ ማረቆን የሚወክል፣ በሐጂ ራሕመቶ ሪጃቶ የሚመራ፣ የጋራ ልዩ ዝግጅቶች እና ክንውኖች በኤግዚቢሽኑ ቀርቦ ነበር። የቀረበው ዝግጅት የአካባቢውን የቤት አሠራር፣ የምግብ አዘገጃጀት እና አለባበስን ጭምር የሚያሳይ ሆኖ ታይቷል። ከላይ በተጠቀሱት አካባቢዎች የሚኖረው ሕዝብ አንድ ዓይነት የቤት አሠራር እና የምግብ አዘገጃጀት እንዳለው ይታወቃል።

የምግብ አሠራሩ ዘርፍ በአዴ ራዲያ ዑመር (በሐጂ ራሕመቶ ባለቤት) የተመራ እንደነበር አዴ ዛሕራ ሐጂ ራሕመቶ ያስታውሳሉ። የምግብ ዓይነቶቹ የተዘጋጁት በሐጂ ራሕመቶ ቤት ነበር። በመኪና ተጭነው ወደ ኤግዚቢሽኑ ቦታ ተወሰዱ። ያልተዘጋጀ የአካባቢው የምግብ ዓይነት አልነበረም። ቆጮ፣ ክትፎ፣ አተካኖ፣ የጎመን ክትፎ፣ የአይቤ እና የጎመን ድብልቅ፣ የቡላ ገንፎ፣ ጭኮ ወ.ዘ.ተ አዴ ዛሕራ የሚያስታውሷቸው ናቸው።

ይሄ በሴቶቹ በኩል የተደረገው ዝግጅትና አቅርቦት ነበር። በወንዶቹ በኩል ደግሞ ሌላ ክንውን ነበራቸው። ይህም የአካባቢው የቤት አሠራርን የሚያሳይ አንድ ግዙፍ ቤት የመከወን ሥራ ነበር። የቤቱ ስፋት በአካባቢው ትልቁ

የሚባለው ደረጃ የያዘ ነበር። አንዳች የውጭ ነገር ያልተቀላቀለበት፣ ሚስማርን ጨምሮ ምንም ዓይነት ብረት ነክ ነገሮች የሌሉበት ግዙፍ ቤት ተሠርቶ ተጠናቀቀ።

የኤግዚቢሽኑ የመክፈቻ ቀን ንጉሡ፣ መሳፍንቱ፣ መኳንንቱ፣ ባላባቱ፣ የውጭ ሀገራት አምባሳደሮች እና ዲፕሎማቶች በታላቅ ሥነ-ሥርዓት መጡ። ኤግዚቢሽኑ ተከፍቶ ሲጎበኝ የማዕከላዊ ደቡብ ኢትዮጵያ ሕዝብ ይዞ የቀረበው የምግብ እና የቤት ሥራ ንጉሡን ጨምሮ ተመልካቶችን ሁሉ አስደመመ። በተለይም የቤት አሠራሩ ከሊቅ እስከ ደቂቅ ጉድ አሰኘ። ንጉሡም በጣም ተደሰቱ። ሐጂ ራሕመቶ እና የማዕከላዊ ደቡብ ሕዝብ ተወካዮች በኤግዚቢሽኑ ማብቂያ ላይ የአንደኛነት ደረጃ የወርቅ ዋንጫ ከንጉሡ ተቀበሉ። የወርቅ ዋንጫውን የተቀበሉት የዝግጅቱ ዋና መሪ ሐጂ ራሕመቶ ረጃቶ ነበሩ።

ወሩ ሙሉ ስለ ኤግዚቢሽኑ ሲዘግብ የነበረው የአዲስ ዘመን ጋዜጣ ስለ ንጉሠ ነገሥቱ እንጂ ስለ ኤግዚቢሽኑ ሁኔታ የሚያሳይ ፎተ-ግራፍም ሆነ መጣጥፍ አላካተተም። ለምሳሌ በኤግዚቢሽኑ መጠናቀቅ በኋላ የተሻለ ውጤት ላሳዩ አዘጋጆች እና ተሳታፊዎች ንጉሠ ነገሥቱ ሽልማት መስጠታቸውን ከፎተ-ግራፋቸው ጋር ዘግቧል። እነማን እንደተሸለሙ ግን ምንም ያለው ነገር የለም።

8.4 ከዓለምገና ወላይታ ሶዶ የመኪና መንገድ ሥራ ድርጅት

የኢጣሊያ ወረራ በኢትዮጵያ ካመጣቸው አዳዲስ ለውጦች አንዱ የመኪና መንገድ ሥራ እንቅስቃሴ ነው። የወራሪው ኃይል ሀገሪቱን ለመቆጣጠር እና ሀብቷንም ለመዝረፍ እንዲያመቸው ከፍተኛ የመንገድ መሠረተ ልማት በማካሄድ ይታወቃል።

መነሻውን አዲስ አበባ ያደረገው የኢጣልያ የመንገድ ልማት ጅማ፣ ጎጃም እና ጎንደር፣ ደሴ እና መቀሌ፣ ሀረር እና ጂድጂጋ፣ ይርጋለም እና ሀገረ-ሠላም ወ.ዘ.ተ በአራቱም አቅጣጫዎች የተስፋፋ ነበር። በአንዳንድ አካባቢዎች በጊዜው የማይቻሉ የሚመስሉትን ሥራዎች በመሥራት ከፍተኛ ዋጋ ያለው ሥራ ሠርቶ ተባሯል።

ለምሣሌ እስከ ቅርብ ዓመታት (2000 አካባቢ ድረስ?) ያለ ምንም ጥገና ሲያገለግል የነበረው የዓባይ ድልድይ፣ የጊቤ ድልድይ፣ የጣርማ-በር የዋሻ መንገድ፣ የሊማሊሞ ተራራ መንገድ፣ የአላማጣ ጠመዝማዛ መንገድ ወ.ዘ.ተ ሊጠቀሱ የሚችሉ ናቸው።

ይህንን ለማውሳት የተፈለገው ከኢጣልያ ወረራ በኋላ በሀገሬው ሰው ላይ ያሳደረው የመንገድ ልማት ሥራ መነቃቃት ለማሳየት እንጂ ወረራውን ለመደገፍ እንዳልሆነ እንዲታወቅ ያስፈልጋል። የኢጣልያ ወራሪ ኃይል ለራሱ ጥቅም ሲል የሠራቸው ብዙ በጎ ነገሮች ቢኖሩም ዓላማቸው እና ግባቸው ሀገርን እና ሕዝብን ባሪያ አድርጎ ለመያስ ስለነበር

ፈጽሞ ተቀባይነት ያለው ነገር አልነበረም፣ አይደለምም። በታሪክ ከመወቀስ እና ተጠያቂ ከመሆን ሊያድኑት አይችሉም።

በኢጣልያ የመንገድ ሥራዎች የተነቃቁት የማዕከላዊ ደቡብ ኢትዮጵያ አካባቢ ሕዝብ ተወላጆች ወዲያው የራሳቸውን ጥረት በተደራጀ ሁኔታ መጀመራቸው የታሪክ መረጃዎች ያመለክታሉ። የወራሪው ኃይል ከሀገር ከወጣ በኋላ ምንም ጊዜ ሳያጠፉ ወራሪው ኃይል ጀማምሯቸው የነበሩ መንገዶችን ለመጨረስ እና አዳዲስ መንገዶችን ለመቀየስ ታጥቀው ተነሱ።

በእዚህ ዓለማ እና ተግባር በግንባር ቀደምነት ከሚታወቁ ሥራዎች አንዱ ከዓለም-ገና እስከ ወላይታ-ሰዶ የተሰኘው የመንገድ ሥራ እና ድርጅት ቀዳሚው ነው። የኢጣሊያ ወራሪ ኃይል ከዓለም-ገና አዋሽ ወንዝ ድረስ (120 ኪ.ሜ አካባቢ) ሠርቶ ድልድዩን ለመጀመር ሲል ጥሎ ወጥቶ ነበር። ይህንን ግዙፍ ወንዝ እና ድልድይ ለመሥራትና መንገዱን ከዘቢዳር ሰንሰለታማ ተራራዎች ጎን ለጎን በማስኬድ ኦሮሚያን፣ ሰዶ-ክስታኔን፣ መስቃንን፣ ሥልጤን፣ ሀዲያን፣ ከንባታን እና ወላይታን እንዲመግብ የማስቻል ግብ የነበረው ሥራ እና ተግባር ሆኖ ብቅ አለ።

ጥረቱ የተጀመረው በ1938 ነበር። በጊዜው 35,000 (ሠላሳ አምስት ሺህ ብር) አዋጥተው ለመንግሥት ለማሳወቅ ተችሎ ነበር። ቢሆንም መንገዱ ብዙ ወጪዎች ይጠይቅ ስለነበር ሰፋ ብሎ መደራጀት አስፈላጊ ሆኖ ተገኘ። በመሆኑም በ1942 ዓ.ኢ

ከላይ የተጠቀሱ አካባቢ ተወላጆችን በስፋት የሚያንቀሳቅስ አደረጃት አስፈላጊ ሆነ፡፡

በእዚህ ጊዜ በነበረው የመንገዱ ሥራ አመራሮች ውስጥ ሐጂ ራሕመቶ ረጃቶ አንዱ ነበሩ፡፡ በተለይም መስቃንን፣ ሥልጤን፣ ሀዲያን፣ ከንባታን እና ወላይታን ለማንቀሳቀስ የሐጂ ራሕመቶ ሚና ወሳኝ ሆኖ ተገኝቷል፡፡ በርሳቸው አሰባሳቢነትም አስር ሺህ አምስት መቶ ብር ተዋጥቶ ከመጀመሪያው ሠላሳ አምስት ሺህ ብር ተጨምሯል፡፡

ነገር ግን በሐጂ ራሕመቶ ዘመን ሥራውን ለመጀመር የሚያስችሉ የአደረጃጀት እና የመንግሥት ድጋፍ ባለመገኘቱ ሥራው እስከ 1954 ዓ.ኢ ድረስ ሊጓተት በቅቷል፡፡ በግንቦት 19/1954 ዓ.ም የመንገድ ሥራው አደረጃጀት በአዲስ መልክ ለመመስረት በተደረገው ሒደት የሚከተሉት አመራሮች ተሰይመዋል፡-

ተ.ቁ	የአመራሮቹ ሥም	መግለጫ
1	ሌ/ጀነራል ይልማ ሺበሺ	ሶዶ-ክስታኔን በመወከል ሰብሳቢ
2	ፊታውራሪ ሙሐመድ ራሕመቶ	ሥልጤን በመወከል፣ ገንዘብ ያዥ
3	ቀኛዝማች ገብረየስ ኦዳ	
4	ቀኛዝማች ፍሬሰንበት ዲሪሳ	
5	ቀኛዝማች ሀብተየስ ሞጋሴ	
6	ፊታውራሪ ቢራቱ ደጋጋ	
7	ቀኛዝማች ቡርቃ ዋቅቶሊ	
8	ቀኛዝማች ጉልላት ወ/ዮሐንስ	

9	ቀኛዝማች ተመስገን ደልኬሮ	
10	አቶ ታደሰ ሜጬ	
11	ኮሎኔል ደማ ዘንግዝጌር	

በእዚህ ጊዜ ሐጂ ራሕመቶ ረጃቶ በሕይወት ስላልነበሩ በርሳቸው በታ ልጃቸው ፊታውራሪ ሙሐመድ ራሕመቶ ተተክተው መሸማቸው መረጃው ያመለክታል። የዓለም-ገና ወላይታ-ሰዶ መንገድም ከላይ በተጠቀሰው ኮሚቴ መሪነት ተጠናቆ ንጉሠ ነገሥት ቀዳማዊ ኃይለ ሥላሴ በተገኙበት ተመርቆ መከፈቱ ይነገራል።

ሐጂ ራሕመቶ በመጀመሪያው ጥረት እና ሒደት በሰፊው ተሳትፈዋል። በኋላም በልጃቸው በፊታውራሪ ሙሐመድ አማካኝነት ታሪካዊው ሥራ ዕውን ሊሆን በቅቷል ማለት ነው። የአዋሽ ድልድይ ተጠናቆ በተመረቀበት ቀን የተወለደ ልጃቸው ሥሙን “አዋሽ” ብለው ሰየሙት። በኋላ ዘመን ሳሌም ተባለ። ቤተሰቡ አዋሽ/ሳሌም ይለዋል። አዋሽ/ሳሌም በአሜሪካ ይኖራል።

ከዓለም-ገና እስከ ወላይታ-ሰዶ የመንገድ ሥራ ድርጅት የሚባለው እና የጉራጌ መንገዶች ሥራ ድርጅት የተለያዩ መሆናቸውን ማስታወስ ያስፈልጋል። የምስረታ ዘመናቸው ተመሳሳይነት ያለው ቢሆንም አመራሮቻቸው እና የሥራ አካባቢዎቻቸው የተለያዩ ናቸው።

የመጀመሪያው ከእዚሁ ከአዲስ አበባ ሥር ከዓለም-ገና አንስቶ ሌመን፣ ጢያ፣ ቡኢ፣ ኬላ፣ ቡታጀራ፣ ወራቤ፣ ሆሳዕና፣ ወላይታ-ሰዶ የሚገባው መንገድ ሥራን የሚመለከት ነበር።

የጉራጌ መንገዶች ሥራ ድርጅት ደግሞ በሰባት ቤት ጉራጌ ውስጥ ያሉ አካባቢዎችን ለማገናኘት የተመሠረተ እና የሠራ ድርጅት ነበር። ዋና መሪዎቹም ሌተናል ጀነራል ወልደ ሥላሴ በረካ እና ክቡር አቶ ሰይፉ ድባቤ ነበሩ።

ከአዲስ አበባ ቱሉ-በሎ፣ ወሊሶ፣ ወልቂጤ፣ ጅማ መንገድ ጣልያኖች ሠርተውት ስለነበር የጉራጌ መንገዶች ሥራ ድርጅት ከወልቂጤ አንስቶ የውስጥ ለውስጥ መንገዶችን በመሥራት ይታወቃል።

9. ለሃይማኖታቸው እና ለባሕላቸው ያደረጓቸው አበርክቶቶች

9.1 ለሃይማኖታቸው የነበራቸው ኺድማዎች

በእዚህ ዘርፍ የነበራቸው አገልግሎቶች በብዙ መልኩ ሊገለጹ ይችላሉ። በመስጂዶች ግንባታ እና ልማት፣ በዑለማዎች ድጋፍ፣ ለተቸገሩ ሰዎች ሰደቃ በማድረግ (ምግብ በማብላት)፣ ዘካ በመስጠት ወ.ዘ.ተ መልኩ ይታያሉ።

9.2 የኑር (በኒ) መስጂድ ጋር በተያያዘ

አያሌ መስጂዶች የሐጂ ራሕመቶ ዕገዛ አግኝተዋል። በአዲስ አበባ ከተማ በሁለተኛነት የሚገለጸው የፒያሳው ኑር ወይም በኒ መስጂድ ለመኖሪያ ቤታቸው እና ለድርጅታቸው (ኤ. ቢስ ኩባንያ) የቀረበ ነበር። በመሆኑም የሳምንት ጁመዓ እና የረመዳን ወር ጀመዓቸው በኑር መስጂድ እንደነበር ይነገራል። በእዚህ መስጂድ የተለያዩ ኺድማዎች እንዳደረጉም በስፋት ይገለፃል። በተለይም በመስጂዱ የመብራት እና የውሃ አገልግሎት ክፍያ፣ በዑለማዎች እገዛ፣ በተለያዩ ጊዜያት በተደረጉ የማስፋፋት ሥራዎች እንደዚሁም "በመድረሰተል-ኢቲፋቅ" (የአንድነት-የመስማማት ትምህርት ቤት)

አገልግሎት ዙሪያ የነበራቸው አስተዋጽኦ ከፍ ብሎ ሊታይ የሚችል ነው፡፡

መስጂዱ በተለያዩ ዓመታት ብዙ የማስፋት ዕድሳቶችን ሲያደርግ የቆየ በመሆኑ ሐጂ ራሕመቶ የጀመዓው አባል በነበሩባቸው ዓመታት ሁሉ ከፍተኛውን አስተዋጽኦ ሲያደርጉ ቆይተዋል፡፡ በተለይም ከ1930ዎቹ እስከ 1950ዎቹ መጀመሪያ ባለው ጊዜ ውስጥ በመስጂዱ የተከናወኑ ታላላቅ ለውጦች ውስጥ የሐጂ ራሕመቶ ሚና ያልነበረበት ክንውን አልነበረም ማለት ይቻላል፡፡ በእነዚህ ዓመታት ለኑር መስጂድ የነበራቸው ኺድማዎች መጠነ ሰፊ ናቸው፡፡

አንዳንድ ሰዎች እና መረጃዎች በመስጂዱ ምስረታ ጊዜ እንደነበሩ ይገልፃሉ፡፡ ሆኖም ግን ይህ ትክክለኛ መረጃ እንዳልሆነ የእዚህ መጽሐፍ አዘጋጅ ለማረጋገጥ ችሏል፡፡ ምክንያቱም የኑር መስጂድ የተመሠረተው በ1911ዎቹ እንደሆነ የመስጂዱ ታሪክ ያስረዳል፡፡ ሐጂ ራሕመቶ በጊዜው ገና ከሀገር ቤት አልመጡም ነበር፡፡ በመሆኑም በኑር መስጂድ ዙሪያ የሐጂ ራሕመቶ አበርክቶች የሚታየው በምስረታው ሳይሆን በማስፋፋት ልማቱ ላይ እንደነበር መገንዘብ ይቻላል፡፡ በለተለይም ከኢጣልያ ወረራ (ከ1928-1933) በኋላ ሐጂ ራሕመቶ የኤ. ቤስ ኩባንያ የበላይ ተጠሪ እና ከፍተኛ ተከፋይ ከሆኑ ጀምሮ ይሆናል፡፡

9.3 በአንዋር መስጂድ ግንባታ እና ልማት

በአንዋር መስጂድ የነበራቸው ሚና ስንመለከት ከግንባታው ይጀምራል፡፡ የአንዋር መስጂድ ግንባታ የጀመረው ጣሊያን ነበር፡፡ ዘመኑም ከ1930-1933 ባለው ዓመታት ጊዜ ውስጥ ነው፡፡ ጣሊያን መሠረቱን ጥሎ ሳይጨርሰው ከኢትዮጵያ ተባረረ፡፡ በጊዜው የነበሩ ታላላቅ ሰዎች ተሰባስበው፣ ንጉሡን አስፈቅደው ጣሊያን ጀምሮ ሳይጨርሰው የሄደውን መስጂድ ለማጠናቀቅ ቻሉ፡፡ ከእነዚህ ታላላቅ ጉምቱዎች ውስጥ አንዱ ሐጂ ራሕመቶ ረጃቶ ናቸው፡፡

በአንዋር መስጂድ ግንባታ እና ልማት ዙሪያ የሐጂ ራሕመቶ ሚና ከሁሉም ጎልቶ ይታያል፡፡ ለምሳሌ በሐጂ ራሕመቶ ድጋፍ ጨምሮ በብዙ አህለል-ኸይሮች (በጎ አድራጊዎች) መስጂዱ ተገንብቶ ሊመረቅ ሲል ለሥራ ተቋራጩ ሊከፈል የሚገባው ብር 16,000 (አስራ ስድስት ሺህ ብር) ጎደለ፡፡ ተቋራጩም በሰዎች ተገፋፍቶ የመክፈያ ጊዜውን በማጥበብ እስከ ፍርድ ቤት ሄዶ መስጂዱን አዘጋው፡፡ ፍርድ ቤቱም አድሎ በመፈጸም በ24 ሰዓታት ውስጥ ዕዳው ካልተከፈለ ከመስጂዱ መሬት ተቆርሶ ተሸጦ እንዲከፈል ውሳኔ አስተላለፈ፡፡

በእዚህ ኢ-ፍትሐዊ የዳኝነት አሠራር የተደናገጡት ሙስሊም አባቶች በሐጂ አብዱረሕማን ሸሪፍ (ናዚር-አስተዳደር) ሰብሳቢነት አስቸኳይ ገንዘብ የማዋጣት ሥራ አካሄዱ፡፡ አዋጥተውም በመክፈል መስጂዱን በ24 ሰዓታት ጊዜ ውስጥ ነፃ አወጡት፡፡

አስራ ስድስት ሺህ ብሩን ካዋጡ ስምንት ሰዎች አንዱ ሐጂ ራሕመቶ ዋነኛው ነበሩ። በጊዜው የተዋጣው ገንዘብ እና ያዋጡ ሰዎች ዝርዝር የሚከተለውን ይመስላል።

ተ.ቁ	የአህለል-ኸይሮች ሥም	ያዋጡት ገንዘብ መጠን፣ በብር	መጠነኛ ማብራሪያ
1	ሐጂ ራሕመቶ ረጃቶ	5,000	የእዚህ መጽሐፍ ባለ ታሪክ
2	ሐጂ ሙሐመድ ጀማል	3,000	
3	ሐጂ አቡበከር ሸረፍ	2,000	ሀረሪ፣ የአንዋር መስጂድ አስዳዳሪ
4	ሐጂ አብዶ አርሲ	2,000	የአርሲ ኦሮሞ ተወላጅ፣ ተክለ ሃይማኖት አካባቢ ከፍተኛ የሆነ የቆዳ መጋዘን የነበራቸው
5	ሐጂ ዑመር ኢብራሂም	1,000	ሶማሌ?
6	ሐጂ ጀማል ሀሰን	1,000	የቀቤና ተወላጅ፣ አሜሪካን ግቢ አካባቢ ሰፊ እርት የነበራቸው ባለሃብት
7	ሐጂ ሙዘይን ዑስማን	1,000	
8	ሐጂ በሽር ገዳ	1,000	
ጠቅላላ ድምር		16,000	

የሐጂ ራሕመቶ እና የሌሎችም መሰሎቻቸው አገልግሎት በእዚህ ብቻ የሚያበቃ አልነበረም። እስካሁን የሚታየውን እና ታሪካዊውን መስጂድ ከገነቡ በኋላ መተዳደሪያውንም መሥራት እንዳለባቸው በመገንዘብ ዕውን ለማድረግ ችለዋል። በተለይም ሐጂ ራሕመቶ ረጃቶ ከሌሎች ባለሃብቶች ከፍ ባለ ሁኔታ ሦስት ታላላቅ ሱቆችን በመገንባት አስረክበዋል።

በ1948 ዓ.ኢ የተገነቡት የአንዋር መስጂድ ዙሪያ ሱቆች አሁንም ድረስ በማገልገል ላይ ይገኛሉ። ገቢያቸው ከመስጂዱ አልፎ ለሌሎች ገቢ ለሌላቸው መስጂዶች፣ ለእስልምና ጉዳዮች

ምክር ቤት፣ ለኢትዮጵያ ዑለማዎች ጽሐፈት ቤት ወ.ዘ.ተ ለመደጎም ችለዋል። አሁንም በመደጎም ላይ ናቸው።

በአንዋር ዙሪያ ሱቆች ልማት የተሳተፉ የበጎ አድራጊ ታላላቆች ዝርዝር

ተ.ቁ	የበጎ አድራጊዎች ሥም ዝርዝር	ያስገነቡት ሱቅ ብዛት	ያስረከቡበት ዓመት
1	ሐጂ ሙሐመድ ጀማል፣ ሸኽ አህመድ አብዱረህማንና ሐጂ ሙስጠፋ ሙሣ (በወሎ፣ በደራና በጫቀታ አካባቢዎች ሥም)	1	28/02/1943
2	ሐጂ ሣላህ አብደላህ አባ-ፎጊ	2	23/03/1946
3	ሐጂ ራሕመቶ ረጃቶ (በሥልጤ፣ በጉራጌና በሌሎችም የአካባቢው ሕዝቦች ሥም)	3	19/05/1948
4	ሐጂ አብዶ አርሲ (በባሌ እና በአርሲ ኦሮሞ ሥም)	1	19/05/1948
5	ሐጂ ኢድሪስ ካህሳይ እና ወንድሞቻቸው	1	19/05/1948
6	አዝማች ሙሐመድ አብዱ እና ወንድሞቻቸው	1	19/05/1948
7	ሐጂ ሙሐመድ አብደላህ አጎናፍርና ወንድሞቻቸው (በኤርትራ ሙስሊሞች ሥም)	1	19/05/1948
8	ሐጂ ሙሣ አባ-ጊቤ (በጅማ ኦሮሞ ሥም)	1	28/05/1948
9	የኤርትራ ማኅበር	1	28/05/1948
10	ሐጂ አህመድ ዩኑስ እና ሐጂ ዩሱፍ አብዱረህማን (በሀረሪ ተወላጆች ሥም)	1	
11	ሐጂ በሽር ገዳ	1	
12	ቀኛዝማች ኸድር ኤባ (በጅማ ኦሮሞ ሥም)	148 ሜ.ካ ቦታ	በነፃ ሰጥተዋል

የአንዋር መስጂድ ዙሪያ ሱቆች በዚህ መልኩ ተገንብተው ነው የተስፋፉት። ሐጂ ራሕመቶ እና ሌሎች የተገለጹት አህለል-ኸይራት በሰሩዋቸው ሱቆች ገቢ በማሰባሰብ ወደ 27 ተጨማሪ ሱቆች ተሰርተው በድምሩ 41 ሱቆች ለመሆን በቅተዋል። እነዚህም ሱቆች ለአንዋር መስጂድ ሕልውና መሠረት ከመሆናቸውም በላይ ለእስልምና አገልግሎቶች ሁሉ ከፍተኛ መሠረት ለመሆን ችለዋል።

9.4 የሙስሊሞች አንድነት ማኅበር እና የሙስሊሞች ጉዳይ መርማሪ ኮሚቴ

የኢትዮጵያ ሙስሊሞች ከንጉሠ ነገሥት አፄ ምኒሊክ በፊት በየራሳቸው አካባቢ የሡልጣኔት መንግሥታት ከሰለሞናውያን የአፄ ሥርዓቶች በትብብርም በአመጽም በራሳቸው ሲመሩ ኖረዋል፡፡ በሰሜን የሀገራችን ክፍል የነበሩት የወሎ ሙስሊሞችም በሰለሞናውያን የአፄዎች ሥርወ-መንግሥት ውስጥ ሰርስረው በመግባት ከፍተኛ የሥልጣን በታዎችን በመያዝ፣ በተለይም በጎንደሪያን ሥርወ-መንግሥታት ዘመን የማዕከላዊ መንግሥቱን ወንበር እና መንበር በመቆናጠጥ የሥርወ-መንግሥቱን ክልል እና ሕዝብ ሲመሩ መቆየታቸው ይታወሳል፡፡

ከአፄ ቴዎድሮስ እና በአፄ ዮሐንስ ዘመነ መንግሥታት (ከ1840ዎቹ እስከ 1864 ዓ.ኢ) ድረስ ለሃያ ዓመታት አካባቢ በሰሜን ኢትዮጵያውያን ሙስሊሞች ከፍተኛ የፍዳ እና የስደት ዘመን ሆኖባቸው ነበር፡፡

የሁለቱ ቀደምት አፄዎች ሀገሩን እና ሕዝቡን አንድ የማድረጊያ ፖሊሲ የሌሎችን ባሕል፣ ሃይማኖት፣ ብሔር ወ.ዘ.ተ በማጥፋት ላይ የተመሠረተ ነበር፡፡ ይህ ሒደት አንኳን ሀገር ሊገነባ ቀርቶ እነርሱንም በአጭር ዕድሜ አስቀርቷቸዋል፡፡

እነርሱን የተካው የሸዋው ሥርወ-መንግሥት በአንፃራዊነት ካለፉት ሁለቱ ትንሽ ለየት ያለ የሀገር ግንባታ ፖሊሲ ይዞ ብቅ ብሏል። "የየአካባቢው ሕዝብ መሬቱን፣ የውስጥ አስተዳደሩን፣ ባሕሉን እና ሃይማኖቱን ይዞ ለማዕከላዊ መንግሥት መገበር" የሚል ፖሊሲ በተግባር ላይ አውሏል። ይህ ፖሊሲ በተለያዩ ምክንያቶች ሙሉ በሙሉ የተሳካ ባይሆንም ብዙ ተጨማሪ የደም መፋሰሶችን፣ የየአካባቢ ገዢዎች ከሥልጣን መወገድን፣ የባሕል እና የሃይማኖት ወረራን ለመከላከል ችሏል።

ለምሳሌ የአፋር ሡልጣኖች፣ የሱማሌ ዑጋዞች፣ የጅማ አባጅፋር መንግሥትን፣ የወለጋ ገዢዎችን፣ የሥልጤ፣ የሀላባ፣ የወለኔ ወ.ዘ.ተ ገራዶችን ባሉበት በመቀበል ካለፉት የሰለሞውያን የአፄ ሥርዓታት አንፃር የተሻለ የሀገር ግንባታ ሥራ ለመሥራት ችለዋል። ይህም ሲባል ግን ገብር አልገብርም በሚለው ሒደት በአብዛኛው የኢትዮጵያ ክፍል ከፍተኛ ደም መፋሰስ ያስከተሉ ጦርነቶች መካሄዳቸው የሚታወስ እና የሚታወቅ ነው። ለምሣሌ የወለኔ፣ የቀቤና፣ የሰባት ቤት ጉራጌ እና የሥልጤ ጦርን የመራው ኢማም ሀሰን አንጃሞ ለአስራ አራት ዓመታት ከፍኛ ደም ያፋሰሰ ጦርነት ከሸዋ የመንግሥት ጦር ጋር ማካሄዱ አይዘነጋም።

ተተኪያቸው ልጅ እያሱ ከሁሉም በተሻለ የአያታቸው ፖሊሲን እና ተልዕኮን ይበልጥ ለማሳካት ቆርጠው ተነስተው ነበር። በሀገሪቱ የማዕከለላዊ መንግሥት ሃይማኖትን መሠረት ያደረገ የዜግነት ልዩነትን ከሥር መሠረቱ ለመፋቅ እና ነቅሎ

ለመጣል መጠነ ሰፊ ንቅናቄ አካሄደዋል። የሀገሪቱ ሙስሊሞች ሙሉ ድጋፍ ሰጥተዋቸው ነበር። ሆኖም ግን ጥረት እና ሒደታቸው በአጭር ለመቀጨት በቅቷል።

የቀዳማዊ ኃይለ ሥላሴ ዘመነ-መንሥት መጣ። በ1923 ዓ.ኢ የንጉሡ የመጀመሪያ የተፃፈ ሕገ-መንግሥት አወጣ። በእዚህ ሕገ-መንግሥት ውስጥ እና ሕገ-መንግሥቱን ለማደማመቅ በሚከበሩ ክብረ-በዓላት የሚካሄዱ ንግግሮች የአንድ ሃይማኖት የበላይነት የማስቀጠል ፖሊሲ መኖሩ ይፋ ሆነ።

በመሆኑም የሙስሊሙ ሕዝብ ከላይ በተመለከትናቸው በየመንግሥታቱ የነበረውን የተሳትፎ የዕድገት ሒደት በመቀጠል ተደራጅቶ የሃይማኖት መብት እንቅስቃሴዎችን ለመጀመር ወሰነ። ይህም እንዲሆን ያስቻለው ከሁሉም የሀገሪቱ ክፍሎች የሚገኙ ሙስሊሞች በሀገሪቱ መዲና (በአዲስ አበባ) በመገናኘታቸው የተነሳ ነው። ከእዛ በፊት ሁሉም በየፊናው እና በየአካባቢው የሃይማኖት ነፃነቱን ሲከላከል የነበር ሲሆን ከአዲስ አበባ ምስረታ እና ዕድገት ሒደት በኋላ የሀገሪቱ ሙስሊሞች መብታቸውን በጋራ የመጠየቅ እና የመጠበቅ ደረጃ እንዲደርሱ አስችሏቸዋል።

በአዲስ አበባ የሃይማኖት መብቶች እንቅስቃሴን የጀመሩት የቀጥባሬ ሸኽ (ሸኽ ዒሣ ሀምዛ፣ ከ1867-1940) መሆናቸው ይታወቃል። የቃጥባሬ ሸኽ በምስረታ በአዲስ አበባ ሁለተኛ የሆነውን የኑር (በኒ) መስጂድን ከመመሥረት ጀምሮ የተለያዩ የመብት ንቅናቄዎችን አካሂደዋል። በእዚህም ሥራ እና ተግባራቸው በጎጃም ደጀን ከተማ ግዞት ተበይኖባቸው

ተግባራዊ ሆኖባቸዋል። በግዞት እያሉም በደጀን ከተማ የመጀመሪያውን እና ትልቁን መስጂድ አቋቁመዋል። በኢትዮጵያ የማዕከላዊ መንግሥትን በብልሃት እና በዘዴ በመያዝ ለሙስሊሙ ማኅበረሰብ መብቶች ባካሄዱዋቸው አያሌ ሥራዎች እና ተግባራት የሲያሳ ሸኽ (የፖለቲካ ሊቅ ሸኽ) በመባል ይጠሩ ነበር።

ከእርሳቸው ቀጥሎ የመብት ጥያቄዎችን በተደራጀ ሁኔታ ለመምራት ከፍተኛ ጥረት ያደረጉት ሸኽ ሰይድ ሙሐመድ ሳዲቅ የሚባሉ የወሎ ሸኽ እና የዘመኑን የአካዳሚ ትምህርትም የተማሩ ምሁር ነበሩ። በእኚህ የዘመኑ ሸኽ እና ምሁር አማካኝነት “የሙስሊሞች አንድነት ማኅበር” በ1924 ዓ.ኢ ተመሠረተ። የማኅበሩ ሥራዎች እና ዓላማዎች ሁለት ነበሩ።

አንደኛው የውስጥ ጉዳይ ማለትም መስጂዶችን፣ መድረሳዎችን ማቋቋም፣ ሐጅን፣ ዒዶችን በደመቀ ሁኔታ ማክበር የመሳሰሉት ከውስጥ የሚሠሩ ሥራዎች እና ተግባራት ናቸው። ሁለተኛው እና መሠረታዊ ተብሎ የተያዘው ከመንግሥት ጋር በመገናኘት እና በመደራደር እንደ ዜጋ የሙስሊሞች ሃይማኖታዊ መብቶችን በይፋ የማስከበር አስተዳደራዊ እና ፖለቲካዊ መብቶች ነበሩ።

ሆኖም ግን ብዙም ሥራ ሳይሠራ የኢጣልያ ወረራ በ1928 ዓ.ኢ ተከሰተ። በጦርነቱ ወቅት የኢትዮጵያ ሙስሊም የመብት ጥያቄውን ለጊዜው ትቶ ከመንግሥት ጋር እና በራሱ ባገኘው አጋጣሚ ሁሉ የነፃነት ትግል ውስጥ ገባ። ኢጣሊያ ለራሱ

ጥቅም በሚል ለኢትዮጵያ ሙስሊሞች ከሀገሪቱ የማዕከላዊ መንግሥታት በተሻለ የሃይማኖት ነፃነት እና እኩልነት ሰጠ። የሸሪዓ ፍርድ ቤትን በአዋጅ አቋቋመ። ትላልቅ መስጂዶችን እና ቤተክርስቲያኖችንም ጭምር መሠረተ። የሐጅ አገልግሎትን በከፍተኛ ደረጃ አፋጠነ፣ የመርከብ እና ሌሎች አገልግሎቶችንም ለሐጃጆች ሰጠ። በየአካባቢው አያሌ ሹመቶችንም ለሙስሊሞች አቀረበ። የሙስሊሙ ኅብረተሰብ በሀገሪቱ ፖለቲካ ሥርዓት ውስጥ በፍትሐዊነት የመወከል እና ሚና የመጫወት ስሜቱ ከፍተኛ ደረጃ ላይ ደረሰ።

በ1933 ዓ.ኢ ቀዳማዊ ኃይለ ሥላሴ ከስደት ሲመለሱ ከሙስሊሙ አንፃር ብዙ ለውጦች ተከስተው ጠበቃቸው። ከስደት በፊት የነበራቸው ፖሊሲ የመቀየር ሀሣብ ባይኖራቸውም ቀድሞ በነበረበት ሁኔታ እና ደረጃ ለማስኬድም የማያስችሉ ነገሮችን ተመለከቱ። ለምሳሌ የኢጣሊያ መንግሥት በአዋጅ ያቋቋመው የሸሪዓ ፍርድ ቤትን በአዋጅ ለመሻር ፈሩ። ስለሆነም እርሳቸውም አዋጁን አጽንተው ለመቀጠል ተገደዱ።

ሙስሊሞችም በ1924 ዓ.ኢ አቋቁመውት የነበረው የሙስሊሞች አንድነት ማኅበር በፍጥነት መልሰው ማደራጀት ጀመሩ። የንጉሡ ወንበር መልሶ ሳይጠና ብዙ ትብብሮች፣ ሰጥቶ-የመቀበል ድርድሮች መካሄድ ስለነበረባቸው በጊዜው የነበሩ ሙስሊሞች ጊዜውን ተጠቀሙበት። ከመንግሥት ጋር ለሚኖር ግንኙነት፣ ትብብር እና ድርድር ሰባት አባላት ያሉት

ኮሚቴ ተመሠረተ። ከሰባቱ አባላት አንዱ የእዚህ መጽሐፍ ባለታሪክ ሐጂ ራሕመቶ ረጃቶ ነበሩ።

በ1930ዎቹ የሙስሊም መብቶች ተደራዳሪ ኮሚቴ አባላት ዝርዝር

ተ.ቁ	የኮሚቴ አባላት ሥም	የወከሉት ሕዝብ (አካባቢ)
1	ሐጂ ራሕመቶ ረጃቶ/ሙኽታር	የሥልጤ፣ የጉራጌ እና የደቡብ ሸዋ ሙስሊሞችን በመወከል
2	ሸኽ ሙሣ ኦብሴ	የወርጂ ሕዝብ
3	ሐጂ ሀምዛ አብዶ	የወሎ ሕዝብ
4	ሐጂ አብዶ አርሲ	የባሌ እና አርሲ ሕዝብ
5	ሸኽ አባ-ኑሩ ሙሐመድ ሰዒድ	የጅማ ሕዝብ
6	ሸኽ አቡበከር ሸሪፍ	የሀረሪ እና የሀረር ሕዝብ
7	ሸኽ ሰዒድ ሙሐመድ ዑመር	የሰማሌ ሕዝብ

የሙስሊሞች አንድነት ማኅበር ባደረገው ግፊት እና ድርድር መንግሥት የሙስሊሞች ጉዳይ የሚከታተልበት እና የሚያይበት መምሪያ ለማቋቋም ተገደደ። በመሆኑም “የእስላሞች ጉዳይ መርማሪ ኮሚቴ” በሚል በሀገር ግዛት ሚኒስቴር ሥር ተመሠረተ። ኮሚቴው በአንድ በኩል እየገፋ የመጣውን የሙስሊሞች የመብት ጥያቄ ለመቆጣጠር እና ለመግታት የሚሠራ ነበር። በሌላ በኩል ደግሞ ግድ የሆኑትን

የትብብር እና የድርድር ሒደቶችን የሚመራ እና የሚያስፈጽም ሆኖ ሠርቷል።

“የእስላሞች ጉዳይ መርማሪ ኮሚቴ” በሀገር ፍቅር ማኅበር ሥር እንዲሆን ክቡር አቶ መኮንን ሀብተወልድ ንጉሡን አሳምነው አስወሰኑ። ይህንንም ያደረጉት ጉዳዩ በእርሳቸው እጅ እንዲያዝ ስለፈለጉ ነበር። በጊዜው የግብርና ሚኒስቴር እና የሀገር ፍቅር ማኅበር መሥራች እና መሪ ነበሩ። የሙስሊሞች ጉዳይ ኮሚቴ ወደ ሀገር ፍቅር ማኅበር መዛወሩ ሐጂ ራሕመቶ እና ሌሎችም ባይጠሉትም አልወደዱትም ነበር። ያልጠሉበት ምክንያት ሐጂ ራሕመቶ በሀገር ፍቅር ማኅበር በቦርድ አባልነት ይሠሩ ስለነበር ከክቡር መኮንን ሀብተወልድ ጋር የቅርብ ግንኙነት ነበራቸው። ያልወደዱበት ምክንያት ደግሞ ሚኒስትሩ በጉዳዩ ዙሪያ የነበራቸው የግል አቋም ከሙስሊሞች ጋር የማይጣጣም ስለነበረ ነው።

በሀገር ፍቅር ማኅበር ውስጥ የካህናት፣ የሙስሊሞች እና የሀገር በቀል ሃይማኖት (ባለውቃቤ) ዘርፍ ተብሎ የራሱ የቢሮ ኃላፊ ተመድቦለት ሲሠራ ቆይቷል። ለምሣሌ በ1936 እስከ 1942 ዓ.ኢ ክቡር አቶ ሰይፉ ድባቤ ዋና ተጠሪ እንደነበሩ የራሳቸው የታሪክ ሰነድ ያመለክታል።

ከነፃነት በኋላ ንጉሡ በአጭር ጊዜ ውስጥ መልሰው በማገገማቸው፣ ከውጪ (ከአውሮፓ) የተማሩ አያሌ ቢሮክራቶች በፖለቲካው ቁልፍ ቦታ መያዝ በመጀመራቸው፣ ንጉሡም ከሙስሊሞች መብት ጋር መቀራረብ በጊዜው የነበረው የመሳፍንት፣ የመኳንንት እና የባላባት አመለካከት

የሚያመጣባቸው ጣጣ በመስጋት ጭምር በብዙ ጥንቃቄ እና በብልሃት የሚይዙት ጉዳይ ሆነባቸው።
ስለሆነም በንጉሡ ዘመን ለሸኾች አንዳንድ ስጦታዎችን ከመስጠት፣ ለዒድ በዓሎች በቤተ-መንግሥት ከማስተናገድ፣ በ1961 ዓ.ኢ ቅዱስ ቁርዓንን ወደ አማርኛ ከማስተርጎም ባለፈ የመደራጀት፣ የአደባባይ የዒድ ከበራ እና ሌሎች መብቶች ዕውን ሳይሆኑ የ1966 የአብዮት ጎርፍ ንጉሡን አሰመጣቸው።
ደርግ መጥቶም በሀገሪቱ የብሔራዊ ሃይማኖት ፖሊሲን በማስቀረት፣ ሦስት ዒዶችን በብሔራዊ በዓልነት በማወጅ በሙስሊሞች ታሪክ ትልቅ ትዝታ እና ትውስታ ጥሎ አለፈ።

9.5 የመስጂድ አስተዳደር ኮሚቴ

የሙስሊሞች አንድነት ማኅበር በመንግሥት በኩል “የእስላሞች ጉዳይ መርማሪ ኮሚቴ” ተብሎ በሀገር ፍቅር ማኅበር ሥር ሲመራ የነበረው ሒደት ዘላቂነት ሊያገኝ አልቻለም። በተለያዩ ምክንያቶች የመንግሥት ባለሥልጣናት ባሳደሩበት ተጽዕኖ ሊፈርስ ችሏል።
ሆኖም ግን የመስጂዶች አስተዳደር ጉዳይ አሳሳቢ በመሆኑ እንደ ሸሪዓው ናዚር (አስተዳደር) መሾሙ ግድ ሆነ። በእዚህም መሠረት የመስጂዶች አስተዳደር ጉዳይ እንዲመሩ፡-

1. ሐጂ አቡበከር ሸሪፍ በዋናነት
2. ሐጂ ራሕመቶ ሪጃቶ/ሙኽታር በረዳትነት

ተመርጠው በመንግሥትም ዕውቅና ተሰጣቸው። የመስጂዶች አስተዳደር ኮሚቴ በጊዜው የነበሩ ጥቂት

መስጂዶችን በምክር እና በኢኮኖሚ ሲደግፍ አስከ አብዮቱ ቆይቷል። ሐጂ ራሕመቶ ረጃቶ ግን በ1953 ዓ.ኢ ከእዚህ ዓለም በሞት ስለተለዩ ሌሎች ሰዎች ተተክተው በምክትልነት አገልግለዋል።

ሐጂ ራሕመቶ በመስጂዶች አስተዳደር በምክትልነት በሠሩባቸው ዓመታት የሁሉንም መስጂዶች የውሃ፣ የመብራት እና የሠራተኛ ደሞዝ በብቸኝነት ሲከፍሉ እንደነበር ይነገራል። እርሳቸው በብቸኝነት ሲከፍሉ እንደነበር የታወቀውም ሲሞቱ ክፍያው ተቋርጦ ለሠጋጁ ወይም ለሌሎች ባለሃብቶች የድጋፍ ጥያቄ ሲቀርብ ነበር። "እስካሁን ይከፍል የነበረው ማነው? ለምን ተቋረጠ?" ሲባል ከሐጂ ራሕመቶ ሞት ጋር የተያያዘ መሆኑ ታወቀ። በሐጂ ራሕመቶ ሞት ሕዝቡም በብዙ አዘነ።

የሐጂ ራሕመቶ ሞት ያጎደለው ለቤተሰባቸው እና ለሥራቸው ብቻ አልነበረም። ለሕዝበ ሙስሊሙ ጭምር እንደሆነ በጊዜው የነበረ ሰው ሁሉ አስተውሎት አልፏል።

9.6 የመውሊድ ሥርዓታቸው

መውሊድ በሀገራችን ሃይማኖታዊ እና ባሕላዊ ይዘት ያለው ሆኖ ለብዙ መቶ ዓመታት ሲያገለግል ቆይቷል። በመላው የሀገራችን ክፍሎችም በደጋጎች ሲከናወን ኖርዋል። በእዚህም ሥርዓት የእስልምና ትምህርት በከፍተኛ ደረጃ ሊስፋፋ ችሏል። በተለይም ደግሞ በመውሊድ ሰበብ በየዓመቱ በሚሊዮኖች

የሚቆጠሩ ሰዎች ደህና ነገር (ሥጋ) በመብላት እና በመጠጣት ተደስተውበታል።

በየትም ዓለም እንዳለው በሀገራችን በሃብታም እና በድሃ መሀከል ያለው ልዩነት የተራራቀ ነው። ሃብታሞች ለድሆች የሚያካፍሉባቸው አያሌ ሃይማኖታዊ እና ባሕላዊ መንገዶች እና አሠራሮች ይገኛሉ። ለምሳሌ ዘካ፣ ሰደቃ፣ መውሊድ፣ ብድር፣ ስጦታ ወ.ዘ.ተን ማስታወስ ይቻላል።

በሀገራችን የመውሊድ ሥርዓት ሃብታሞች ለድሆች ከሚያካፍሉባቸው መንገዶች አንዱ ሆኖ በከፍተኛ ደረጃ ሲያገለግል ነበር/አሁንም ይገኛል። በሐጂ ራሕመቶ ረጃቶ ጊዜ ደግሞ የተዋጣለት የመውሊድ ጊዜ ነበር ማለት ይቻላል። በተለይም በአዲስ አበባ ከተማ ለሥራ ብለው ከገጠር የፈለሱ ወጣቶች፣ ኑሮ ያልተቃናላቸው አባቶች እና እናቶች፣ የሃይማኖት ሰዎች ወ.ዘ.ተ በብዛት ነበሩ።

ከቀያቸው እና ከአካባቢያቸው ተለያይተው በከተማ ኑሮ ውስጥ የሚሰቃዩ ብዙዎች ነበሩ። የኢኮኖሚ ችግር ብቻ ሳይሆን ማኅበራዊ ችግሮችም በስፋት ይታዩ እና ይገለጹ ነበር። በመሆኑም መውሊድ ለነዚህ የከተማ ችግሮች ሁሉ ከማቃለያ መንገዶች እና መፍትሔዎች አንዱ ሆኖ አገልግሏል። ችግሮቹ እስካልተፈቱ ድረስ ዛሬም ሆነ ነገም ሊያገለግል ይችላል።

ከእዚህ አኳያ የሐጂ ራሕመቶ የመውሊድ ሥርዓት ብዙዎችን አገልግሏል። በመኖሪያ ቤታቸው ግቢ ውስጥ በነበረው መስጂድ ውስጥ ዓመታዊ መውሊድ ይደረጋል። ለቤተሰብ እና ለቤተዘመድ በፉሪ መውሊድ ይካሄዳል። ወደ ትውልድ

አካባቢያቸው፣ ገጠር ሄደው መውሊድ ያደርጋሉ። በአዲስ አበባ የአም ሸኽ (ሸኽ አህመድ ዳለቲ) መውሊድ፣ በገጠር የአልከሲዬ እና የሌሎችም ታላላቅ ሕዝባዊ መውሊዶች ዝግጅት ውስጥ የነበራቸው ሚና ከፍተኛ ነበር።

"ሐጂ ራሕመቶ በጣም የተለዩ ናቸው። ለዑለማዎች እና ለደረሳዎቻቸው የነበራቸው ኺድማ (አገልግሎት) በቀላሉ የሚገለጽ አይደለም። ለመግለጽም ያስቸግራል። በእውነቱ በዛን ዘመን የነበሩ ብዙዎች ሰዎች የተለዩ ነበሩ። ዑለማዎችም፣ ባለሃብቶችም፣ ባለሥልጣኖችም ኃላፊነታቸውን የሚያውቁ እና ሚናቸውን ለመወጣት የሚታይ ሥራዎችን የሚሠሩ ነበሩ"

ሐጂ ራሕመቶ በመኖሪያ ግቢያቸው ውስጥ፣ ከዋና ቤታቸው በስተጀርባ በነበረው መስጂድ ውስጥ በየዓመቱ መውሊድ ያደርጋሉ። የሐጂ ራሕመቶ መውሊድ ዓሊሙ፣ ደረሳው፣ ችግረኛው ሁሉ በጉጉት የሚጠብቀው ነበር። ምክንያቱም በመውሊዱ የማይጠግብ ሆድ፣ የማይደሰት አዕምሮ አልነበረምና ነው።

ጥሩ ምግብ በልቶ፣ ከብዙ ወንድሞች እና እህቶች ጋር ውሎ፣ ኢልም (ሃይማኖታዊ ትምህርት) አግኝቶ፣ ዱዓ ተቀብሎ፣ ለሳምንትና ለወር የሚሆን ገንዘብ አግኝቶ መመለስን የማይናፍቅና የማይመኝ ማን ይኖራል? በተለይም ዓሊሞች እና ደረሶቻቸው በእጅጉ የተጠቀሙበት መድረክ እና መንገድ ነበር።

ከ20ኛው ክፍለ ዘመን ወዲህ ከተሞች በተለይም የአዲስ አበባ ሃብት እና ዝና በሀገሪቱ እየገነነ በመምጣቱ ከገጠር ወደ አዲስ

አበባ የመፍለሱ ሁኔታ ከፍተኛ ደረጃ ላይ ደርሶ ነበር፡፡ ወጣትና ጎልማሳው ለሥራ ፍለጋ፣ ዓሊሙ እና ደረሳው ለኪታብ (ለሃይማኖታዊ መጽሐፍ) ሰበብ ወደ አዲስ አበባ በገፍ ፈልሰዋል፡፡

በጊዜው በአዲስ አበባ ውስጥ ዲንም ሆነ ዱንያ የፈለገ ሰው ተጠቃቅሟል፡፡ ያም ሆኖ አብዛኛው ዓሊም እና ደረሳ በባለሃብቶች ድጋፍና ኸይራት ነበር የሚኖረው፡፡ የባለጸጎች እና ደጎች እጅ ላይ የነበረው ወገን መውሊድን፣ ሰደቃን፣ ዒዶችን፣ መጅሊስን (ለዱዓ መቀመጥ)፣ ለቅሶን እና ሠርግን በሚገባ ተጠቅሞባቸዋል፡፡

አዲስ አበባ እንደ ገጠር የተደራጀ፣ ወጥ የሆነ፣ በአንድ አካባቢ የሠፈረ የሙስሊም ሕዝብ ያልነበረበት ጊዜ ስለነበር መውሊድ ለሙስሊሙ መሰባሰብ፣ መገናኘት፣ መተዋወቅ፣ መደጋገፍ፣ መጠቃቀም የነበረው አበርክቶት አብዛኛው የዘመናችን ሰው ከሚገምተው በላይ ነበር፡፡ ይህንንም በመጠኑ ለመረዳት የታዋቂው ፀሐፊ፣ ክቡር አምባሳደር ሀሰን ታጁ፣ “መውሊድ” የተሰኘው መጽሐፍን ማንበብ በቂ ይሆናል፡፡

በሐጂ ራሕመቶ የመውሊድ ዓመታት (ከ1930ዎቹ እስከ 1950ዎቹ) ቀርቶ በ1980ዎቹ የእዚህ ታሪክ ፀሐፊን ጨምሮ ለአካዳሚ ትምህርት ከገጠር ወደ ከተማ የገባው የሙስሊም ወጣት በመውሊድ ምን ያህል እንደተጠቀመ ከመስካሪዎች አንዱ ነው፡፡ በመውሊድ የሚጠቀመው ሰው ዓይነት እና ብዛት በአግባቡ ማጥናት እና መመርመር ብንችል ብዙዎቻችን ለመውሊድ ክንዋኔዎች የበኩላችንን አበርክቶት ይበልጥ

ለመውጣት ያስችለን ነበር። ነገር ግን በሀገራችን በመሰል ነገሮች ዙሪያ የሚደረጉ የጥናት እና ምርምር ሥራዎች ውሱን በመሆናቸው የጋራ መግባባቶችን እያበዛን ለመሄድ አልታደልንም።

በሀበሻ መውሊድ የተጠቃሚው ብዛት እና ዓይነት ሰፊ ነው። የሀገራችን ዲነል-ኢስላም በአንደኛ ደረጃ ተጠቅሟል። ዲነል-ኢስላም የተስፋፋው በመጅሊስ (ሀድራ)፣ በመውሊድ፣ በሰደቃ፣ በኢስነይን (ሊቃዕ)፣ በመንዙማ ወ.ዘ.ተ ነው።

ሌላኛው ተጠቃሚ የሙስሊሙ ዑማ (ሕዝብ) በአጠቃላይ ነው። መውሊድ፣ መጅሊስ (ሀድራ)፣ ሰደቃ፣ ኢስነይን፣ መንዙማ ወ.ዘተ ለሙስሊሙ ዑማ (ሕዝብ) አንድነት፣ ወንድማማችነት እና እህታማማችነት ከፍተኛ ሚና ተጫውተዋል። የጋራ በጋራ ሆነው ከሰሜን እስከ ደቡብ፣ ከምስራቅ እስከ ምዕራብ አንድ ዓይነት ዓላማ እና ግብ አሲዘዋል። ዓሊሞች እና ደረሶቻቸው፣ ድሃ እና ችግረኛ፣ መንገደኛ፣ በዘመናችን ደግሞ የጎዳና ተዳዳሪዎች ወ.ዘ.ተ ተጠቃሚዎች ናቸው። በእዚህ ላይ ለመውሊድ ግብዓት የሚሆኑት (ሰንጋ፣ ጤፍ፣ ጫት፣ ቡና፣ ስኳር፣ ውሃ፣ ዕጣን ወ.ዘ.ተ) አምራቾች እና ሻጮች፣ በእነዚህ የሽያጭ ዝውውር በሚከፈለው ግብር መንግሥት የሚጠቀመው ጥቅም ከፍተኛ ነው።

የዘመናችን የትምህርት ሥርዓት አለማደጉ እና መጨንቀሩ አስቸገረን እንጂ በእንደዚህ ጉዳዮች ዙሪያ ሰፊ ጥናት ተደርጎ ጥቅም እና ጉዳቱን በትክክል ይበልጥ ማወቅ በተቻለን ነበር።

ለወደፊቱ ይቻለን ይሆናል። እስከዛው ድረስ በእንደዚህ አጋጣሚ ጥቆማዎችን መስጠትና ማስቀመጥ አስፈላጊ ይሆናል።

በሐጂ ራሕመቶ ትውልድ ዘመን ጫት መቃም እንደ ዘመናችን በወጣቱ ላይ የተስፋፋ አልነበረም። በዱዓ እና በመውሊድ ጊዜ ሽኾች፣ በዕድሜ የገፉ ትልልቅ አባቶች ለመቀማመጥ ያህል የሚጠቀሙበት ነበር። በመውሊድ ጊዜ እንኳ ወጣቶች ጫት አይቅሙም። የእዚህ መጽሐፍ አዘጋጅ በተካፈለባቸቸው ብዙ የቀደምት መውሊዶች ላይ እሱም ሆነ ሌሎች ወጣቶች ጫትን አልተጠቀሙም። የወጣቱ ሚና መውሊዱን መኻደም፣ ውሃ መቅዳት፣ ማንጠፍ፣ ማጽዳት፣ ቡና ማፍላት፣ እንጨት ማቅረብ፣ የመውሊዱ ምግብ ማዘጋጀት፣ መላላክ ወ.ዘ.ተ ሆኖ ኖርዋል። የእዛን ጊዜ መሰል ሁኔታዎችን መመለስ አስፈላጊ እና ጠቃሚም ይሆናል።

9.7 የእንግዶች ማረፊያነታቸው

ሐጂ ራሕመቶ ረጃቶ በቤትም በውጪም በእንግዶች የታጀቡ፣ የሚዘወተሩ ናቸው። እርሳቸውም አይሰለቻቸውም። ለእዚህም ነበር ቤታቸው፣ የሥራ ቦታቸውም በተለያዩ እንግዶች የሚዘወተረው። እንግዳን በንቀት ማየት፣ መገላመጥ፣ አለማስተናገድ በኢትዮጵያ ባሕሎች እና ሃይማኖቶች ሁሉ የተወገዘ መሆኑ ይታወቃል።

ሐጂ ራሕመቶ በግቢያቸው ውስጥ የሃይማኖት ሥርዓት የሚፈጸምበት እና እንግዶች የሚያድሩበት መስጂድ

ነበራቸው። ማንኛውም የሩቅ እንግዳ ሲመጣ በመስጂዱ ውስጥ የመዋል እና የማደር ነፃነት ነበረው። መስጂዱ በግምት እስከ ሃምሳ ሰዎችን ሊያሰግድ የሚችል ነበር። ከዋናው ቤት በስተኋላ ይገኝ ነበር።

በእዚህ መስጂድ ውስጥ የሚውል እና የሚያድር ሰው ተቋርጦ አያውቅም። ዘወትር የተለያዩ እንግዶች ነበሩበት። ሁሉም እንግዶች እንደ ፍላጎታቸው እና እቅዳቸው የሰነበቱትን ያህል ሰንብተው ይሄዳሉ። የሚሄደው ሲሄድ፣ ሌላ አዲስ ሲመጣ እና ሲጨመር እንግዶች የሌሉበት ቀን አልነበረም። በቀን በአማካይ ከአስር እስከ አስራ አምስት እንግዶች በመስጂዱ ውስጥ ይስተናገዱ እንደነበር ቤተሰቡ ያስታውሳል።

ሁሉም እንግዶች ቁርሳቸውን፣ ምሳቸውን እና እራታቸውን ከሐጂ ራሕመቶ ቤት ያገኛሉ። ለእዚህም ተብሎ ዘወትር ምግብ ይዘጋጃል። የቤት ሠራተኞች ለእንግዶች ጭምር የሚሆን ምግብ ያዘጋጃሉ። ያስተናግዳሉ። አዴ ራዲያ (የሐጂ ራሕመቶ ባለቤት) እንግዶችን ማስተናገድ ይወዳሉ። ሰው ሲበላ እና ሲጠጣ ማየት ያስደስታቸዋል። በመሆኑም ለእንግዶች “ስጧቸው! አቅርቡላቸው! ይብሉ! ይጠጡ!” ማለትን ያዘወትራሉ።

በእዚህ ሁኔታ በሐጂ ራሕመቶ ቤት በእንግድነት የተጠቀመው ሰው ቁጥር አላህ እንጂ ማን ሊያውቀው ይችላል? እንደ ዛሬው ዘመን ይህንን ያህል ሰው ቀለብኩ ብሎ መዝገብ የሚይዝ፣ ሪፖርት የሚያቀርብ፣ ጥናትና ምርምር የሚሠራ አልነበረም።

መዝገቡ በአላህ እጅ ብቻ ነበር። በመሆኑም የተቃሚው ቁጥርም የሚያውቀው እሱ ብቻ ነው።

ምዕራፍ አስር

10. ለባሕላቸው ያደረጓቸው ጥረቶች እና ምክሮች

ተወልደው ላደጉበት እና የመጀመሪያ ማንነታቸው ለተቀረጸበት ለሥልጤ እና ለሥልጤ ባሕል ያበረከቷቸው አስተዋጽኦዎች ተዘርዝረው የሚጨረሱ አይደሉም። ለማሳየነት አንዳንዱን ለመግለጽ እንሞክራለን።

በመጀመሪያ ለሥልጤ ሕዝብ የግዛት መጠበቅ እና ማስጠበቅ የከፈሉት መስዋዕትነት በግንባር ቀደምነት ይጠቀሳል። ሰፊው የሥልጤ ግዛት ዛሬ ድረስ ለመዝለቅ የቻለው በየአካባቢው በሚገኙ አባቶች እና አያቶች ያላሰለሰ ጥረት እና የየወቅቱ ተጋድሎ መሆኑ ይታወቃል። በሐጂ ራሕመቶ አያት ዘመን የሰሜን ምስራቅ የሥልጤ ግዛት ለመጠበቅ የተቻለው በአዝማች ጊባቶ አማካኝነት እንደነበር በክፍል አንድ ማውሳታችን አይዘነጋም።

በሐጂ ራሕመቶ ዘመንም ተመሳሳዩ የግዛት ማስጠበቅ ከፍተኛ ተጋድሎ ተከስቶ ነበር። የሥልጤ ግዛት ዋንኛ የትግል ሜዳ ሆኖ የቆየው የሰሜን እና የምስራቅ ክፍሉ ሆኖ ይጠቀሳል። በሌሎች አቀጣጫዎች (በደቡብ እና በምዕራብ) እንደማንኛውም ሕዝብ አካባቢ መጠነኛ ውዝግቦች ቢኖሩም የከፋ እና ብዙ መስዋዕትነት የሚጠይቅ አልነበረም። አሁንም እንደዛው እንደሆነ ይገለፃል። በሰሜን ምስራቅ እና በምስራቅ አቅጣጫ

ግን ከትውልድ ወደ ትውልድ የተሸጋገረ የግዛት ማስጠበቅ ትግልና መስዋዕትነት እያስከፈለ መሆኑ ይነገራል፡፡

ይህም የሆነው አካባቢው ለእርሻ እና ለከብት እርባታ ምቹ በመሆኑ ነው፡፡ አካባቢው ለም ነው፡፡ የተለያዩ የውሃ ዓይነቶች (ወንዝ፣ የተፈጥሮ ምንጮች እና ሐይቆች፣ ከፍተኛ የከርሰ ምድር ውሃ) ይገኙበታል፡፡ በመሆኑም ለበቆሎ፣ ለማሽላ፣ ለስንዴ እና ለሌሎችም የቆላማ አካባቢዎች የግብርና ምርት ከፍተኛ ተስማሚ አካባቢ ሆኖ ይጠቀሳል፡፡ ለቤት እንስሳት እርባታም እንዲሁ የተመቸ፣ ለግጦሽ አማራጭነት ሰፊ ቦታ ያለው ሆኖ ይገኛል፡፡ በእነዚህ እና በሌሎችም የኢኮኖሚ ጥያቄዎች ምክንያት የአካባቢው የግዛት ጥበቃ ትግል ከፍተኛ ሆኖ እስከ ዘመናችን ድረስ ዘልቋል፡፡

በሐጂ ራሕመቶ ዘመንም (በ1940ዎቹ) ከፍተኛ ትግል ተካሄዶ ነበር፡፡ ግዛቱን ለማስጠበቅ በትግል ላይ የነበረው የአካባቢው ሕዝብ በድንገት ተከበበ፡፡ ትጥቅና ስንቅ እንዳያገኝ ተደርጎ ከበባ ውስጥ ወደቀ፡፡ በእዚህ የመጨረሻ ጭንቅ ወቅት ሐጂ ራሕመቶ ንጉሡን አስፈቅደው በሒሊኮፕተር ምግብ እና መጠጥ ለሕዝቡ አቀረቡ፡፡ የመሬት ላይ ግንኙነት እና ድጋፍ ሙሉ ለሙሉ ተቋርጦ ነበር፡፡ መርዳት እና ሕዝቡን ማዳን የሚቻለው ከሰማይ በኩል ብቻ ሆነ፡፡ በወቅቱ ያንን ማድረግ የሚችሉት እና የቻሉት ሐጂ ራሕመቶ ብቻ ነበሩ፡፡ እርሳቸውም ጊዜ ሳያጠፉ ከፍተኛ የሆነ ድጋፍ በሒሊኮፕተር ለተከበበው ሕዝብ ከሰማይ አዘነቡ፡፡

በከበባ ውስጥ የነበረው ሕዝብ ተስፋ በቅጽበት ተለወጠ። ካለመኖር ወደ መኖር ተቀየረ። መብላት እና መጠጣት የቻለው ሕዝብም ከከበባው ሰብሮ ለመውጣት ቻለ። ከከበባው መክሸፍ በኋላ በተደረገው ድርድርም የሥልጤ ሕዝብ ግዛቱን በአስተማማኝ ጠብቆ ለመቀጠል ተቻለው። ድርድሩንም ያካሄዱት በሐጂ ራሕመቶ ሙሉ ድጋፍ የቅርብ ወዳጅ የሆኑት ቀኛዝማች ሻምሮ፣ ገራድ ወልዴ ደልኬሮ እና ሌሎችም የጊዜው የሕዝብ መሪዎች ነበሩ።

ቀኛዝማች ሻምሮ በጃኖሄ ዘመን የስምንት ሰንጋ ስልጤ ግዛት የሕዝብ ተወካይ ነበሩ። የሥልጤን ግዛት በመጠበቅ ሥመ ጥሩ መሪ ሆነው ይገለፃሉ። ከሐጂ ራሕመቶ ጋር በነበራቸው ግንኙነት በዘመናቸው አያሌ የተሳኩ የሕዝብ ሥራዎችን ለመስራት መቻላቸው ይነገራል።

በእዚህ የግዛት ትግል ወቅት የሐጂ ራሕመቶ ሚናን በተለያዩ መገዶች ሲገለጽ ይሰማል። ለምሳሌ ከበባውን የፈጸሙት ሰዎች ዋና መሪ በሐጂ ራሕመቶ አስተባባሪነት፣ በንጉሠ ነገሥቱ ፈቃድ በመንግሥት ወታደር ተይዘው አዲስ አበባ አስመጡዋቸው። በመጨረሻም ችግሩ በብዙ ውጤት እንዲፈታ ተደረገ የሚል ይገኝባል።

10.1 ሥልጤዎችን በስፋት ወደ ከተማ መሳብ

ሐጂ ራሕመቶ ረጃቶ ለሥልጤ ካበረከቷቸው አያሌ ቁምነገሮች ውስጥ ተወላጁ ወደ ከተማ እንዲገባ ሰፊ በር ከፍተዋል።

የሥልጤ ተወላጆች ወደ ከተማ የመግባት ታሪክ ከርሳቸው በፊት የነበረ ቢሆንም በእጣት የሚቆጠሩ ብቻ ነበሩ። ሐጂ ራሕመቶ የኤ. ቤስ ኩባንያ የሰው ኃይል ዋና ኃላፊ (ካቦ) ከሆኑ ከኢጣልያ ወረራ (ከ1928) ቀደም ብሎ ጀምሮ አያሌ ተወላጆች ወደ አዲስ አበባ እንዲመጡ አስችለዋል። የበኩባንያው የሥራ ዘርፍ ብዙ ስለነበር በሁሉም ዘርፍ ተወላጆች የሥራ ዕድል እንዲያገኙ አስችለዋቸዋል።

የሥልጤ ተወላጅ ከሌሎች የሀገራችን አካባቢዎች ከመጡ ሠራተኞች ጋር በኤ. ቤስ ኩባንያ፣ በሼል የነዳጅ ማደያ፣ በቄራ ድርጅት ወ.ዘ.ተ በእርሳቸው አማካኝነት የተማራው ቁጥር ቀላል አልነበረም። በቀጥታ ከሀገር ቤት መጥተው ሥራ እስኪለምዱ ድረስ የቀን ሥራ በመስጠት፣ መጠለያ እና ምግብም በማቅረብ አሠልጥነው ለከፍተኛ የሥራ ደረጃ እና ኃላፊነት ያበቋቸው ተወላጆችም ብዙ ናቸው።

ለምሳሌ ሐጂ ሰዒድ ሚሽኬር በሼል የነዳጅ ማደያ ውስጥ እንዲሠሩ ካደረጉ በኋላ የኤ. ቤስ የደሴ ቅርንጫፍ የቆዳ ማጣሪያ ሙያ በማስተማር፣ በመጨረሻም በአስመራ ዋና የቆዳ ማጣሪያ ኃላፊ ሆነው እንዲያገለግሉ አስችለዋቸዋል። አቶ አህመዲን ሱለይማን ዑመርም ሐጂ ራሕመቶ በመሠረቱት የኢትዮጵያ ቄራ ድርጅት እንዲቀጠሩ በማድረግ በኋላ ላይም ለከፍተኛ የሒሣብ ሹምነት እንዳበቋቸው ይገልፃሉ። እንዲህ እያለ መቁጠሩ እና መዘርዘሩ ራሱን የቻለ መጽሐፍ ይወጣዋል።

አቶ ዴልታ ሙሐመድ ከገለጸልን መጃዎች አንዱ የሐጂ ራሕመቶ የሚከተለው ገጠመኛቸው ይገኝበታል፡፡

"አንድ የሥልጤ ተወላጅ እንደ ሌላው ተወላጆች ሁሉ በከተማ ሥራ ለማግኘት ወደ አዲስ አበባ ይመጣል፡፡ የሐጂ ራሕመቶ ኩባንያ ብዙ ሰው ይቀጥራልና እዛ ሂድ ይሉታል፡፡ ብዙ ቀናት መጥቶ በር ላይ ሥራ ፈላጊነታቸውን ከሚገልጹ ብዙ ሰዎች ጋር ሆኖ ሲንገላታ ይቆያል፡፡ ነገር ግን አልተሳካለትም፡፡ ችግሩን ለአንድ ዘመዱ ሲያማክር በቀጥታ ወደ ቤታቸው ሂድ፡፡ እዛም እንደ እንግዳ ግባና ባለቤታቸውን ታገኛቸዋለህ፡፡ ችግሩን ነግረህ 'በገልበ ደርም ቢዮን ይውጂኝ' (በመኝታ ላይም ቢሆን ንገሪልኝ) ብሎ ይሄዳል፡፡ በዕለቱ ማታ አዴ ራዲያ(የሐጂ ራሕመቶ ባለቤት) ወደ መኝታ ሲሄዱ የቀኑ ሰውዬ አደራ ትዝ አላቸው፡፡ ግለሰቡ እንዳለውም በመኝታ ሰዓት ላይ ለሐጂ ነገሯቸው፡፡ ሥሙ ማን ይባላል? ብለው ለአዴ ራድያ ሲጠይቋቸው ሥም አለመናገሩን መለሱላቸው፡፡ ታድያ በምን ይገኛል? ብለው ወደ እንቅልፋቸው ሄዱ፡፡ ጠዋት ይህንን ሰው ለማግኘት የተወሰነ ሰው ቅጥር ለማድረግ ፈለጉ፡፡ አስቀድመው የተመዘገቡ ሰዎች ሥም ዝርዝር ጠሩ፡፡ በመጨረሻም 'የገበልባሚ ሚሽ ባለሀ ነ ግበ' (የቁርበቱ/የመኝታው ሰውዬ ካለህም ጋባ) በማለት ደመደሙ፡፡ ሰውዬውም የእርሱ መልዕክት ሥራ መሥራቱን አውቆ 'እኔ ነኝ' ብሎ ገባ (ተቀጠረ)"፡፡

የሥልጤ ተወላጆች ወደ አዲስ አበባ ብቻ ሳይሆን በኤ. ቤስ ኩባንያ ቅርንጫፍ በነበሩባቸው ከተሞች ሁሉ (አዳማ፣ ዲላ፣ ጅማ፣ ደሴ፣ አስመራ፣ በጎሬ ወ.ዘ.ተ) እንዲሠራጩ አስችለዋቸዋል፡፡ ከአዲስ አበባ ወደ ደሴ፣ ጅማ፣ ዲላ ወ.ዘ.ተ

ቅርንጫፍ ተልከው ሲሰሩ ከቆዩ በኋላ እዛው ቋሚ ኑሮ በመመስረት ወልደውና ከብደው ኖረው ያለፉ፣ አሁንም በመኖር ላይ ያሉ አያሌ የሥልጤ ተወላጆች ይገኛሉ። ለምሳሌ ሐጂ ሰዒድ ሚሽኬር እና ቤተሰባቸው ረዥሙን የሕይት ዘመናቸው የኖሩት አስመራ ከተማ ውስጥ ነው። ከሥለጥኛ ይልቅ የአስመራ ትግርኛ የሚቀላቸው፣ አንዳንዶችም ሥልጥኛን የማይችሉ፣ የአፍ መፍቻቸው ትግርኛ የሆነ የቤተሰቡ ተወላጅ ሥልጤዎችም ይገኛሉ። ለምሳሌ በሥልጤ የባሕል ሥም መሠረት ሐጂ ሮራቶ፣ በኋላም ሐጂ ከማል ተብለው የሚጠሩ ሰው በ7/8 ዕድሜአቸው ጀምሮ አስመራ በመኖር እና በማደጋቸው ምክንያት ትግርኛ ከሁሉም ቋንቋዎች (ከአማርኛ እና ከሥልጥኛ) ይበልጥ ይቀርባቸዋል።

10.2 ለተወላጆች ያስተላለፉዋቸው መልዕክቶች

“ትምህርት ላይ አተኩሩ። የሥልጤ አፍ (የሥልጥኛ ቋንቋን) አትርሱ፣ ባሕላችሁን አትጣሉ” የሚለው መልዕክታቸው ከሁሉም ይበልጥ ጉልቶ ይሰማል። ይህም መልዕክት በጊዜአችን ትልቅ ቁምነገር መሆኑ የሚታይ ሆንዋል። ተወላጁ በሀገር ውስጥ እና በውጭ ሀገራት ከተሞች በስፋት እንደመኖሩ መጠን ምን ያህሉ ቋንቋውን እና ባሕሉን ጠብቆ በመኖር ላይ ይገኛል? የሚለው ትልቅ ፈተና በመሆን ላይ ነው።

ተወላጁ የሚኖርበት አካባቢ ቋንቋ እና ባሕል መልመድ አንድ ቁምነገር እንደመሆኑ መጠን የራሱ ወይም የማንነቱ ዋና መሠረት የሆነው የሥልጥኛ ቋንቋ እና ባሕል ይዞ መቀጠልም የእዛን ያህል ዋጋ ያለው ጉዳይ መሆኑን ማስገንዘብ ያስፈልጋል። ሐጂ ራሕመቶ ሲያስተላልፉት፣ ሲያስገነዝቡት አንዳንዴም ሲያስጠነቅቁት የነበረውም ይህንኑ ጉዳይ ነበር። "ትምህርት ላይ አተኩሩ። የሥልጤ አፍ (የሥልጥኛ ቋንቋን) አትርሱ፣ ባሕላችሁን አትጣሉ"

እርሳቸው በቤት ውስጥ አዘውትረው የሚናገሩት በሥልጥኛ ቋንቋ ነበር። ከቤሰብ እና ከቤተዘመድ ጋር ሥልጥኛን በስፋት ይጠቀማሉ። አደራውንም ያስቀመጡት እራሳቸው ከመተግበር ጋር ነበር። ይህንን የአደራ መልዕክት ስንቶቻችን ጠብቀነዋል? ስንቶቻችን ረስተነዋል? ስንቶቻችንስ መልዕክቱ መኖሩን ሰምተናል? አልሰማንም?

ምዕራፍ አስራ አንድ

11. በትምህርት ዙሪያ ያደረጓቸው ተጋድሎዎች

11.1 በሀገራችን የመጀመሪያው የማታ ትምህርት መርሃ-ግብር መጀመር

በትውልዱ ላይ የሐጂ ራሕመቶ ዋና አጀንዳ ትምህርት ነበር። ልጆቻቸውን ሴት ወንድ ሳይሉ በጊዜው የመሳፍንት፣ የመኳንንት እና የባላባት ልጆች በሚማሩባቸው ትምህርት ቤቶች አስገብተው አስተምረዋል።

ሐጂ ራሕመቶ እራሳቸው ለአንድም ቀን መደበኛ ትምህርት ቤት ገብተው አያውቁም። ነገር ግን እራሳቸውን በማስተማር ቁጥር እንድ ተጠቃሽ ናቸው። የፊደል (ማንበብ እና መፃፍ)፣ የሒሣብ፣ የቋንቋ ትምህርቶችን ያለ መደበኛ ትምህርት እና ትምህርት ቤት በራሳቸው ጥረት አብቅተዋል።

ልጆቻቸው ከመደበኛው ትምህርት ቤት እስከ ስድስተኛ ክፍል ከተማሩ በኋላ የአባታቸውን ፈለግ በመከተል በሥራ እና በትዳር ዓለም ውስጥ ራሳቸውን በብዙ ለማስተማር ጥረዋል። ለምሳሌ የመጀመሪያ ልጃቸው ፊታውራሪ ሙሐመድ በአፄ ምኒሊክ ትምህርት ቤት እስከ ስድስተኛ ክፍል ከተማሩ በኋላ ወደ ሥራ ዓለም ቢገቡም የሥራ ቢሯቸው የትምህርት ክፍላቸውም ጭምር አድርገው ይጠቀሙበት ነበር።

በቢሯቸው ውስጥ የመማሪያ ጥቁር ሰሌዳ (ብላክቦርድ) ሰቅለው፣ ጠመኔ እና ዳስተር አዘጋጅተው፣ መምህር ቀጥረው ራሳቸውን አስተምረዋል። በተለይም የእንግሊዝኛ ቋንቋን በሚገባ ለማጥናት በማሰብ መምህር ጥበቡ የሚባሉ አስተማሪን ቀጥረው በቢሯቸው ተምረዋል።

የእዚህ ዓይነቱ ጥረት በሁሉም ልጆቻቸው ታይቷል። የልጅ ልጆቻቸው ደግሞ በትምህርቱ በብዙ በማተኮር ከፍተኛ ደረጃ የደረሱ ብዙዎች ናቸው። አቶ ኸድር ሙሐመድ፣ ረዳት ፕሮፌሰር ሀሰን፣ ዶ/ር ተሒያ ዑመር፣ ኢንጂነር ሸረፈዲን ሙሐመድ ወ.ዘ.ተ መጥቀስ ይቻላል።

የሐጂ ራሕመቶ የትምህርት አጀንዳ በራሳቸው እና በልጆቻቸው ወይም በቤተሰቦቻቸው ዙሪያ ብቻ የታጠረ አልነበረም። የሙስሊሙ ማኅበረ-ሰብ በዘመኑ በአካዳሚ ትምህርት ወደ ኋላ ቀርቶ ስለነበር መሠረታዊ አጀንዳቸው በማድረግ ታግለውበታል። የትግላቸው ጅማሮ የታየው በፒያሳ ኑር (በኒ) መስጂድ ውስጥ የአካዳሚ ትምህርት የማስተማር መርሃ-ግብር በመክፈት ነበር።

ከመስጂዱ ጋር አብሮ የተመሠረተ “መድረሰተል ኢቲፋቅ ወይም የአንድነት-የመስማማት” ትምህርት ቤት በኋላም በ1953 መታወቂያ ሥሙ ፈትኸል-ኢስላሚያ (ፈትሕ ትምህርት ቤት) ተብሎ የተሰየመ የመንፈሳዊ ትምህርት ቤት ነበር። ይህንን መንፈሳዊ ትምህርት ቤት በመምህራን ደሞዝ፣ በሚያስፈልጉ ሌሎች አገልግሎቶች ከማገዝ ጎን ለጎን የዘመኑ

የአካዳሚ ትምህርት ማስተማሪያ የማታ ትምህርት ቤትም እንዲሆን አደረጉ።

በጊዜው የማታ ትምህርት ቤት በሀገራችን አልተጀመረም ነበር። የመጀመሪያው የማታ ትምህርት ቤት የሐጂ ራሕመቶ በኑር መስጂድ ያስጀመሩት ሆኖ ይጠቀሳል። በኢትዮጵያ መምህራን ማኅበርም ሆነ በቀዳማዊ ኃይለ ሥላሴ (በአሁኑ አዲስ አበባ) ዩኒቨርሲቲ የማታ ትምህርት የተጀመረው ከሐጂ ራሕመቶ መርሃ-ግርብር በኋላ እንደሆነ መረጃዎች ያመለክታሉ።

በአዲስ አበባ የማታ፣ የርቀት እና የክረምት የትምህርት መርሃ ግብር በኢትዮጵያ መምህራን ማኅበር የተጀመረው በመስከረም ወር/1942 ዓ.ኢ ነው። በቀዳማዊ ኃይለ ሥላሴ (በአሁኑ አዲስ አበባ) ዩኒቨርሲቲ አማካኝነት በመንግሥት ደረጃ የተጀመረው ደግሞ በ1951 ዓ.ኢ መሆኑ የጊዜው መረጃዎች ያመለክታሉ። የሐጂ ራሕመቶ የኑር መስጂድ የማታ ትምህርት መርሃ-ግብር የተጀመረው ከእነዚህ ሁሉ ቀደም ብሎ በ1930ዎቹ መሀከል ዓመታት አካባቢ እንደነበር በጊዜው የነበሩ ተማሪዎች እና መምህራን ያስረዳሉ።

በሐጂ ራሕመቶ የማታ ትምህርት ቤት ብዙ ተማሪዎች ነበሩ። የትምህርቱ ዓይነትም ሒሣብ፣ እንግሊዝኛ፣ ጂኦግራፊ እና የመሳሰሉት ይጠቀሳሉ። በጊዜው በተማሪነት ከተጠቀሙ ሰዎች መሀከል አንዱ የሆኑት ኢማም ሰሙንጉሥ ኢማም ሙዘሚል ኢማም ሱሩር የዐይን ምስክር ሆነው አጫውተውናል።

የተማሪዎች ዓይነት የተለያየ ነበር። በኑር መስጂድ መድረሳ በቀን ክፍለ ጊዜ የሃይማኖት ትምህርት ይማሩ የነበሩ ደረሳዎች፣ በቀን በተለያዩ ሥራዎች ተሰማርተው ይሠሩ የነበሩ ወጣቶችና ጎልማሶች፣ አንዳንድ በተለያዩ ትምህርት ቤቶች ይማሩ የነበሩ ተማሪዎች ይገኙባቸዋል። በኤ. ቤስ ኩባንያ ሥራ ለመቀጠርም የማታ ትምህርቱ ላይ ለመሳተፍ ፍቃደኛ መሆን አንዱ ቀድመ ሁኔታ እንደነበረም ይገለፃል። በመሆኑም ደረሳ፣ ሠራተኛ እና ተማሪ ብለን ልንገልፃቸው እንችላለን። የትምህርቱ ሰዓትም ከመግሪብ እስከ ኢሻ ነበር።

ሐጂ ራሕመቶ ረጃቶ የማታ ትምህርት ሀሣቡን ከማመንጨት ጀምሮ የሚያስፈልጉትን ወጪዎች ሁሉ በመቻል አስጀምረው አስቀጥለውታል። ለመምህራን ደሞዝ፣ ጥቁር ሰሌዳ፣ ዳስተር እና ቾክ፣ ለተማሪዎች ደብተር እና እርሳስ፣ የመማሪያ እና የማስተማሪያ መጽሐፍት፣ ሌሎች የማበረታቻ ስጦታዎች በየጊዜው ያደርጉ ነበር። አንዳንድ ጊዜም እራሳቸው ክፍል ገብተው ከተማሪዎች ጋር በመቀመጥ ትምህርቱን ይከታተሉ ወይም ይገመግሙ እንደነበር የመረጃ ሰጪዎቻችን ያስታውሳሉ።

በእዚህም የማታ ትምህርት መርሃ-ግብር በብዙ መቶዎች የሚቆጠሩ ደረሳዎች፣ ሠራተኞች እና ተማሪዎች የአካዳሚ ትምህርት ፍንጭ ለማግኘት ችለዋል። የሐጂ ራሕመቶ የማታ ትምህርት መርሃ-ግብር እስከ መጨረሻው ሊዘልቅ አልቻለም። በተለያዩ ውስጣዊ ምክንያቶች ማለትም በአንዳንድ ሰዎች በጎ ያልሆነ ስሜት በትምህርቱ አሳበው ከንጉሠ ነገሥት ቀዳማዊ

ኃይለ ሥላሴ ጋር ሊያጋጩዋቸው ሙከራ አደረጉባቸው። “የሙስሊም ልጆችን በማታ ያስተምራል። ምን እንደሚያስተምራቸው አናውቅም። ለመንግሥት ጥሩ ያልሆነ ሥልጠና እየሰጠ ሊሆን ይችላል” ወ.ዘ.ተ እያሉ አስወሩባቸው። የውስጥ ጠላቱ ግፊት ሲበዛባቸው ተማሪዎቹን ወደ ደጃዝማች ዑመር ሰመተር ትምህርት ቤት እንዲዛወሩ አድርገው ድጋፋቸውን በዛ በኩል ቀጠሉ። ደጃዝማች ዑመር ሰመተር ትምህርት ቤት ከአንዋር መስጂዱ ጋር በአንድነት የተሠራ ሲሆን ከመሥራቾቹም አንዱ ሐጂ ራሕመቶ ረጃቶ መሆናቸው አይዘነጋም።

የአዲስ አበባው ጥረታቸው ይህንን ሲመስል በገጠር ደግሞ ከእዚህ በሰፋ ሁኔታ ስኬት አስመዝግበውበታል። በትውልድ አካባቢያቸው በአሁኑ ሥልጤ ዘን፣ በቅበት ከተማ ውስጥ የመጀመሪያው የአንደኛ ደረጃ ትምህርት ቤት በማስገንባት የአካባቢው ትውልድን አስተምረዋል። በአሁኑ ጊዜ ትምህርት ቤቱ ሥልጤ ሁለተኛ ደረጃ ትመህርት ቤት ይሰኛል። የተመሠረተው በ1940ዎቹ አጋማሽ አካባቢ እንደሆነ በትምህርት ቤቱ ተምረው በመምህርነት ሙያ ለረዥም ዓመታት ያገለጉት ሐጂ ኸይረዲን አበጋዝ ሁሴን ሣሊያ ይገልፃሉ።

ትምህርት ቤቱ ከምስረታው እስከ 1953 ዓ.ኢ ድረስ ሐጂ ራሕመቶ ሙሉ ወጪውን በመሸፈን ሲያስተምሩ ነበር። እርሳቸው ከሞቱ በኋላ ሕዝብ እና መንግሥት ተረክቦት እስከ ዛሬ በማገልገል ላይ ይገኛል። በመሆኑም የትምህርት ቤቱ ሥም

በሐጂ ራሕመቶ መታሰቢያነት እንዲሆን የእርሳቸው እና የብዙ ሰዎች ፍላጎት መሆኑንም ሐጂ ኸይረዲን አዝማች ሁሴን ይናገራሉ።

11.2 የሥልጤ የማንነት ንቅናቄ ጅማሮ ጥረት

የመጀመሪያው የሥልጤ ማንነት ንቅናቄ ጥንስስ ወይም ጅማሮ ሐጂ ራሕመቶ እንደነበሩ የሚያመለክቱ መረጃዎችም ተገኝተዋል። በአዲስ አበባ ውስጥ የሥልጤ፣ የመስቃን፣ የሰዶ-ክስታኔ፣ የወለኔ፣ የዶቢ ተወላጆች በጉራጌ ሥም መጠራት የጀመሩት ከአዲስ አበባ ምስረታ በኋላ መሆኑ ይታወቃል። ከአዲስ አበባ ምስረታ በፊት ሁሉም በየአካባቢያቸው የራሳቸው መሬት፣ ሕዝብ፣ የመተዳደሪያ ሥርዓት፣ መሪዎች ያሏቸው በመሆናቸው አንዱ በሌላኛው ሥም የተጠራበት፣ የተገለጸበት እና የታወቀበት ጊዜ አልነበረም። እንደ ማንኛውም የጎረቤት ሕዝብ በባሕል፣ በታሪክ፣ በቋንቋ፣ የሚቀራረቡበት እንዲሁም የሚለያዩባቸው ነገሮች ያሏቸው ናቸው።

አዲስ አበባ በ1870ዎቹ ከተመሠረተች ጀምሮ የአካባቢው ተወላጆች ወደ አዲስ አበባ መጥተው ሲገናኙ በአካባቢያዊነት በመሰባሰብ አብረው መሥራት እና መኖር ጀመሩ። ይህም የሆነው በጊዜው የየሕዝቡ ተወላጅ በብዛት በአዲስ አበባ ውስጥ የማይገኝ በመሆኑ ነበር። ሥልጤው፣ ሰባት ቤት ጉራጌው፣ ቀቤናው፣ ወለኔው፣ መስቃኑ ወ.ዘ.ተ የእራሱ አካባቢ ተወላጆችን በአዲስ አበባ ውስጥ በስፋት ማግኘት

ይቸግረዋል። ስለሆነም አንድ ሥልጤ ወይም ወለኔ ወይም ሰባት ቤት ጉራጌ ወ.ዘ.ተ ካገኘው የአካባቢው ሕዝብ ተወላጅ ጋር ይበልጥ ይቀራረባል። አብሮ ለመብላት እና ለመሥራት ይፈቃቀዳል።

ይህም የሚሆነው ሁሉም የአካባቢው ሕዝብ በምግብ፣ በቤት አሠራር እና በመሳሰሉት አንድ ዓይነት በመሆናቸው ነው። የባሕል መቀራረቡም ከመልክዓ-ምድር አንድነት ጋር የተያያዘ መሆኑ አይዘነጋም። በቋንቋ፣ በታሪክ፣ በአንዳንድ ባሕሎች፣ በሃይማኖት፣ ዋናው እና መሠረታዊው በባሕላዊ የአስተዳደር ሥርዓት ወ.ዘ.ተ የተለያዩ መሆናቸው የታወቀ ነው።

በእዚህ ሁኔታ አብረው እየኖሩ፣ እየሠሩ የሰባት ቤት ጉራጌ ተወላጆች ይበልጥ በቤተ-መንግሥት አካባቢ ቅርበት፣ ተሰሚነት እና የተለያዩ ሥልጣኖች ለማግኘት ቻሉ። ይህም የሆነባቸው ምክንያቶች ብዙ ናቸው። አንደኛው እና ዋነኛው በአፄ ምኒሊክ የማስገበር ጦርነት ከሰባት ቤት ጉራጌ ተማርከው የመጡ ብዙ ወንዶች እና ሴቶች በቤተ-መንግሥቱ በታ-ቦታ እየያዙ መምጣት እና ከሌሎች የአካባቢው ተወላጆች በላይ ጎልቶ መታየት ነበር። የአፄ ምኒሊክ እናት ወ/ሮ እጅጋየሁ “ሰባት ቤት ጉራጌ ናቸው” ተብሎም በአካባቢው ተወላጆች ይታመናል። ብዙ የሰባት ቤት የጦር አበጋዞች፣ በኋላ ጀነራሎች በቤተ-መንግሥቱ ውስጥ መፈጠር ቻሉ። ይህም የሆነው የሥልጤ፣ የወለኔ፣ የመስቃን እና የሌሎችም የአካባቢው ሙስሊም ሕዝብ ተወላጆች በሃይማኖት ምክንያት ከቤተ-መንግሥቱ ጋር ለመቀራረብ ያለመፈለግ፣ ደጅ ለመጥናት

ያለመፍቀድ፣ በአጠቃላይም በማዕከላዊ መንግሥት እና በአካባቢው የሙስሊም ሕዝብ መሀል ከፍ ያለ መኮራረፍ ስለነበረ የሰባት ቤት ጉራጌ ያህል ተጠቃሚ ሊሆን አልቻሉም። በመሆኑም በቤተ-መንግሥቱ አካባቢ የሰባት ቤት ጉራጌ ሥም እና ዝና ከሌሎች የአካባቢው ሕዝብ ይበልጥ ከፍ ብሎ ታየ፣ ተሰማ።

የቤተ-መንግሥት አካባቢ ሰዎችም የሚያገኙትን የአካባቢው የሥልጤ፣ የወለኔ፣ የመስቃን፣ የሶዶ-ክስታኔ ወ.ዘ.ተ ተወላጆችን በጅምላ "ጉራጌ" ብለው መጥራት ጀመሩ። ይህም በጊዜው ከእነርሱ አንፃር ትክክል ነበሩ። ምክንያቱም የአካባቢው የሥልጤ፣ የሰባት ቤት ጉራጌ፣ የወለኔ፣ የሶዶ-ክስታኔ፣ የመስቃን፣ የማረቆ፣ የቀቤና፣ የዶቢ ተወላጆች ሁሉ በአዲስ አበባ የሚሠሩዋቸው ሥራዎች፣ የሚመገቧቸው ምግቦች እና የመሳሰሉት አንድ ዓይነት ወይም ተቀራራቢ የሆኑ በመሆናቸው ነው።

ሁሉም የአካባቢው ሕዝብ ተወላጆች በሌሎች ሰዎች "ጉራጌ" ተብለው መታወቅ እና መጠራት ለተወላጆቹ በጊዜው ምንም ግድ የሚጣቸው ጉዳይ አልነበረም። ምክንያቶቹም ሦስት ናቸው። አንደኛው ሁሉም የእራሱን ማንነት ጠንቅቆ የሚያውቅ፣ የማያሻማ፣ በገጠር በየሕዝቡ ያለው ማንነት የታወቀ፣ ምንም የማያጠራጥር ስለነበር ነው። ሁለኛው ምክንያት ከገጠር ወደ አዲስ አበባ የመጣው ተወላጅ ሠርቶ ለመብላት፣ እራሱን፣ የሀገር ቤት ወላጆቹን እና ቤተሰቡን ለመለወጥ እንጂ በየሕዝቡ ሥም ቢታወቅ መልካም፣

ካልሆነም አጀንዳው አልነበረም። ሦስተኛው ምክንያት በእርግጥም የአካባቢው ተወላጆች የሚቀራረቡ በመሆናቸው፣ ሰፊ የባሕል፣ የታሪክ፣ የሃይማኖት፣ የቋንቋም መቀራረብ እና መመሳሰል መኖሩ በሌሎች ዓይን እንደ አንድ መታየታቸው አጠቃላይ የጋራ ጥቅም እንጂ ጉዳት ስላልነበረው ናቸው።

በአጠቃላይም የጂኦግራፊ አካባቢው ሕዝብ ተወላጆች በአንድ ሥም ቢጠሩ በጊዜው የሚያስከትለው ምንም ዓይነት የቀረበ ችግር አልነበረውም። በኋላ ሊመጣ የሚችለው ወይም የቻለው አደጋ አስቀድሞ ለመተንበይም የሚቻል አልነበረም።

የተለያዩ ተዛማጅ ሕዝብ ተወላጆች ቀድሞ በታወቀው በአንዱ ሕዝብ ሥም መጠራት በሀገራችን አዲስ ነገር አይደለም። የተለመደ ነው። ለምሣሌ እኛም የደቡብ ኢትዮጵያ ሰዎች ከገጠር ወደ አዲስ አበባ በመጣን ጊዜ የሰሜን ኢትዮጵያ ተወላጆች ሁሉ አንድ ዓይነት ይመስሉን ነበር። አማራ እና ትግራዋይን ለይተን ለማወቅ የቻልነው ቆይተን፣ አማርኛን አጣርተን መናገር እና መስማት ከቻልን በኋላ ነው። ከአማርኛ ውጪ የሚናገሩ የሰሜን ኢትዮጵያ ሰዎች ስናገኝ እና ስንሰማ መለየት ቻልን። ከእዛ በፊት በሃይማኖት፣ በአለባበስ፣ በአመጋገብ፣ በታሪክ ወ.ዘ.ተ ሁሉም የሰሜን ሰዎች አንድ ዓይነት ስለሚመስሉን ለይተን አናውቃቸውም ነበር።

በምስራቅ ኢትዮጵያም እስከ ቅርብ ጊዜ ድረስ ከመሀል ሀገር የሄደ ሰው ሁሉ፣ በአካባቢው ተወላጆች "አማራ" ተብሎ ነበር የሚታወቀው። ሥልጤው፣ ጉራጌው፣ አማራው፣ ሀዲያው፣

ወለኔው፣ ትግሬው ሁሉ አማራ ተብሎ ይታወቃል፣ ይጠራልም። ለምን እንደዛ ትላላችሁ? ሲባሉም የሚሰጡት መልስ፡-

"ሁላችሁም አንድ ዓይነቶች ናችሁ። አለባበሳችሁ (ሱሪ)፣ አመጋገባችሁ (እንጀራ)፣ የመጣችሁት በአንድ አቅጣጫ (ምዕራብ)፣ የምትናገሩት ቋንቋ አማርኛ ነው። እኛ በምን እንለያችሁ? እዛው አዲስ አበባ ሂዱና በእየማንነታችሁ ተመዳደቡ እንጂ ለእኛ ሁላችሁም አንድ ዓይነቶች ናችሁ ይሉን ነበር"።

ሁሉም የመሀል ሀገር ሰዎች አማራ መባላቸው ደግሞ በዳግማዊ አፄ ምኒሊክ ዘመን ወደ አካባቢው በወታደርነት ቀድሞ የገባው እና የታወቀው አማራ ስለነበር ነው።

ነገሮች በእዚህ ላይ እንዳሉ አንዳንድ የውጭ ሀገር አጥኚዎች ወደ ኢትዮጵያ መጥተው ሲጽፉ ከላይ በተጠቃቀሱ ድምር ምክንያቶች ሁሉ የተነሳ አካባቢውን ጉራጌ ብለው መፃፍ ጀመሩ። ለምሳሌ ኢንሪኮ ቸሩሊ (ኢጣሊያዊ)፣ ጄ. ስፔንሰር ትሪሚንግሃም (ጀርመናዊ)፣ ብላውከምበር እና ሌሎች ያዘጋጁዋቸው መጽሐፎች ይጠቀሳሉ። ይህም ቢሆን ለአብዛኛው የአካባቢው ልዩ ልዩ ሕዝብ ተወላጆች ብዙም መጥፎ ትርጉም አልሰጠም ነበር። የመጀመሪያው ምክንያት አብዛኛው ተወላጅ ምን እንደተፃፈ እንኳ እስከ ቅርብ ጊዜ ድረስ አያውቅም ነበር። ያወቁት ጥቂቶችም ብዙ ቅድሚያ የሚሰጧቸው የግል እና የጋራ ጉዳዮች ነበሩባቸው።

ሐጂ ራሕመቶ ነገሮች በእዚህ ሁኔታ ላይ ባሉበት ዘመን ነበር አዲስ አበባ መጥተው በሥራቸው የታወቁት። ከሥራ፣ ከግል

ስብእና እና ከሃይማኖት ውጪ የብሔረሰብ ማንነት ለየትኛውም የደቡብ ሕዝብ አጀንዳው ባልነበረበት ወቅት ሁሉም በጋራ በሚሰራበት እና በሚኖርበት ዘመን ላይ ነበሩ። ይህ በእዚህ እንዳለ የ1948ቱ ዓለም ዓቀፋዊ ኤግዚቢሽን መጣ። በሐጂ ራሕመቶ ዋና አስተባባሪነት በሌሎች ጉራጌ ተብለው የሚታወቁ የአካባቢው ተወላጆች ሁሉ በጋራ የጋራ ነገራቸውን ይዘው ቀረቡ። የጋራው የቤት አሠራር፣ ምግብ፣ መጠጥ (ሻሚት/ሻሚታ) አዘጋጅተው "የጋራ አካባቢያችን ይህንን ይመስላል" ብለው አሳዩ። ያቀረቡት የቤት አሠራር፣ የምግብ እና የባሕል መጠጥ በንጉሠ ነገሥቱ፣ በመሳፍንቱ፣ በመኳንንቱ እና በሌላውም እጅግ ተደነቀላቸው።

በመጨረሻም ላበረከቱት የላቀ ዝግጅት ከንጉሠ ነገሥቱ ሽልማት ሊቀበሉ ሲሉ አለመግባባት ተፈጠረ። ከሰባት ቤት ጉራጌ ተወላጆች ውስጥ "ሽልማቱን እኛ መቀበል አለብን" የሚል አቋም ይዘው ቀረቡ። ለምን? ሲባሉም ዝግጅቱ በጉራጌ ሥም ስለተዘጋጀ፣ ጉራጌዎች እኛ ስለሆንን ዓይነት ይዘት ያለው ነገር አመጡ። "ያዘጋጀነው በጋራ አይደለም ወይ? በዋናነትም ሚናችንን የተወጣነው (ብዙ ዋጋ የከፈልነው) እኛ አይደለንም ወይ? እንዴት በስተመጨረሻ እንደዚህ እንባላለን?" የሚል መከራከሪያ ከሐጂ ራሕመቶ እና ደጋፊዎቻቸው በኩል ተሰነዘረ። በወቅቱ ነገሩ ብዙ ተካሮ ነበር። ነገር ግን በመሀል አስታራቂዎች ተነስተው ሐጂ ራሕመቶ ብዙ ስለደከሙበት እርሳቸው ይቀበሉ ተብሎ ስምምነት ተደረሰ።

ሐጂ ራሕመቶ ከእዛ ጊዜ ጀምሮ ሥልጤነትን እና ሥልጤዎችን ይበልጥ መሰብሰብ እና ማንቀሳቀስ ጀመሩ። *"ማንነታችሁን ጠብቁ፣ አንድነታችሁን አጠናክሩ፣ በሥልጤ አፍ (በስልጥኛ) ተነጋገሩ"* ወ.ዘ.ተ እያሉ መምከር፣ መገሰጽና ማጠናከር ተያያዙት። *"ሒነት የሥልጤ አፍ ያወልካን ነ ግቦ" (በሥልጥኛ የምትናገር ና ግባ)* ብለውም በተለያዩ የሥራ ቦታዎች ሰፊ ዕድሎችን አመቻቹ።

ከሐጂ ራሕመቶ ሕልፈት በኋላ፣ በደርግ መንግሥት (ከ1966-1983) የማንነት ጉዳይ ለማንም አሳሳቢ አልነበረም። የነበረውን የብሔር ከፍ-ዝቅ የመንግሥት ፖሊሲ በማጥፋት ለሁሉም ሕዝብ የእኩልነት ደረጃን አሰፈነ። በሀገራችን ለነበረው የብሔር ወይም የነገድ ጥያቄ የጅምላ መልስ በመስጠት ከአጀንዳነት እና ከጥያቄነት አወጣው። በመሆኑም በደርግ ዘመነ መንግሥት በአምባገነን ወታደራዊ ሥርዓት አማካኝነት ግለሰቦች እንጂ ተለይቶ የተበደለ ወይም የተጨቆነ ብሔር አልነበረም። ስለሆነም የብሔር ነገር ምንም አሳሳቢ ጉዳይ እና ጥያቄ ስላልነበረበት ብሔርን አስመልክቶ የተንቀሳቀሰ የለም።

የኢሕአዴግ ዘመነ መንግሥት ሲመጣ የብሔር ወይም የነገድ ጥያቄ ከፍተኛ አጀንዳ ሆኖ ብቅ አለ። የሀገሪቱ ሕገ-መንግሥት የሥልጣን መሠረቱ ብሔር፣ ብሔረሰብ፣ ሕዝብ የሚል ሆኖ ተገኘ። የመንግሥት አስተዳደር መዋቅር በብሔር ላይ የተመሠረተ ሆኖ መጣ። የብሔር፣ ብሔረሰቦች፣ ሕዝቦች መብት በሚል ርዕስ፡-

"ማንኛውም የኢትዮጵያ ብሔር፣ ብሔረሰብ፣ ሕዝብ የራሱን ዕድል በራሱ የመወሰን እስከ መገንጠል ያለው መብቱ በማናቸውም መልኩ፣ ያለ ገደብ የተጠበቀ ነው" ተባለ።

በማዕከላዊ ደቡብ ኢትዮጵያ የሚገኙ የሥልጤ፣ የወለኔ፣ የመስቃን፣ የሰዶ-ክስታኔ፣ የዶቢ እና ሌሎችም የኢትዮጵያ ሕዝቦች የሕልውና አደጋ ከፊት ለፊታቸው ተደቀነ። ሕገ-መንግሥቱን ተከትሎ በመጣው የፌዴሬሽን ምክር ቤት በብሔር፣ ብሔረሰብነት አላውቃችሁም አላቸው። በመሆኑም በመንግሥት ለተነፈጉት የማንነት ነፃነት እና ለተደቀነባቸው የሕልውና ስጋት መንቀሳቀስ እና መታገል ጀመሩ። በዋናነት የሥልጤዎች የማንነት ትግል ከሁሉም ጎልቶ ወጣ። የማንነት ትግሉ ብዙ ፈተናዎችን ቢያስተናግድም በ1993 በተካሄደ ሕዝባዊ ውሳኔ ለድል በቃ። የሌሎች ጥያቄ በአመዛኙ በአመራር ብቃት ማነስ ምክንያት እስካሁን ሳይፈታ የውዝግብ ሜዳ ሆኖ ዘልቋል።

"ያቺ የሐጂ ራሕመቶ ንግግራቸው (በሥልጤ አፍ የምትናገሩ) የምትለዋ በሥልጤ የማንነት ትግል የመጀመሪያ ዓመታት አካባቢ ለነበረብን በአካባቢያዊ የመከፋፈል በሽታ ጥሩ መድሃኒት ሆነችን። አዘርነት-በርበሬ፣ አሊቾ-ዊሪሮ፣ ሁልባራግ ወ.ዘተ እየተባለ የጋራ አንድነት ማምጣት ችግር በሆነበት ሰዓት ቀዳሞቻችን እንዴት ነበር የሚግባቡት? በምን ነበር የጋራ አንድነታቸውን የሚገምዱት? ሲባል ይህች የሐጂ ራሕመቶ ንግግር አንዷ የቅርብ ጊዜ ማሳያ ሆና ቀረበች። እውነትም

ሁሉም በእዚህች ቃል ይስማማል (በሥልጤ አፍ)። በመሆኑም ሥልጤነት የሁሉም የጋራ ማንነት መገለጫ ሆኖ ቀረበ፣ ጸደቀም። በመሆኑም ሐጂ ራሕመቶ የመጀመሪያው የማንነት ጥረት ያደረጉ፣ ለጋራ ማንነት ሥልጤነት የመሰባሰቢያ መጠሪያ ሥም እንደሆነ የጠቆሙ እና ያሰዩ አባታችን እንደሆኑ እገነዘባለሁ"

በማለት አርቲስት እና ዲዛይነር ዴልታ ሙሐመድ ያብራራል።

ደማቅ አሻራ - በኢትዮጵያ ሰማይ ሥር - የሐጂ ራሕመቶ ሪጃቶ ታሪክ

ክፍል አራት

የቤተሰብ ሕይወት እና ዕረፍት

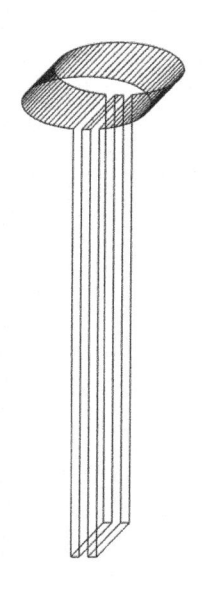

ምዕራፍ አስራ ሁለት

12. በእስልምና "በላጭ" የተባለውን የትዳር ሕይወት የመሩ እና የኖሩ አባት

ሐጂ ራሕመቶ እና አዴ ራዲያ የተጋቡት በአበ ረጃቶ ውሳኔ ነው። ጋብቻው የተካሄደው በሀገር ቤት ነው። አዴ ራዲያ ሀገር ቤት እየኖሩ፣ ሐጂ ራሕመቶ ከአዲስ አበባ ወደ ገጠር እየተመላለሱ ሦስት ልጆችን ካፈሩ በኋላ ነበር ወደ አዲስ አበባ ጠቅልለው የገቡት።

ሐጂ ራሕመቶ ከወጣትነት እስከ ጎልማሳነት፣ ከሀብት ወደ ሀብት እየሸጋገሩ ቢሄዱም፣ በሀገሪቱ (በኢትዮጵያ) ከፍተኛ የሀብት ማማ ላይ ቢወጡም ዕድል ከሰጣቸው የመጀመሪያ ባለቤታቸው (አዴ ራዲያ) ውጪ ሌላ ሚስት አላገቡም። ሌላ ተጨማሪ ሚስት እንዲያገቡ ብዙ ምክሮች፣ አንዳንዴም ወቀሳዎች፣ ሌላ ጊዜ ደግሞ እንዲያገቡ ፈተናዎች ደርሰውባቸዋል።

የአዴ ራዲያ የትውልድ ግንድ

ተ.ቁ	በአባት በኩል	በእናት በኩል
1	ዑመር	ዳኮ ኩልሲማ
2	አዝማች ዋቻ/ ዋጬ	አዝማች ሸጎ/ ገራድ አበኬ
3	አዝማች ቡቻ/ ቡጬ	አዝማች ዲሰን/ አውሊያካስ
4	አዝማች አሕመድ	አዝማች አሕመድ/ ገራድ ሻበ
5	አዝማች ሰዲሶ	

የነበሩበት ባሕል፣ ሃይማኖት እና የጊዜው ሁኔታ ከአንድ ሚስት በላይ ማግባት መፍቀድ ብቻ ሳይሆን የሚያበረታታ ነበር። በተለይም ሀብት እና ንብረት ያለው ወንድ እስከ አራት ሚስት የማግባት ዕድሉ እና ልምዱ ሰፊ ሆኖ ይታያል። ያም ሆኖ ሐጂ ራሕመቶ ይህንን የባሕል እና የሃይማኖት ዕድላቸውን ሊጠቀሙበት አልፈለጉም። "የመጀመሪያ ዕድሌ ከሰጠኝ ባለቤቴ ውጪ አላገባም። አላደርገውም" ብለው በመጽናት እስከ መጨረሻው ጸንተውበታል።

ይህ እንዴት ሊሆን ቻለ? የእዚህ መርህ አቋማቸው መሠረት እና ምንጩ ምንድነው? የሚለው ጥያቄ ጠቃሚ ትምህርት ይሰጠናል። ሐጂ ራሕመቶ የነበራቸው መርህ "ከባለቤቴ የጎደለብኝ ነገር የለም። ለምን ተጨማሪ ሚስት አገባለሁ!?" የሚለው ዋንኛ የመከራከሪያ መርሃቸው ነበር። "ባለቤቴ ልጆችን እየሰጠችኝ ነው:: ሙሉ ጤና ያላት እና ከርሷ ማግኘት ያለብኝን ሁሉ እያገኘሁ ነው:: የጎደለብኝ ነገር የለም" በማለት መካሪዎቻቸውን ሁሉ ሞግተዋል። ሆኖም መካሪዎቻቸው በእዚህ ምላሽ አልረኩም፣ አልተመለሱም።

"አላህ የሰጠዎት ሀብቶ እንኳን ለሁለት እና ለሦስት ሚስት ለሀገር የሚተርፍ በመሆኑ ለምን አይጠቀሙበትም? ካለዎት ልጆች ተጨማሪ ሌሎች ልጆች አፍርተው ዘርዎን ለምን አያበዙም? ከተለያዩ አካባቢዎች እና አቻዎችዎ ጋር የጋብቻ ዝምድና ለምን አይፈጥሩም? ወ.ዘ.ተ"

እያሉ ምክር እና ግሳጼያቸውን አጠናክረውባቸዋል።

ሐጂ ራሕመቶም "ይቅርብኝ። ከአንድ ሚስት በላይ ማግባት ከሚያስገኘው ጥቅም ጉዳቱ ያመዝናል። ሠላምን አይሰጥም።

የቤተሰብ፣ የልጆች ስምምነት አይገኝበትም። ትርፉ የርስ በርስ ጭቅጭቅ፣ ጥላቻ፣ ያለ አግባብ ውድድር እና ፉክክር ነው። በእዚህም የተነሳ የውስጥ ደስታ እና እርካታ ማጣት እና መቃጠል ነው። እኔ ተመችቶኛል ተዉኝ። ለልጆቼም-ለልጅ ልጆቼም የተሻለ ይሆንላቸዋል" በማለት ሲያብራሩ ኖረዋል። በእዚህ አቋማቸው እና አስተሳሰባቸው ደስተኛ ያልሆኑ ወዳጆች እና ዘመዶች በተለያዩ መንገዶች በማሳሳት ሁለተኛ ሚስት እንዲያገቡ የተለያዩ ወጥመዶችን ይፈጥሩባቸው ነበር። ለምሳሌ ቆንጆ የሆኑ ሴቶችን በማቅረብ፣ የተለያዩ ማማለያዎች እንዲዩ እና እንዲሰሙ በማድረግ ፈተና ላይ ጥለዋቸዋል። ከእነዚህ ፈተናዎች ውስጥ ጎልቶ የሚሰማው የጅማው አባ-ጅፋር ያደረጉት ነው።

12.1 የአባ-ጅፋር እና የቤተሰቡ ጥረት

አባ-ጅፋር ከወዳጃቸው ከሐጂ ራሕመቶ ጋር በጋብቻ ለመዛመድ በማሰብ ጭምር የቅርብ ዘመዳቸው የሆነች ቆንጆ ልጃገረድ መርጠው፣ ሽልመው እና ሸላልመው ለሐጂ ራሕመቶ ላኩላቸው። "የታዋቂው እና የታላቁ አባ-ጅፋር ስጦታን አይመልሱም" ተብሎ በቀረበላቸው የጋብቻ ዝምድና ዘመድ-አዝማድ ሁሉ ተደሰተ። "እኛን ባይሰሙን፣ አባ-ጅፋርን መቀበላቸው አይቀርም" ተብሎ ታመነ። በመሆኑም ሐጂ ራሕመቶ ሳይወዱ በግዳቸው የሁለት ሚስት ባለቤት የመሆናቸው ነገር የተረጋገጠ መሰለ። በዘመኑ ከአባ-ጅፋር ጋር ዝምድና ለመፍጠር የማይመኝ እና የማይጥር አልነበረም።

በመሆኑም አባ-ጅፋር እራሳቸው ዝምድና ጠይቀው የሚመልስ ሰው ይኖራል ተብሎ አይታሰብም። ተሰምቶም አያውቅም።

ሆኖም ግን ሁሉም ያልጠበቀው፣ ያልገመተው እና ያላሰበው ሆነ። ሐጂ ራሕመቶ አባ-ጅፋርን በከፍተኛ ትህትና አመስግነው፣ ልጃገረዷን በበኩላቸው ይበልጥ አስጊጠው እና አስውበው፣ በብዙ ስጦታዎች ሸልመው በታላቅ ክብር ወደ ጅማ እንድትመለስ አደረጉ። ዘመድ-አዝማድ እና ጓደኛ ተቆጣ። “ምንም ይሁን ምን እንዴት የታላቅ ሰው (የአባ-ጅፋር) ቃል፣ ምክር፣ ስጦታ አልቀበልም ይላሉ?” ተብሎ ብዙ ተወቀሱ፣ተገሰጹ።

የጅማው አባ-ጅፋር የተፈጠረውን ነገር አጢነው ከቁጣ እና ከቂም ተቆጥበው በሐጂ ራሕመቶ አቋም ላይ ተገረሙ፣ ተደነቁ። “እንዴት የዝምድና ጥያቄዬን ይመልስብኛል? እንደምን ቢንቀኝ እና ቢደፍረኝ ነው? ወ.ዘ.ተ” ዓይነት የጊዜው የበላይነት፣ አልነካ ባይነት ውስጥ አልገቡም። በተፈጥሯቸው ጥበበኛ እና ሃይማኖተኛ መሪ ስለነበሩ በሐጂ ራሕመቶ መርህ፣ አቋመ ጠንካራነት ይበልጥ ተማርከው ወዳጅነታቸውን ቀጠሉ።

ሐጂ ራሕመቶ እነዚህ ዓይነት ብዙ ፈተናዎች ተቋቁመው እና አልፈው እስከ መጨረሻው ከአዴ ራዲያ ጋር ብቻ ኖረው ለማለፍ በቁ። በእዚህ ሁኔታ እና ደረጃ ተጠብቆ የኖረው የሐጂ ራሕመቶ እና የአዴ ራዲያ ትዳር ምን ይመስል ነበር? ፍቅራቸው ምን ቢሆን ነው? አዴ ራዲያ ምን ዓይነት ሴት

ወይም ሚስት ቢሆኑ ነው? የሚሉ ጥያቄዎች መፈጠራቸው አይቀርም።

ሁለቱ ተጣማሪዎች (ሐጂ ራሕመቶ እና አዴ ራዲያ) በግል ምርጫ፣ በውጫዊ ውበት ተስበው፣ ተመራርጠው፣ ተጠናንተው እና ተፈቃቅደው የተጋቡ አይደሉም። ቢሆንም ፍቅራቸው ልዩ እና ጠንካራ እንደነበር ይነገራል። ይህንንም የሚገልጽ አንድ ክስተት ልጃቸው አዴ ዛሕራ ሐጂ ራሕመቶ ይናገራሉ።

ሐጂ ራሕመቶ በአንድ የዓረፋ በዓል ቀን በጠና ታመው ሆስፒታል ይገባሉ። አዴ ራዲያ ጨምሮ ቤተሰባቸው ሁሉ በዓሉን ትተው እና ረስተው በሆስቲታል ውስጥ የሐጂ ራሕመቶን የጤና ሁኔታ ይከታተላሉ። ሐጂ ራሕመቶ ደግሞ ያሳሰባቸው በዓረፋ በዓል የባለቤታቸው ደስታ መጓደል ነበር። በመሆኑም ወንድ ልጆቻቸው በአጠገባቸው ሲመለከቱ ተቆጥተው “እዚህ ምን ታደርጋላችሁ? እናታችሁ ማን የበዓሉ እርድ ይፈጽምላታል? በሉ በፍጥነት ሂዱ። ለበዓሉ የሚደረገውን ሁሉ አድርጉላት። አንድም ነገር እንዳይጓደልባት አድርጉ” ብለው ይልኳቸዋል። አዴ ራዲያ ይህንን ሲሰሙ ይበልጥ ተረብሸው ብዙ አለቀሱ። ፈጣሪም ረድቷቸው ሐጂ ራሕመቶ ቶሎ ድነው ከሆስፒታል ወጡ።

የሐጂ ራሕመቶ እና የአዴ ራዲያ ሠላም እና ፍቅር የተሞላመት ጋብቻ እንደነበር ከሚገልጹ አያሌ መረጃዎች አንዱ በጋራ የመዝናናት ሒደታቸው ነበር። አቶ ጀማል ሙሐመድ አምዶቴ (የአዴ ሐሊማ ሐጂ ራሕመቶ ልጅ) እስከ አሁን የማይረሳቸው

የሁለቱ አያቶቻቸው ገጠመኝ አላቸው። አቶ ጀማል በአፍላ ወጣትነት ዕድሜአቸው የእስካውት አባል ነበሩ። ከዕለታት አንድ ቀን ከጃልሜዳ የእስካውት እንቅስቃሴዎች ተሳትፈው ወደ ቤት ሲመለሱ በቅድሚያ አያታቸው ቤት ጎራ ይላሉ። ይህ የሁልጊዜ ተግባራቸው ነበር። እንዲህም የሚሆነው በሐጂ ራሕመቶ ቤት ልዩ ልዩ የብስኩት ዓይነቶች በብዛት ስለማይጠፉ ለመቀማመስ ነው።

ሐጂ ራሕመቶ ከግቢያቸው ውጪ በር ላይ በመኪናቸው ውስጥ ሆነው ያገኙዋቸዋል። የእዛኔው ልጅ ጀማል አያታቸውን ሠላም ለማለት በመኪናው ውስጥ ይገባሉ። ከሠላምታው በኋላ ሐጂ ራሕመቶ ልጅ ጀማልን እያጫወቱ ትንሽ እንደቆዩ አዴ ራዲያ የሚበላ ነገር በአገልግል፣ የሚጠጣ ሻይ በቴርሙስና የመሰሰሉትን ይዘው ከግቢ ብቅ ይላሉ። አያቶቻቸው በግል ለመዝናናት የሆነ ቦታ ሊሄዱ መርሃ-ግብር ኖሯቸዋል ለካ። አዴ ራድያ ዕቃቸውን መኪና ውስጥ ካስገቡ በኋላ "የመኪና ጎማም ቢተነፍስ፣ ለክፉም-ለደጉም አንድ ሠራተኛ እንያዝ" በማለት ሀሣብ ያቀርባሉ።

"ሐጂ ራሕመቶ ወደ ኋላ ዞር ብለው እኔን እየተመለከቱ 'ይኸው አንድ ወታደር ይዘናል። ከእርሱ የበለጠ ምን ትፈልጊያለሽ? እሱ ይሻለናል' ብለው የመኪና ሞተራቸውን በማስነሳት ማሽከርከር ጀመሩ። የአያቴ ንግግር በውስጤ የሆነ አብዮት ሲያካሄድ ተሰማኝ። በእርግጥም ትልቅ ሰው፣ ብቁ ወታደር እና ጀግና የሆንኩ መሰለኝ። እነርሱ እየተጫወቱ፣ እኔ በውስጤ የትልቅነት መንፈስ እየተገነባ ገፈርሳ ደርሰን። ቦታ መርጠው፣ ምንጣፍ አንጥፈው፣

የሚበላውን እና የሚጠጣውን ከመኪና ውስጥ አውጥተው የተፈጥሮ አካባቢውን እየቃኙ መዝናናት ጀመሩ። እኔም ፈንጠር ብዬ ወዲህ-ወዲያ እያልኩ ወታደራዊ ቅኝቴን እና ጥበቃዬን መወጣት ጀመርኩ። እየጠሩ ሻይ እና ብስኩት ቢሰጡኝም ከእነርሱ ጋር አንድም ጊዜ ቁጭ አላልኩም። የደህንነት ጥበቃ ኃላፊነቴን ወደ መወጣቱ ላይ አዘነበልኩ። ነገሩ አሁን ላይ ሳስበው ይገርመኛል። የአያቴ ንግግር በአንድ ጊዜ ምን ያህል የትልቅነት፣ የብቁነት ሰውነት መንፈስ እንዳላበሰኝ ሳስብ እደነቃለሁ። ከእዛ ጊዜ ጀምሮ በውስጤ በራስ የመተማመን መንፈስ የተገነባ፣ የትም ብቁ የሆንኩ ሰው ዓይነት ይሰማኝ ነበር። በዕለቱ አያቶቼ በመስክ ተዝናንተው፣ ሳላስበው እና ሳልጠብቀው እኔን ብቁ ሰው አድርገው ተመለሱ።"

የቤተሰቡ የመዝናናት ነገር ሲነሳ ወንድም በያን ሐጂ ዑመርም ብዙ ትዝታዎች እንደታወሱት በስልክ አጫውቶኛል። እንደ እርሱ ገለፃ ሐጂ ራሕመቶ ሁለት ዓይነት የመዝናናት መርሃ-ግብር ነበራቸው። አንደኛው ከላይ በአቶ ጀማል እንደተገለጸው ባለቤታቸውን ብቻ ይዘው ወደ ተለያዩ የተፈጥሮ አካባቢዎች በመሄድ የሚያደርጉት ነው። ሌላ ጊዜ ደግሞ ልጆችን እና የልጅ ልጆችን ይዘው በመሄድ የሚደረጉ የመዝናኛ መርሃ-ግብሮችም ነበሩ።

በሐጂ ራሕመቶ መሪነት የቤተሰቡ የመዝናኛ ሕይወት ወ/ሮ ሲቲ ዓሊ ሐጂ ራሕመቶ ስትገልጸው የቤተሰቡ የኑሮ መንገድ (ስታይል) ልክ እንደ ንጉሣውያን ቤተሰብ (ሮያል ፋሚሊ) ዓይነት እንደነበር ነው።

“በወላጆቻችን እና በሌሎችም የቅርብ ቤተዘመዶች ሲገለጽ እንደሰማነው የቤተሰቡ ኑሮ ልክ እንደ ሮያል ፋሚሊ ዓይነት እንደነበረ ነው። ይህ ቀረሽ የሚባል የኑሮ እና የመዝናናት ደረጃ እንዳልነበር በብዙ መንገዶች ተደጋግሞ ሲወራ እየሰማን ነው ያደግነው”

“አባታችሁ በሌሉበት ቤት እና ሀገር ኑሮ ነው ብዬ ለመኖር አልፈልግም” አዴ ራዲያ

የሐጂ ራሕመቶ እና የአዴ ራዲያ የአንድ-ለአንድ ብቻ የጋብቻ ጥምረት እና ስምረት ከሚገልጹ ጉዳዮች አንዱን በመግለጽ መቋጫ እናድርግ። ሐጂ ራሕመቶ ወደ አኼራ ከሄዱ በኋላ አዴ ራዲያ በሕይወት የመኖር ፍላጎት እየቀነሰ በመምጣቱ እየታመሙ ሄዱ። ምንም የኑሮ ሁኔታ ባይጓደልባቸውም የመኖር ፍላጎታቸው በመቋረጡ ብቻ ጤንነታቸው ከዕለት-ዕለት እየተቃወሰ መጣ። ይህንንም የተመለከቱት እና ያስተዋሉት ልጆቻቸው “እባክሽ እናታችን አንድ ሁለት ዓመታት እንኳ ከእኛ ጋር ሁኚ። ወደ አኼራ ለመሄድ አትቁረጪ” ይሏቸዋል። የአዴ ራዲያ መልስ “አባታችሁ በሌሉበት ቤት እና ሀገር ኑሮ ነው ብዬ ለመኖር አልፈልግም” የሚል ነበር።

ልጆቻቸው እና ቤተሰቡ ቁርጡን አውቀው ሀዘን ላይ ወደቁ። አዴ ራዲያ እንዳሉትም ከሐጂ ራሕመቶ ሕልፈት በኋላ አንድም ቀን ሳይስቁ፣ ሳይደሰቱ፣ ሐጂ ራሕመቶ ካረፉ በዓመቱ (በ1954) አረፉ። ወደ ባለቤታቸው ሀገር (አኼራ ሄዱ)። በእዚህም ጉዳይ ልጆቻቸው፣ ቤተሰባቸው፣ ቤተዘመዳቸው፣

ታሪካቸው የሚያውቅ ሁሉ በሁኔታው እየተገረመ፣ እየተደነቀ ኖረ፡፡
ይበልጥ የሚገርመው ደግሞ የሁለቱ ባል እና ሚስት ዕድሜ በአንድ ዓመት ብቻ የሚበላለጥ፣ ወደ አኼራ የሄዱበት ዓመትም እንዲሁ በአንድ ዓመት የሚቀዳደም፣ ሁለቱም ወደ አኼራ የሄዱበት የዕድሜ መጠን አንድ ዓይነት (በ58 ዕድሜአቸው) የመሆኑ ነገር ነው፡፡ ይህ ሁሉ መገጣጠም በአጋጣሚ የሆነ ነው? ወይንስ ሌላም ሲር (ሚስጢር) ሊኖረው ይችል ይሆን? የሚለው ጥያቄ ሆኖ እስከ ዘመናችን ቀጥሏል፡፡ የሁለቱም አስከሬን በጉለሌ መካነ-መቃብር ጎን ለጎን እንዲያርፍ ተደርጓል፡፡ “ፍቅር እስከ መቃብር” ይሏል ይህ ነው፡፡

12.2 የሐጂ ራሕመቶ ልጆች እና ትውልድ

ሐጂ ራሕመቶ ረጃቶ ከመጀመሪያዋ እና ከመጨረሻዋ ውድ ባለቤታቸው አዴ ራዲያ ዑመር ጋር ሰባት ልጆችን አፍርተዋል፡፡ እነርሱም፡-

1. ፊታውራሪ ሙሐመድ
2. አዴ ሐሊማ
3. አዴ ፋጡማ
4. አበ ዓሊ
5. አዴ ዘምዘም
6. አበ ሡልጣን
7. አዴ ዛሕራ ናቸው፡፡

በአሁኑ ጊዜ ከአዴ ዛሕራ በስተቀር ሁሉም ወደ አኼራ ሄደዋል። ትውልድ ያልፋል። ትውልድ ይቀጥላል ነውና ልጆቻቸው እና የልጅ ልጆቻቸው በሀገር ውስጥ እና በውጭ ሀገራት በስፋት ይኖራሉ።

12.2.1 ፊታውራሪ ሙሐመድ ሐጂ ራሕሞቶ

ፊታውራሪ የሐጂ ራሕሞቶ የመጀመሪያ ልጅ ናቸው። የተወለዱት በ1910 ዓመተ ኢትዮጵያ ነው። ከአዴ ሀዲያ ሐጂ ዑመር እና ከአዴ አርመንጌ ዲባዮ ጋር ተጋብተው ብዙ ልጆችን አፍርተዋል። ባለቤታቸው አዴ ሀዲያ ሐጂ ዑመር የሥልጤ ተወላጅ ሲሆኑ፣ በስምንት ሰንጋ ሥልጤ፣ በአባት የኩነበር፣ በእናት የዑራጎ ጎሣ አባል ናቸው። ሁለተኛዋ ባለቤታቸውም አርመንጌ ዲባዮ የስልጤ ተወላጅ መሆናቸው ይታወቃል።

ፊታውራሪ የአባታቸው ድርጅቶችን (ለምሳሌ የቄራ ድርጅትን) ተክተው ከማስተዳደራቸውም በተጨማሪ በራሳቸው አያሌ የንግድ ሥራዎችን በመሥራት ይታወቃሉ። በመጀመሪያ አካባቢ የቆዳ ንግድ ውስጥ ተሠማርተው ነበር። በኋላ ላይ የቆዳ ሥራውን በመተው ወደ ቡና ቢዝነስ ተሸጋገሩ። ለረዥም ጊዜያት በዋናነት የሠሩትም የቡና ንግድን ነው። ጎሬ (ኢሉባቦር) ውስጥ የቡና ማጣሪያ እና መፈልፈያ ከፍተው ነበር። በኋላ ላይ የጎሬውን ዘግተው በአጋሮ ከተማ ውስጥ ግዙፍ ማጣሪያ እና መፈልፈያ ከፍተው ሠርተዋል። በወልቂጤ ከተማም ከእህታቸው ከአዴ ሐሊማ ባለቤት ከአበ ሙሐመድ ሐምዱቴ

ጋር ትልቅ የቡና ማበጠሪያ ድርጅት ነበራቸው። የወልቂጤው በቡና አዝመራ ላይ በተከሰተ ከፍተኛ መበላሸት ሊዘጋ ችሏል። የአጋሮው የቡና ድርጅት በ1967 ደርግ ወርሶታል።

ሁለት ትላልቅ የነዳጅ ማደያዎችም ነበሩዋቸው። አንደኛው በአዲስ አበባ፣ ጳውሎስ አካባቢ፣ ሁለተኛው ወሊሶ ከተማ ነበሩ። ከእነዚህ ሁሉ በተጨማሪም ሲኒማ ራስ አካባቢ አስር ትላልቅ ሱቆች፣ መርካቶ-ሲዳሞ ተራ ከአንድ ሺህ ካሬ በላይ የሆነ ቤት እና መጋዘን፣ በቄራ-ማሞ ካቻ ጋራዥ አካባቢ ሁለት የተለያዩ ለኤምባሲዎች የተሠሩ እና የተከራዩ ትልልቅ ቤቶች ነበሯቸው። የደርግ የዘረፋ እና የነጠቃ መንግሥት ሁሉንም ወርሶባቸዋል። በወረሳው ጊዜ ፊታውራሪ ሙሐመድ እንደ አብዛኛው በጊዜው እንደተወረሰበት ሰው ብዙ የአካል፣ የጤና እና የሕይወት ችግር ውስጥ አልወደቁም። ሁሉንም "ቀደረላህ!" በሚል ሁኔታ ልፈውታል።

ፊታውራሪ ሙሐመድ ሐጂ ራሕመቶ በሐምሌ ወር/1990 ወደ አኼራ ሄደዋል። ጀናዛቸውም በአዲስ አበባ፣ በቆልፌ መካነ-መቃብር በክብር አርፏል።

12.2.2 አዴ ሐሊማ ሐጂ ራሕመቶ

ከአበ ሙሐመድ አምዶቴ/አህመድ ጋር ተጋብተው አላህ የሰጣቸው ልጆችን አግንተዋል። የጋብቻ ዝምድናቸው አጋጣሚ ደስ የሚል ታሪክ ያለው ነው። ሐጂ ራሕመቶ ሀገር ቤት በይሄዱበት ወቅት በሆነ አጋጣሚ አበ አምዱቴ/አህመድ

ቤት ያድራሉ፡፡ አበ አምዱቴ በግብርና የሚተዳደሩ፣ ባለብዙ ሚስቶች እና ታዋቂ የሀገር ሽማግሌ ነበሩ፡፡

ሐጂ ራሕመቶ በአበ አምዱቴ ቤት ባደሩበት አጋጣሚ ልጃቸው ሙሐመድ የአባታቸውን ትዕዛዛትን ለመፈጸም ቀን ከለሊት ሲሠሩ ይመለከታሉ፡፡ አባታቸው አበ አምዱቴ ስለ ልጃቸው ሙሐመድ ሳሊህ (የተባረከ ልጅነት) ለሐጂ ራሕመቶ ያጫውታሉ፡፡ ሐጂ ራሕመቶ በጉዳዩ ተማርከው "ይህማ ለልጄ ሀሊማ አጬቸዋለሁ" በማለት ይናገራሉ፡፡

የሁለቱም ቤተሰቦች ተደስተው ጋብቻው ተፈጸመ፡፡ ጋብቻው የተፈጸመው ሁለቱም በሀገር ቤት ሆነው ነው፡፡ ሐጂ ራሕመቶ ለወጣት ሙሐመድ ልጃቸውን ሰጥተው እና ሥራም አመቻችተው ወደ አዲስ አበባ እንዲመጡ አደረጉ፡፡

ባል እና ሚስቱ ወለዱ፣ ከበዱ፣ ዘጠኝ ልጆችን አፈሩ፡፡ ሐጂ ሙሐመድ አምዶቴ የሥልጤ ተወላጅ፣ በኩነበር ጎሣ፣ በአበጋዝ ሰዲቅ የዘር ግንድ የተገኙ ናቸው፡፡

አዴ ሐሊማ ሐጂ ራሕመቶ ወደ አኼራ የሄዱት በግምት 5/6 ዓመትእንደሆነ ልጃቸው አቶ ጀማል ሙሐመድ ይገልፃሉ፡፡ አበ ሙሐመድ አምዱቴ ነጋዴ እንደነበሩ ከመገለጹ ውጪ ተጨማሪ መረጃዎች ለማግኘት የተደረገው ጥረት አልተሳካም፡፡

12.2.3 አዴ ፋጡማ ሐጂ ራሕመቶ

አዴ ፋጡማ ለወላጆቻቸው ሦስተኛ ልጅ ናቸው። የተወለዱትም አዲስ አበባ ነው። ፈጣሪ ከለገሳቸው መልከ-መልካምነት በተጨማሪ ደግነትን ከአባታቸው ሐጂ ራሕመቶ ወርሰዋል። ከመቀበል ይልቅ መስጠት የበለጠ ያስደስታቸዋል። እቤታቸው የመጣ ሁሉ በልቶ እና ጠጥቶ ብቻ አይመለስም ነበር። ወደ ቤቱ ሲመለስ ይዞት የሚሄድ ነገር ጭምር ያገኛል። አዴ ፋጡማ ግራዝማች ሙሐመድ ወርቂቾን አግብተዋል። በጋብቻውም ሦስት ሴት እና ሰባት ወንድ ልጆችን አፍርተዋል። ከእነዚህም በተጨማሪ ባለቤታቸው በሌላ ሚስት የወለዱዋቸው እና የባለቤታቸው ወንድም ልጆችን ጭምር አሳድገው ለወግ እና ማዕረግ አብቅተዋል። ይህም በጎ ተግባራቸው በባለቤታቸው ወገኖች ፍቅርን፣ አድናቆትን እና አክብሮትን አትርፎላቸዋል።

ግራዝማች ሙሐመድ መሐንዲስ፣ ገበሬ፣ ነጋዴ እና የሪልስቴት አልሚ ነበሩ። በብዙ የሀገራዊ ልማቶችም ተሳታፊ ሆነዋል። ለምሳሌ ከዓለም ገና እስከ ወላይታ ሶዶ የመንገድ ሥራ ድርጅት ውስጥ ከፍተኛ አስተዋጽኦ አበርክተዋል።

ግራዝማች ሙሐመድ የደርግ ለውጥ ከመምጣቱ አንድ ዓመት አካባቢ (በ1965 ወይም በ1964 አጋማሽ) ላይ ወደ አኼራ ሄደዋል። ከእዚህ ጊዜ በኋላ አዴ ፋጡማ ለአቅመ አደም እና ሐዋ ያልደረሱ አስር ልጆቻቸውን እናት እና አባት ሆነው የማሳደግ ሸክም አረፈባቸው።

ኃላፊነታቸው ያከበደው ከግራዝማች ሙሐመድ ሞት በኋላ በ1967 ዓ.ኢ በመንግሥት አዋጅ ብዙ ጋሻ የእርሻ መሬት፣ ብዙ ሺህ ካሬ ሜትር የከተማ ቤት እና መሬት የተወረሰባቸው መሆኑ ነው። በጊዜው ለመተዳደሪያ ተብሎ መንግሥት በቀበሌ በኩል በሚሰጣቸው የወር አበል መኖር ግድ ሆነባቸው።

አላህ ያመጣው በላዕ (ችግር) እራሱ እስኪመልሰው ድረስ በሰብር (ትዕግስት) እና በልበ ጠንካራነት ማሳለፍ ራሱ ችሎታ ይፈልጋልና ሁሉንም በጥበብ አሳለፉት። በእዚህም ምክንያት በእዛ አስቸጋሪ ዘመን ልጆቻቸው ላይ ምንም ዓይነት አደጋ ሳይደርስ አሳድገው ከአላህ ጋር ለቁም ነገር አብቅተዋል።

አዴ ፋጡማ ከልጆቻቸው እና ከልጅ ልጆቻቸው ጋር ኢትዮጵያ እና አሜሪካ እየተመላለሱ፣ በደስታ፣ በፍቅር እና በጤንነት ኖረዋል። ዞሮ-ዞሮ ከቤት፣ ኖሮ-ኖሮ ከመሬት እንደሚባለው ሆነና ሚያዝያ ወር/2011 (ሜይ 3/2019) ወደ አኼራ ሄደዋል። አስክሬናቸውም በሥልጤ ዞን፣ ሶብላ መንደር በሚገነው የቤተሰቡ መካነ-መቃብር ሥፍራ፣ ከባለቤታቸው ጎን በክብር አርፎ እስካሁንም በክብር ተጠብቆ ይገኛል።

12.2.4 አበ ዓሊ ሐጂ ራሕመቶ

አበ ዓሊ እስከ ስድስተኛ ክፍል ተምረው ወደ ሥራ ዓለም ገቡ። በተለያዩ የሥራ ዘርፎች ላይ ተሰማርው እንደነበረ ይነገራል። የቆዳ ንግድ (መርካቶ አመዴ ገበያ አካባቢ)፣ የዘይት መጭመቂያ፣ ሚኒ ሱፐር ማርኬት (አቡነ ጴጥሮስ አካባቢ)፣

የመኪና ጎማ፣ የልብስና ልዩ ልዩ ዕቃዎች መደብር (ሲኒማ ራስ አካባቢ) ወ.ዘ.ተ ሥራዎች ሠርተዋል።

አበ ዓሊ በጣም ደግ ሰው እንደነበሩ ይገለፃል። ቤተሰቡ እና ቤተዘመዱ በሙሉ በታላቅ ሀዘኔታ እና ፍቅር ሥማቸውን ያነሳል። ትሁት፣ ተግባቢ፣ ለሰው አዛኝ፣ ለጋሽ እንደነበሩ በመግለጽ ሁሉንም የሰው ልጆች የመልካም-ባሕሪያት ፀጋዎች ባለቤት መሆናቸውን ይመሠክርላቸዋል። አዴ ዘይነብ ፈታውራሪ ሙሐመድ አጎታቸው አበ ዓሊን “የደግ ሰው መጨረሻ” በማለት ይገልጧቸዋል። አዴ ዘይነብ፣ ሐጂ ኸድር እና ሌሎቹም በተመሳሳይ ስለ አበ ዓሊ ደግነት ተናግረው የሚጠግቡ አይመስሉም።

እራስን ለጉዳት የሚያደርስ ያህል ደግነት እንደነበራቸው ይነገራል። ነገር ግን ደግነታቸው የተፈጥሮ ልዩ ፀጋ ከሆነው ሰብአዊ ባሕሪያቸው የሚቀዳ እንጂ የሞኝነት፣ የአለአዋቂነት ወይም ያለማስተዋል እዳልነበረም ይገለፃል። ከራስ ጉዳት ይልቅ በሰዎች መርዳት እና ማገዝ ላይ ይበልጥ ተደሳች የነበሩት አበ ዓሊ ቸገረኝ-ጎደለኝ ወ.ዘ.ተ ላላቸው ሁሉ ያላቸውን በመስጠት ይታወቃሉ። አንዳንድ ጓደኞቻቸውም የተፈጥሮ ቀጥተኛ ሰብአዊ-ሰው መሆናቸውን በመመልከት የተለያዩ ነገሮች ጎደለን እያሉ ገንዘብ እየወሰዱ ያስቀሩባቸው እንደነበርም ይጠቀሳል። አበ ዓሊ የሰዎች ብልጠት እና ተንኮል ቢገባቸውም ከመስጠት መርሃቸው እና ደስታቸው ለመውጣት ሳይፈልጉ እስከ መጨረሻው ዘልቀውበታል።

"መስጠትም መሰጠት ነው። የመስጠትን ጸጋ ያልተሰጠተው ሰው ምንም ቢኖረው ሊሰጥ አይችልም" ያለው ማን ነበር!?
የአበ ዓለ ባለቤት አዴ ሰዱኔ/ዘይነባ አበጋዝ ዑመር ይባላሉ። በሱሙት ሰንገ ሠልጤ፣ የቆላማው አካባቢ፣ የዑራጎ ጎሣ ተወላጅ ናቸው። አዝማች ኬርስመ የሚባሉ ታዋቂ ወንድም ነበራቸው። አዴ ሰዱኔ/ዘይነባ የቤት እመቤት ነበሩ።
ወ/ሮ ሲቲ ዓሊ (የአበ ዓሊ እና የአዴ ሰዱኔ የመጨረሻ ልጅ) ስለ ወላጆችዋ ስትናገር ከልብ በመነጨ ስሜት እና ፍቅር ነው።

"አባቴን አላስታውሰውም። በልጅነቴ ነበር የሞተው። ያሳደገችኝ እናቴ ናት። እናቴ ዘወትር ስለ አባታችን ትነግረን፣ ታጫውተን ነበር። 'አባታችሁ አላህ ለጀነት ያድርገው። አብረን በኖርንባቸው የትዳር ዓመታት ምንም አላስቀረብኝም' በማለት በከፍተኛ ስሜት ትገልጽልን ነበር። እኛም ይህን ያህል? ብለን ስንጠይቃት 'እንዴት ዓይነት ወርቅ ሰው መሰላችሁ!?' በማለት ዘወትር ትመልስልን የነበረውን ነገር ሁልጊዜም ይገርመኛል"

አዴ ዘይነባ ተወልደው ያደጉት ገጠር ነው። ለትዳር ከታጩ በኋላ ለሠርግ አዲስ አበባ መጥተው የቅርብ ዘመድ ቤት ተቀመጡ። ወዲያውኑም ሠርጉ ተደርጎ አብረው መኖር ጀመሩ። አበ ዓሊም ባለቤታቸውን እቤት ውስጥ ብዙ የከተማ ዕውቀቶችን እና ሙያዎችን በማስተማር በአጭር ጊዜ እንዳበቋቸው ልጃቸው ወ/ሮ ሲቲ ትናገራለች።

"እናታችን እንደገለጸችልን እቤት ውስጥ ማንበብ እና መፃፍ አስተማረኝ። መኪና መንዳት አሠለጠነኝ። በመሆኑም ብዙ ጊዜ በማሽከርከር አግዘው ነበር። የእጅ ሙያ (ስፌት እና

ጥልፍ) ሁሉ አስተምሮኛል ወ.ዘ.ተ በማለት በአባታችን ስብዕና ተደንቃ እና ተገርማ ትመሰክርልን ነበር።"

አበ ዓሊ እና አዴ ዘይነባ ስድስት ወንድ እና አምስት ሴት ልጆችን አፍርተዋል። አበ ዓሊ ወደ አኼራ የሄዱበት ዓመት ለማወቅ አልተቻለም። አዴ ዘይነብ ግን በመጋቢት ወር/2016 ዓ.ኢ መሆኑ ከልጃቸው ከወ/ሮ ሲቲ ተገልጾአል። አዴ ዘይነብ ወደ አኼራ የሄዱበት በ80ዎቹ ዕድሜአቸው እንደሆነ የተገለጸ ሲሆን የተወለዱትም በ1930ዎቹ እንደሆነ ያመለክታል።

12.2.5 አዴ ዘምዘም ሐጂ ራሕመቶ

ከአበ ሲዲ ሙሐመድ ሀሰን ጋር ተጋብተው ኖረዋል። አበ ሲዲ ሙሐመድ በሰባት ቤት ጉራጌ የቸሃ ተወላጅ ናቸው። በአዲስ አበባ የታወቁ ነጋዴም ነበሩ። ፒያሳ አካባቢ የታወቀ የቤት እና የቢሮ ዕቃዎች መሸጫ መደብር ነበራቸው።

አዴ ዘምዘም ከባለቤታቸው ጋር ስድስት ልጆችን አፍርተዋል። ስለ አዴ ዘምሰም በተነሳ ቁጥር ሁሉም የቤተሰቡ አባል የሚናገረው መልበስ የሚወዱ እና የሚያውቁ፣ የተዋጣላቸው ዘናጭ ሴት እንደነበሩ ነው። "መልበስ ወይም መዘነጥ እንደ ዘምዘም!" የተባለላቸው ናቸው። በዘናጭነታቸው የአካባቢያቸው ሰው ሁሉ ያውቃቸው እና ይገልፃቸው እንደነበር ልጃቸው ወ/ሮ ሐያት ታስረዳለች።

"ከቤታችን ፊት ለፊት ያለው የቢስ ኩባንያ ሠራተኞች እንደነገሩኝ እናትሽ ከቤት ሲወጡ በሩቁ ስናያቸው 'ዘናጭዋ ሴትዮ ወጡ-ገቡ እንል ነበር, በማለት አጫውተውኛል"

አዘውትረው የሚለብሱትም የኢትዮጵያ ባሕላዊ ልብስ እንደነበረ ይገለፃል። ረዥም የሀበሻ ቀሚስ እና ባለ ጥለት ነጠላ ያዘወትራሉ። የውጭ ሀገር ልብስ የዐረቦቹንም ቢሆን አይወዱትም ነበር።
አዴ ዘምዘም ወደ አኼራ የሄዱት 2009 ዓመተ ኢትዮጵያ ነው። ወደ አኼራ በሄዱበት ጊዜ ዕድሜአቸው 70ዎቹ ይገመታል። ይህ ከሆነ የተወለዱት በ1940ዎቹ መጀመሪያ አካባቢ እንደሆነ ይጠቁማል።

12.2.6 አበ ሡልጣን ሐጂ ራሕመቶ

አበ ሡልጣን በሕንድ ሀገር በሚገኝ የእንግሊዝ ዩኒቨርሲቲ መማራቸው የሚገልጽ የሰነድና የቃል መረጃዎች ይገልፃሉ። የተማሩበት የትምህርት ዘርፍ ሰነዱ የሚገልጽ ባይሆንም አስተዳደር እና ፋይናንስ እንደሆነ ልጆቻቸው ያስረዳሉ።
ከውጭ ትምህርት ወደ ሀገራቸው እንደተመለሱ የተቀጠሩት አባታቸው በመሠረቱት የቄራ ድርጅት ነበር። ከድርጅቱም በጡረታ እስኪሰናበቱ ድረስ ወደ 50 ዓመታት ማገልገላቸው ይነገራል። ጡረታ የወጡት ወደ አኼራ ከመሄዳቸው 5/6 ዓመታት ቀደም ብሎ እንደነበር ልጆቻቸው ይገምታሉ።
በቄራ ድርጅት የሥራ ኃላፊነታቸውም የዕርድ ክፍል ኃላፊነት ሳይሆን እንደማይቀር ይገመታል። አብሮ አደጋቸው አቶ ጀማል ሙሐመድ በድርጅቱ የአንድ ዘርፍ ኃላፊ እንደነበሩ እንጂ የትኛው ዘርፍ ለማስታወስ አልቻሉም። ልጆቻቸውም እንደዚሁ “ኃላፊ” እንደነበሩ እንጂ የትኛው ክፍል ለይተው

አልገለጹልንም፡፡ የሥራ ሰዓታቸው የማታ እንደነበር፣ ከቀኑ አስር ሰዓት ወደ ድርጅቱ ሄደው ከምሽቱ ከአምስት እስከ ስምንት ሰዓት ይመለሱ እንደነበር ከልጆቻቸው በመገለጹ የዕርድ ክፍል ኃላፊ ለመገመት ተችሏል፡፡

አበ ሡልጣን የኢትዮጵያ እስካውት አባል እንደነበሩ የሚያሳይ የፎተ-ግራፍ እና የቃል መረጃ ያመለክታል፡፡ አቶ ጀማል ሙሐመድ እንደገለጹት ለረዥም ዓመታት በኢትዮጵያ እስካውት ውስጥ አገልግለዋል፡፡

ባለቤታቸው አዴ ሙሉ አህመድ ይባላሉ፡፡ የሰባት ቤት ጉራጌ ተወላጅ ናቸው፡፡ አዴ ሙሉ የተለያዩ የንግድ ሥራዎችን ይሠሩ ነበር፡፡ የጉልማ (የጉራጌ ልማት ማኅበር) የገንዘብ ያዥ ሆነው ለረዥም ዓመታት አገልግለዋል፡፡ አዴ ሙሉ አህመድ ስለ ባለቤታቸው አበ ሡልጣን ለልጆቻቸው ጥሩ ትዝታ የሚሆን ተርቢያ (ስልጠና) እንደሰጡዋቸው ልጆቻቸው ይናገራሉ፡፡

> *"ስለ ባለቤታቸው መልካምነት ተናግረው ሲጨርሱ እንደ እርሱ ዓይነት ባለቤት እንዳትጠብቁ፡፡ ቆማችሁ ትቀራላችሁ ታለን ነበር፡፡"*

አበ ሡልጣን የተወለዱበት ትክክለኛ ዓመት ማወቅ ባንችልም በአንድ ፓስፖርታቸው ላይ እ.አ.አ ጃነዋሪ 02/1943 የሚል ተጽፎ ይገኛል፡፡ ይህም በእኛ 1935 መሆኑ ነው፡፡ ነገር ግን በተለያዩ ጊዜያት በታደሱ ፓስፖርቶች የተለያዩ ዓመታት የተገለጸ መሆኑ ልጆቻቸው ያስረዳሉ፡፡ ስለሆነም የትኛው ትክክለኛ እንደሆነ ለመናገር ያዳግታል፡፡ ቢሆም በ1930ዎቹ አካባቢ እንደሆነ እንደሚጠቁም አያጠያይቅም፡፡ አበ ሡልጣን በግንቦት 25/2000 ዓ.ኢ ማረፋቸው ልጆቻቸው ይገልፃሉ፡፡

አዴ ሙሉም የተወለዱበት ትክክለኛ ዓመት ለማወቅ ያዳግታል። በአንድ ፓስፖርታቸው ውስጥ እ.ኤ.አ 1974 መወለዳቸው ተገለጾአል። በእኛ 1964 ይሆናል። እንደ ጥቁምታ ያህል እንጂ እርግጠኛ ሆኖ ለመናገር ያስቸግራል። ወደ አኼራ የሄዱት በነሐሴ 7/2014 እንደሆነ ያገኘናቸው ልጆቻቸው ገልጸውልናል።

12.2.7 አዴ ዛሕራ ሐጂ ራሕመቶ

ከአበ ዑመር ሙስጠፋ ጋር የጋብቻ ጥምረት ፈጥረዋል። ሐጂዑመር የትግረ-ወርጂ ሕዝብ ተወላጅ ናቸው። አባታቸው ሐጂ ሙስጠፋ ሐጂ ኢስማኢል በጣም የታወቁ ነጋዴ እና ባለ-ጠጋ ነበሩ። ሐጂ ራሕመቶ እና ሐጂ ሙስጠፋ የቅርብ ሳሂቦች (ጓደኛሞች) ነበሩ። የአዴ ዛሕራና የሐጂ ዑመር ጋብቻ በወላጆቻቸው መተጫጨት አማካኝነት የተከናወነ ነበር። ነገሩ እንዲህ ነው። መረጃውን ያካፈለን አቶ በያን ሐጂ ዑመር ነው። የወላጆቹን መገጣጠም እንደሚከተለው ይተርከዋል፡-

ከዕለታት አንድ ቀን ሐጂ ሙስጠፋ ሐጂ ኢስማኢል ሐጂ ነሲብ ለሚባል አንድ ዐረብ (የመኒ) ቤት ሊከራዩለት የሐጂ ራሕመቶ ቤት ግቢ ይሄዳሉ። የፎቅ ቤቱን እየተመለከቱ እያሉ ከፎቁ ጀርባ ግቢ ውስጥ ቆነጃጂት ልጃገረዶች እየተጫወቱ ልብስ ሲያጥቡ ተመለከቱ። “እነዚህ ልጆች የሐጂ ራሕመቶ ናቸው?” ብለው አጠገባቸው ለነበረ ቤት አዋቂ ይጠይቃሉ። “አዎን” የሚል መልስ አገኙ።

በዕለቱ ሐጂ ሙስጠፋ ሁለት ትርፍ አትርፈው ከግቢው ይወጣለሉ። ቤቱን ለጓደኛቸው ተከራዩ፣ ለልጃቸው ጋብቻ የምትሆን ልጃገረድ ተመለከቱ። ጊዜ አላጠፉም የሁለቱም የቅርብ ሰው የሆነውን ዮሱፍ ጉታጎን አስጠሩ። ቀልጣፋው፣ ጨዋታና ቁም ነገር አዋቂው ዩሱፍ ጎታጎ ከች አለ። ከሠላምታ ልውውጥ በኋላ "ሐጂ ራሕመቶ ያላገቡ ልጆች አሏቸው?" ሲሉ ይጠይቁል። "አዎን አንድ ያላገባች ልጅ አለቻቸው" ብሎ ይመልሳል።

"በል አሁኑኑ ሒድና ለልጄ ጋብቻ ጠይቅልኝ። ወደ ሌላ ከመሄድህ በፊት ይህን ጉዳይ አስቀድም። ውሎ ማደር የለበትም" ብለው ይሸኙታል። ዩሱፍ ጉታጎ ጉዳይ በማስፈጸም የሚቀድመው እና የሚስተካከለውም አልነበረምና በደቂቃዎች ሐጂ ራሕመቶ ዘንድ ከተፍ ይላል። በዕለቱ ያረፈደበትን እና የመጣበትን ጉዳይ ለሐጂ ራሕመቶ አጣፍጦ ያስረዳል። ለነገሩ ብዙም ያጣፈጠው ነገር የለም። ሐጂ ሙስጠፋም አጣፍጠው ጨርሰው ነው የላኩት።

ሐጂ አሰብ አደረጉና "እንዲያ ከሆነ ለምን እሱ አያናግረኝም? ለምን ሰው ይልካል? ጓደኛሞች አይደለንም እንዴ!?" ይላሉ ኮስተር ብለው። ዩሱፍ ጉታጎ "ልክ ነዎት። እሱ ነው መጠየቅ ያለበት" ብሎ ፈትለክ ብሎ ይወጣል። በነፋስ ፍጥነት ሐጂ ሙስጠፋ ዘንድ ደርሶ የተባለውን ይነግራቸዋል። የዕለት ሥራቸውን ባለበት አቁመው ወደ ሐጂ ራሕመቶ ይሄዳሉ። ቡናቸውን ፉት እያሉ በነገሩ ዙሪያ ይጨዋወታሉ።

"በእኔ በኩል ከአንተ የሚሻለኝ ሰው የለምና ተቀብያለሁ። ነገር ግን ልጅቱ የእኔ ብቻ አይደለችና ከእናትዋ ጋርም ተማክሬ አሳውቅሃለሁ" በማለት ይሸኙዋቸዋል። አዴ ራዲያ ጉዳዩን ለመቀበል ያንገራግራሉ። ምክንያታቸውም የታጨለት የሐጂ ሙስጠፋ ልጅ በጊዜው ያገቡ፣ ሚስት ያላቸው መሆናቸው ጉዳይ ነበር። ቢሆንም አለመውለዳቸውን፣ በዕድሜ የገፉ ሰው አለመሆናቸውን ከሌሎች ብዙ ማብራሪያዎች ጋር የጋብቻ ጥያቄውን እንዲቀበሉት ሐጂ ራሕመቶ ያሳምኑዋቸዋል።

ጋብቻው በወላጆች ተፈቀደ። በአላህ ዘንድም ጸደቀ። አዴ ዛሕራ እና ሐጂ ዑመር ተጋቡ። ወለዱ፣ ከበዱ። የሐጂ ራሕመቶ እና የሐጂ ሙስጠፋ የጓደኝነት ግንኙነትወደ ዘላቂ እና ቤተሰባዊ ደረጃ ተሸጋገረ። ጋብቻው የሰመረ እና ፍሬ ያለው ለመሆን በቃ። እንደተመኙት የሁለቱ ታላላቅ ቤተሰቦች ግንኙነት ዘለቄታ ያለው፣ በየዘመኑ ፍሬ የሚያፈራ ሆኖ ተገኝቷል። እነሆ የሐጂ ራሕመቶ ቤተሰብ ታሪክ ሲነሳ የሐጂ ሙስጠፋ ታሪክ ይነሳል፣ ይወሳል። የሐጂ ሙስጠፋ ታሪክ ሲወሳም ሐጂ ራሕመቶ መታወሳቸው አይቀርም።

አዴ ዛሕራ ሐጂ ራሕመቶ አሁንም በጥሩ የጤንነት ሁኔታ በአዲስ አበባ እና በአሜሪካ ይኖራሉ። ወላጅ ወልዶ ልጆችን ያሳድጋል፣ ለወግ-ማዕረግ ያበቃል፣ በተራው ደግሞ ልጅ ይጦራል ነውና በልጆቻቸው እና በልጅ ልጆቻቸው እየተኳደሙ (አገልግሎት እያገኙ) ይገኛሉ።

በአሁኑ ጊዜ የሐጂ ራሕመቶ ዘር አራተኛ ትውልድ ላይ ይገኛል። በመሆኑም የትውልዱ ብዛት አንድ መቶ ሀምሳ በላይ

እንደሚሆን ይገመታል። ትውልዱም በሀገር ውስጥ በብዛት በአዲስ አበባ እና በሌሎችም ከተሞች፣ ከእዛ ቀጥሎ በአሜሪካ፣ በአውሮፓ እና በዐረብ ሀገራት ተሰራጭቶ ይኖራል።

12.3 ማሳረጊያ

በእዚህ ክፍል ለመገንዘብ እንደሚቻለው ሐጂ ራሕመቶ እና አዴ ራዲያ በልጆቻቸው የትዳር ሕይወት ውስጥ ጉልህ ሚና እንዳላቸው እንረዳለን። በተለይም የሐጂ ራሕመቶ በአንድ ሚስት ብቻ መወሰን በወንድ ልጆቻቸው ላይ አባታዊ መርህ ሆኖ እንደቀጠለ እንገነዘባለን። ፊታውራሪ ሙሐመድ በሆነ አጋጣሚ ተጨማሪ ሚስት ከማግባታቸው ውጪ አንዳቸውም ከአንድ በላይ እንዳላገቡ ይታወቃል። ይህም በእዛ ዘመን፣ ለእዛ ዓይነት ባለጸጋ አባወራ ከአንድ ሚስት ጋር ብቻ የመኖር አባታዊ መርህ እና አቋም ምን ያህል እንደሠራ ያመለክታል።

በተጨማሪም ወንድ ልጆች ለሚስቶቻቸው እና ሴት ልጆቸችም ለባለቤቶቻቸው ምን ያህል ጠንካራ አጋሮች እንደነበሩ የሚያመለክቱን ታሪኮች በስፋት ይገኛሉ። ይህም የትዳር ታሪክ ለዘመናችን ትውልድ ብዙ ሊያስተምር እንደሚችል ጥርጥር የለውም።

ምዕራፍ አስራ ሦስት

13. የቤተሰብ እና ቤተዘመድ መሰባሰቢያ መድረኮች

13.1 የቤተሰብ ስብሰባዎች

ሐጂ ራሕመቶ ረጃቶ ቤተሰባቸውን (ልጆቻቸውን እና የልጅ ልጆቻቸውን) እና ቤተዘመዱን የሚሰበስቡባቸው አያሌ መድረኮችን እና መንገዶችን ፈጥረዋል። የመጀመሪያው እና ዋናው ዘወትር ምሽት፣ ከሥራ ሰዓት በኋላ ቤተሰቡ እና ቤተዘመዱ ሐጂ ራሕመቶ ቤት ይሰባሰቡበት የነበረው መድረክ ነው። በተለይም አባወራዎች ከእየቀኑ ሥራቸው በኋላ በሐጂ ራሕመቶ ቤት ዘወትር ይሰባሰቡ ነበር። ልጆቻቸው፣ የሴት ልጆቻቸው ባለቤቶች፣ ወንድሞቻቸው፣ የወንድሞቻቸው ልጆች እና ሌሎች የቅርብ ዘመዶች ዘወትር ምሽት በሐጂ ራሕመቶ ቤት ይገናኛሉ። ሌላ የተለየ ጉዳይ እስካልገጠማቸው ድረስ በእየቀኑ በእዚህ መድረኩ የሚቀር ሰው አልነበረም። አብዛኛው ሰውም በሐጂ ራሕመቶ ግዙፍ ግቢ ውስጥ ይኖር ስለነበር ዘወትር ምሽት በሐጂ ራሕመቶ ዙሪያ ለመሰባሰብ ምቹ እና ቀላል አድርጎላቸው ተገኝቷል። በጊዜው ወደ አስራ ሦስት አባወራዎች በሐጂ ራሕመቶ ሰፊ ግቢ ውስጥ ይኖሩ እንደነበር ይነገራል።

ዘወትር ምሽት የመሰባሰቡ ምክንያቶች ብዙ ናቸው፡፡ በሥልጤ እና በሌሎችም የደቡብ ኢትዮጵያ ሕዝቦች ባሕል መሠረት በየቀኑ መገናኘት የቤተሰብ እና የቤተዘመድ ግንኙነትን ያጠናክራል ተብሎ ይታመናል፡፡ የሥልጤ ሤረ ሥርዓትም ይህንን በስፋት ያስተምራል፡፡ አቀጣጫውን ያሳያል፡፡ ጥቅሞቹም ብዙ እንደሆኑ ያስተምራል፡፡ ከጥቅሞቹ መሀከልም፡-

1. የሥራ ልምድ እና መረጃ ልውውጥን ያፋጥናል፡፡
2. ሊያጋጥሙ የሚችሉ ችግሮችን ለመፍታት እና ለመረዳዳት ያስችላል፣
3. በምሽት ወደ አልባሌ ቦታዎች ከመሄድ ያድናል፣
4. ከቤተሰብ እና ከቤተዘመድ ጋር የመዝናናት ባሕልን ያሳድጋል ወ.ዘ.ተ ተብሎ ይገለፃል፡፡

ምሽት፣ ከሥራ መልስ በአባት ወይም በአያት ቤት መሰባሰብ በሀገር ቤት፣ በስልጤ እና አካባቢው ሕዝብ የተለመደ ባሕላዊ ተግባር ነው፡፡ በስልጥኛ እና በወለንኛ ዋሪሔ ይሰኛል፡፡ አያት በሕይወት ካሉ በርሳቸው ቤት፣ ከሌሉ በአባት ቤት፣ አባት በሕይወት የማይገኙ ከሆነ በታላቅ ወንድም ቤት ዋሪሔው ይካሄዳል፡፡

ሐጂ ራሕመቶ ረጃቶ ይህንን ሀገር በቀል ቤተሰባዊ መረጃ የመለዋወጥ፣ የመረዳዳት፣ የመደጋገፍ ዕውቀት እና አሠራር በከተማም አስቀጥለውት ነበር፡፡ አባቶች በሐጂ ራሕመቶ ቤት በምሽት ሲሰባሰቡ ብዙውን ጊዜ ልጆቻቸውን ይዘው ይመጣሉ፡፡ ሐጂ ኸድር ፊታውራሪ ሙሐመድ ሐጂ ራሕመቶ

ይህንን ክንውን እና ሒደት በልጅነታቸው ብዙ ጊዜ ተሳትፈውበታል። አባታቸው ፊታውራሪ ሙሐመድ ይዘዋቸው ወደ ሐጂ ራሕመቶ ቤት ይሄዳሉ ወይም ልጆች አስቀድመው ሐጂ ራሕመቶ ቤት ይመጣሉ። በምሽት ሰዓትም አባቶቻቸው ከሥራ በቀጥታ ወደ ሐጂ ራሕመቶ ቤት መጥተው፣ አመሻሽተው ልጆቻቸውን ይዘው ወደ ቤታቸው ይመለሳሉ። ይህ ሁኔታ እና ሒደት የተለመደ የዘውትር ተግባር ነበር።

አዴ ዘይነብ ፊታውራሪ ሙሐመድም የማታ መሰባሰቢያ ሥርዓቱን በሚገባ ያስታውሱታል። እርሳቸው ከአራት ዓመት ዕድሜአቸው ጀምሮ እስከ ትዳር መያዣቸው ድረስ በሐጂ ራሕመቶ ቤት ይኖሩ ስለነበር የዕየዕለቱ ክንውኖች በሚገባ ያውቋቸዋል። እንደ እርሳቸው ገለፃ የማታ ስብስቡ የተለየ ድባብ ነበረው።

> *"የቤተሰቡ እና የቤተዘመዱ አባወራዎች ማታ ከሥራ መልስ ከእነ ልጆቻቸው የሚያመሹት ከሐጂ ራሕመቶ ጋር ነው። ከሥራ መልስ ቤቱ ገብቶ የሚቀመጥ ወይም የሚያመሽ አልነበረም። እኛም ዘወትር በትልቅ ጀበና ቡና አፍልተን፣ የቡና ቁርስ አዘጋጅተን እንጠብቃለን። ቡናው የሚቀዳው ጀባ ተብሎ እና ተመርቆ ነው። ዱዓ ተደርጎበት ይጠጣል። ወንዶች ስለ ሥራቸው፣ ሀገራቸው፣ ዲናቸው ወ.ዘ.ተ ይጨዋወታሉ። እኛም ሴቶች በራሳችን የሥራ እና የኃላፊነት ጉዳዮቻችን ዙሪያ እናወራለን። በየቀኑ ምሽት ይህ ሕይወትና ሒደት ይከናወን ነበር። በጣም ደስ ይላል። ከሰው ጋር እየኖርን መሆናችን ያሳያል"።*

አስራ ሦስቱ አባወራዎች እና በኋላም የሐጂ ራሕመቶ ልጆች የራሳቸው ቤት ስርተው በተለያዩ አካባቢዎች መኖር በጀመሩት ጊዜም አልተቋረጠም፡፡ ሁሉም ከያሉበት ወደ ሐጂ ራሕመቶ ቤት እየመጡ የተለመደው የምሽት ጨዋታ፣ መዝናኛ፣ መረጃ መለዋወጫ፣ መመካከሪያ ግንኙነታቸውን ሲያካሄዱ ኖረዋል፡፡

የሚያሳዝነው ግን ሐጂ ራሕመቶ ወደ አኼራ ከሄዱ በኋላ ይህንን ዘመን የማይሽረው ዕውቀት እና አሠራር ያስቀጠለው ሰው አልተገኘም፡፡ የየቀኑ ዋሪሔን ማስቀጠል ባይቻልም አልፎ-አልፎ በአመቸ ሰዓት፣ በተናጠል እና በቡድን መጠያየቁ፣ መገናኘቱ እና መዘያየሩ ግን እስካሁንም እንደቀጠለ ነው፡፡

ሁለተኛው የቤተሰብ እና የቤተዘመድ መሰባሰቢያ መድረክ የሙስሊም ዒዶች ናቸው፡፡ በዒዶች ጊዜ ሰፊ ድግስ ይደረጋል፡፡ ቤተሰቡ እና ቤተዘመዱ ሁሉ በሐጂ ራሕመቶ ቤት ይሰባሰባል፡፡ በጋራ ይበላል፡፡ ዱዓ ይደረጋል፡፡ ጨዋታ ይካሄዳል፡፡ የዒድ ጊዜ ስብስቡ በአዴ ራዲያ (የሐጂ ራሕመቶ ባለቤት) ጊዜም ቀጥሎ ነበር፡፡ ሐጂ ራሕመቶ ቀድመው ወደ አኼራ በመሄዳቸው ቤተሰቡ እና ቤተዘመዱ አዴ ራዲያን መሠረት አድርጎ መሰባሰቡን አስቀጥሏል፡፡ በኋላ ላይ እርሳቸውም ወደ ማይቀረው ቤት (አኼራ) ሲሄዱ ተቋርጧል፡፡

ሌላኛው የቤተሰብ እና የቤተዘመድ ግንኙነት ከዚህ በጣም ሰፋ የሚል ነው፡፡ እሱም በጊዜው ከአዲስ አበባ ወጣ ብሎ በሚገነው፣ በአሁኑ ጊዜ በሸገር ከተማ ዙሪያ፣ ፉሪ ተብሎ

በሚታወቀው አካባቢ ዓመታዊ የቤተሰብ እና የቤተዘመድ መውሊድ ይካሄድ ነበር።

ይህ ዓመታዊ የቤተሰብ እና የቤተዘመድ መሰባሰቢያ መውሊድ ሁሉም የቤተሰቡ አባላት ያስታውሱታል። ሐጂ ኸድር ፈታውራሪ ሙሐመድ ስለ እዚህ ዓመታዊ የቤተሰብ እና የቤተዘመድ መውሊድ ብዙ ትዝታዎች አሏቸው። ከመውሊዱ አንድ እና ሁለት ቀን በፊት በጎች ተገዝተው፣ መርካቶ ሲዳሞ ተራ አካባቢ ይገኝ በነበረው በፊታውራሪ ሙሐመድ ቤት ግቢ ውስጥ ይቆያሉ። የበጎቹ ብዛት ከ4-5 እንደነበሩ ይገምታሉ። በቤተሰባዊው መውሊድ ቀን የአይሱዙ የጭነት መኪና መጥቶ በጎቹን፣ የማብሰያ እና የመመገቢያ ዕቃዎችን ጭኖ ወደ ፉሪ ይሄዳል። ልጆችም አንዳንዴ በጭነት መኪናው ሌላ ጊዜ ደግሞ ከአባታቸው እና ከአያታቸው ጋር በቤት መኪና ወደ መውሊዱ ቦታ እንዲሄዱ ይደረጋል።

የፉሪ የቤተሰብ እና የቤተዘመድ ዓመታዊ መውሊድ የሚያቅፋቸው አባላት ሰፊ ናቸው። በፉሪ በሐጂ ራሕመቶ ጋሻ መሬት ላይ የሚኖሩ ብዛታቸው 6 የሆነአባዎራዎች ከእነቤተሰቦቻቸው የመውሊዱ አካል ነበሩ። ሁሉም የኦሮሞ ተወላጆች፣ በእምነታቸውም ክርስቲያኖች እንደነበሩ ቤተሰቡ ይገልፃል። በመሆኑም በፉሪ የቤተሰብ እና የቤተዘመድ መውሊድ የሚታረደው ለሙስሊም እና ለክርስቲያን ተብሎ ነበር። ዝግጅቱ እና መስተንግዶው ለሙስሊም እና ለክርስቲያን ተብሎ ይከናወናል።

ከመግቡ በኋላ ሁሉም በጋራ ይጫወታል፣ ይዝናናል። ስለሆነም በፉሪ ዓመታዊ የቤተሰብ እና የቤተዘመድ መውሊድ የብዙ ብሔር ብሔረብ ተወላጆች (ከጋብቻ እና በፉሪ መሬት ከመኖር አንፃር)፣ የሙስሊም እና የክርስትና ሃይማኖት ተከታዮች በአንድነት፣ ለአንድነት የሚዘጋጅ ዓመታዊ መድረክ (መውሊድ) ሆኖ ይታወቃል።

13.2 የሐጂ ራሕመቶ ቤተሰብ ብዝሃዊነት እና አንድነት

"እኛ ብሔር ብሔረሰቦች ነን። በትንሷ ኢትዮጵያ እንመሰላለን" ወ/ሮ ሻዚያ ሐጂ ዑመር

ሐጂ ራሕመቶ ረጃቶ ከአንድ ብሔረሰብ (ስልጤ)፣ ቋንቋ (ስልጥኛ) እና ሃይማኖት (ኢስላም) የተገኙ ናቸው። ነገር ግን ኑሮአቸው፣ ሒደታቸው እና ሕይወታቸው ሁሉ ከሌሎች ባሕሎች፣ ብሔረሰቦች እና ሃይማኖቶች ጋር የተቀላቀለ፣ የተሳሰረ፣ የተጋመደ፣ የተዋሃደ ሆኖ እናገኘዋለን።

ወ/ሮ ሻዚያ ሐጂ ዑመር ሙስጠፋ ቤተሰቡ የብዝሃ ብሔር እና ሃይማኖት ውሕድነቱን አስፍተው እና አጥብቀው ይናገራሉ። አዴ ዛሕራ ሐጂ ራሕመቶም ቤተሰቡ በብዝሃ አንድነት ላይ የተመሠረተ መሆኑን ደጋግመው አጽንኦት ይሰጡታል። በጋብቻ ወቅት ዲን (ሃይማኖት) ካልሆነ በስተቀር ሌላ ምንም መሠረታዊ መስፈርት እንዳልተደረገ እና እንደማይደረግ ደጋግመው ይገልፃሉ።

በእዚህም ምክንያት ቤተሰቡ ከብዙ ብሔር ብሔረሰቦች ጋር መዛመዱን፣ መጋመዱን፣ አንድነት መፍጠሩን ያረጋግጣሉ። ወ/ሮ ሻዚያ ሐጂ ዑመር "እኛ ብሔር ብሔረሰቦች ነን። በትንሷ ኢትዮጵያ እንመስላለን" በማለት ያጠቃልሉታል። በሐጂ ራሕመቶ ልጆች ብቻ ብንመለከተው ከሥልጤ ውጪ ከኦሮሞ፣ ከሰባት ቤት ጉራጌ እና ከሌሎችም ጋር የተዛመዱ ናቸው። በልጅ ልጆቻቸው ደግሞ ከሌሎች የሀገራችን ሕዝብ እና ባሕል ጋር በጋብቻ ዝምድና ተሳስረው እናገኛቸዋለን። ከሱዳን፣ ከትግራዋይ/ኤርትራ፣ ከሶማሌ፣ ከሀረሪ ወ.ዘ.ተ ቤተሰቡ ተዛምዷል። ተጋብቷል።

የጋብቻ ዝምድ እና በሀገራችንም ሆነ በዓለም ትልቅ ሥፍራ ያለው መሆኑ ይታወቃል።

በሌላ በኩል ደግሞ ቤተሰቡን ከብዙ ብሔር እና ሃይማኖት ጋር ያገናኘው እና ያዛመደው ሥራ ነው። በሐጂ ራሕመቶ ረጃቶ ቤት፣ መሥሪያ ቤቶች፣ የግል የገጠር እርሻ ቦታዎች ወ.ዘ.ተ የተለያዩ ብሔረሰብ ተወላጆች እና ሃይማኖት ተከታዮች ሠርተዋል። ሐጂ ራሕመቶ ሥራ ወዳጅ እና ሙያ አክባሪ በመሆናቸው በሥራ የሚገናኙዋቸውን ሁሉ ያከብራሉ፣ ያቀርባሉ። በመሆኑም የቤት ሠራተኞችን ከልጆቻቸው ለይተው አይመለከቱም። ለምሳሌ የዓመት በዓል፣ በተለይም የዓረፋ ልብስ ለቤተሰቡ ሲሰፋ ለቤት ሠራተኞች ጭምር ነበር። ወንድ እና ሴት የቤት ሠራተኞች ከቤተሰቡ ልጆች እኩል እና አንድ ዓይነት ልብስ፣ በተመሳሳይ ቀን እና ሁኔታ ይዘጋጅላቸዋል።

በፉሪ እና በሌሎችም በታዎች በነበሯቸው የግል መሬቶች ላይ የሚሠሩ ገበሬዎች እንደ ቤተዘመዶቻቸው የመመልከት እና የመያዝ አቅም ነበራቸው። በመሆኑም በሥፍራዎቹ ላይ ይካሄዱ በነበሩ የቤተሰብ እና የቤተዘመድ ሰደቃዎች እና መውሊዶች ሁሉ ይሳተፋሉ። እነርሱን የለየ እና ያገለለ ምንም ዓይነት ነገር አይከናወንም፣ አይካሄድም።

13.3 በኦሮሞ ተወላጆች ዘንድ የክብር ማዕረግ ሥም ማግኘት

ሐጂ ራሕመቶ ከብዙ የኢትዮጵያ ሕዝብ ተወላጆች ጋር በብዙ መንገድ እና ዝምድና ተዛምደዋል፣ ተጋምደዋል። በተለይም ደግሞ ከኦሮሞ ወንድሞች እና እህቶች ጋር ሰፊ ግንኙነት እና ዝምድና ፈጥረዋል። በመኖሪያ አካባቢ ጉርብትና፣ በሥራ ግንኙነት፣ በጋብቻ ዝምድና ወ.ዘ.ተ የጠበቀ ግንኙነት እና ትስስር ሠርተዋል።

ለምሳሌ ከነጋድራስ ኤባ አባ-አያና ጋር በጣሊያን ሠፈር መኖሪያ ቤታቸው ጎረቤታሞች ነበሩ። ነጋድራስ ኤባ አባ-አያና የጅማ ኦሮሞ ተወላጅ ሲሆኑ የታዋቂው ባለሃብት ቀኛዝማች ኸድር ኤባ አባት ናቸው። እነዚህ አባት እና ልጅ በኢትዮጵያ ንግድ ታሪክ እንደ ሐጂ ራሕመቶ ሁሉ ሰፊ ሚና ያላቸው ሆነው ይታወቃሉ።

ሐጂ ራሕመቶ የሥራ ሸርክና የፈጠሩት ከታዋቂው የወርጂ ኦሮሞ ተወላጅ ከሆኑት ሐጂ ሙስጠፋ ኢስማኢል ጋር ነበር።

በእዚህም ከኦሮሞ ተወላጆች ጋር ሰፊ ቅርበት ፈጥረዋል። በተጨማሪም ሴት ልጃቸውን አዴ ዛሕራን ለሐጂ ሙስሐፋ ልጅ ለሐጂ ዑመር በመዳር ቋሚ ዝምድና ፈጥረዋል።

ከአዲስ አበባ ወደ ወርጂዎች ልዩ መንደር ዳለቲ በሚወስደው መንገድ ፉሪ አካባቢ በነበራቸው ሁለት ጋሻ መሬት ላይ የሚኖሩት እና የሚያለሙ የኦሮሞ ተወላጆች ነበሩ። በመሬታቸው የሚኖሩት እና በአጎራባች የነበሩ የኦሮሞ ተወላጅ ገበሬዎች ለሐጂ ራሕመቶ ልዩ ፍቅር እና አክብሮት ነበራቸው። በእዚህም ምክንያት በሥማቸው አይጠሯቸውም ነበር። በእነርሱ ዘንድ የሐጂ ራሕመቶ መጠሪያ ሥም "ጎፍታ፣ ጎፍታኪያ፣ ጎፍታኮ" የሚል ነበር። ይህም ታላቁ፣ የተከበረው፣ የላቀው ሰው እንደማለት ነው።

የሐጂ ራሕመቶ ከኦሮሞ ወንድሞች እና እህቶች ጋር የነበራቸው ግንኙነት በጣም ሥር የሰደደ ከመሆኑ የተነሳ እርሳቸው፣ ባለቤታቸው እና ልጆቻቸው ጭምር ኦሮምኛን በደንብ ይችሉ እንደነበር አዴ ዛሕራ እና አዴ ዘይነብ ይገልፃሉ። ሐጂ ራሕመቶ፣ አዴ ራዲያ (ባለቤታቸው)፣ አዴ ፋጡማ (ልጃቸው)፣ አዴ ዛሕራ (ልጅ) ኦሮምኛን እንደ ኦሮሞ ተወላጅ አቀላጥፈው ይናገራሉ።

በተለይም የአዴ ራዲያ ዑመር (የሐጂ ራሕመቶ ባለቤት) ኦሮምኛን ከእነ ምሳሌያዊ አነጋገሩ፣ ቅኔው እና ታሪኩ ጋር ያውቁት እንደነበር ይነገራል። በገጠር የተወለዱበት እና ያደጉበት አካባቢ ኦሮምኛ የሚነገርበት እንዳልነበር ይታወቃልና እንዴት ሊሆን ቻለ? ተብሎ ይጠየቃል።

የሚገኘው መልስ አዲስ አበባ ከገቡ በኋላ ከሠራተኞቻቸው፣ ከጎረቤቶቻቸው እና ከኦሮሞ ጓደኞቻቸው የተማሩት እንደሆነ ይገለፃል።

የሐጂ ራሕመቶ እና የአዴ ራዲያ አብዛኛው ሠራተኛ፣ ወዳጅ እና ጎረቤት የኦሮሞ ተወላጆች እንደነበሩ ይወሳል። ይህም የሆነው በአጋጣሚ እንጂ ሆነ ተብሎ ታቅዶ የተሠራበት እንዳልሆነም ይጠቀሳል። ኦሮሞዎች በነበራቸው/ባላቸው ደግነት፣ ቅንነት፣ ተግባቢነት ይበልጥ የቤተሰቡን ቀልብ ስበዋል፣ ተጋብተዋል፣ ተዋልደዋል፣ ተዛምደዋል።

13.4 ከሌሎችም ሕዝብ ተወላጆች ጋር የነበራቸው መዛመድ

የሐጂ ራሕመቶ ግንኙነት እና ዝምድና የአካባቢ፣ የብሔር፣ የሃይማኖት አጥር አልነበረውም። በተለይም የሰደቃ፣ የዘካተል-ፊትር፣ የዘካ፣ በሥራ የማብቃት ወ.ዘ.ተ ድጋፋቸው እና ስጦታቸው ለሁሉም የሚደርስ ስለነበር ከሁሉም አቅጣጫ ውዴታን አትርፈውበታል።

ለምሳሌ በትውልድ የሰሜን ሸዋ (አንኮበር-አልዩ አምባ) ተወላጅ የሆኑ፣ በዕድገት እና በእናት ከጅማ ኦሮሞ የተገኙት ሸኽ ሙሐመድ ሸኽ አህመድ የሐጂ ራሕመቶ ረጃቶ የቡና ምርት ዋንኛ አቅራቢ፣ ወዳጅ እና ጓደኛ፣ በኋላም ልጆቻቸውን በጋብቻ ያስተሳሰሩ ሆነዋል።

ታሪኩ እንዲህ ነው። ሸኽ አህመድጠይብ ወርቅፈለቅ በይፋት (አልዩ አምባ) የታወቁ ዓሊም ነበሩ። የጅማው አባ-ጅፋር

ዓሊም ወዳጅ እና አሰባሳቢ ነበሩና በደብዳቤ ጥሪ አደረጉላቸው። “ሕዝቤ የእስልምና ትምህርት በብዙ ይሻልና መጥተው ያስተምሩልኝ። የአላህ ምንዳ አላህ ይከፍለዎታል። እኔም በአቅሜ ምንዳዎን እከፍላለሁ” አሏቸው። ሸኽ አህመድጠይብም ጊዜ ሳያጠፉ ከይፋት ወደ ጅማ ተጓዙ። አባ-ጅፋርም ዓሊሙን በከፍተኛ ክብር ተቀበሏቸው። አንድ መቶ ላም እና በሬ፣ የሚሰፍሩበት መሬት፣ ከብዙ አገልጋዮች ጋር ሰጡዋቸው።

ሸኽ አህመድጠይብ በመንዝዋ ባለቤታቸው የወለዱት ልጃቸው ሙሐመድ በጅማ አድጎ ጎለመሰ። በ1928 ዓ.ኢ፣ በ23 ዓመቱ በራስ ሙልጌታ ጦር ሥር ማይጨው ዘመተ። ከዘመቻው በሠላም ተመልሶ የጅማ አባ-ጅፋር የቅርብ ቤተሰብ ልጅ ፋጡማ ሁሴን አባ-ዋሪን አገባ። በመቀጠልም በኢልም፣ በሥራ ከብረው ሐጂ ተባሉ። ሐጂ ሙሐመድ በቅጽል ሥማቸው ሙሐመድ ቀጭኑ ተብለው ይታወቁ ነበር። ታዋቂ የጅማ ቡና፣ ዝባድ እና ሌሎች ወደ ውጪ የሚላኩ የሀገር ውስጥ ምርቶች ነጋዴ ሆኑ።

የቡና ንግድን ከጅማ ወደ አዲስ አበባ በአውሮፕላን ይጭኑ ነበር። የእርሳቸው የቡና፣ የዝባድ እና ሌሎች ምርቶች በሙሉ ተረካቢው ሐጂ ራሕመቶ ረጃቶ ወይም ቤስ ኩባንያ ነበር። በጊዜው የአውሮፕላን ጣቢያው ጦር ኃይሎች ስለነበር የቤስ ኩባንያ መኪኖች በአውሮፕላን የሚመጣውን የሐጂ ሙሐመድ ሸኽ አህመድጠይብ የቡና፣ የዝባድ እና ሌሎች ምርቶችን ከጦር ኃይሎች ወደ ፒያሳ (ቤስ) ያጓጉዙ ነበር።

የሐጂ ሙሐመድ ዕቃ የሚዛን ሳይከፍል ገቢ እንዲሆን በሐጂ ራሕመቶ የተወሰነለት የኩባንያው ትልቅ የምርት አቅራቢ ለመሆን በቅተዋል። በጊዜው በጆንያ ሃያ አምስት (.25) ሳንቲም ለሚዛን ይከፈል ነበር። ሐጂ ራሕመቶ ሐጂ ሙሐመድ ቀጩኑን በማቅረብ፣ በማበረታታት እና ዘመድ አድርገው በመያዝ ቤተሰቡ በጋብቻ እስከመተሳሰር ደርሷል።

የሐጂ ሙሐመድ ቀጬኑ ሴት ልጅ ወ/ሮ ምንትዋብ የሐጂ ራሕመቶ የልጅ ልጅ ተባባሪ ፕሮፌሰር ሁሴን ፈ/ሪ ሙሐመድ ባለቤት ለመሆን ችለዋል። በእናት በኩልም የወ/ሮ ምንትዋብ እናት (የወ/ሮ ፋጡማ) አባት (አባ-ዋሪ)ም ከሐጂ ራሕመቶ ጋር ረዥም ዓመታት ሠርተዋል።

በእንዲህ ዓይነት ከጅማ አባ-ጅፋር ቤተሰቦች እና ዘመዶች ጋር በሥራ እና በጋብቻ ዝምድና ተሳስረው ተወዳጅዋል። የበፊት ሰዎች የወዳጅነት ትስስር መንገዶች እና ገመዶች ብዙዎች እና ጠንካሮችም ነበሩ።

13.5 "የዛኔው ትውል (ያ ትውልድ) ምን ዓይነት ነው?"

(የብዙዎች የግርምት ጥያቄ)

የሐጂ ራሕመቶን ታሪክ የሚያውቅ ሁሉ የቻለውን ያህል ተናግሮ በመጨረሻም የሚለው እና የሚቋጭበት ቃል ያጥረዋል። በሚያስገርም ሁኔታ ግን ብዙዎች ግርምታቸውን የሚገልጹበት መንገድ ይመሳሰላል። "የዛኔው ትውልድ! ያኔው ትውልድ ምን ቢሆን ነው እንዲህ ፍጹም የተለየ ሆኖ

የተገኘው?! በምን ምክንያት ነው?!" በማለት ግርምታቸውን እና አድናቆታቸውን ይገልፃሉ።

ይህንን የግርምት እና ያድናቆት ቃል ደጋግመው ከተጠቀሙት ሰዎች ውስጥ አንዱ ኢማም ሰሙንጉሥ ኢማም ሙዘሚል ናቸው። ኢማም ሰሙንጉሥ በአዲስ አበባ የሚኖሩ፣ የጅመ-ወለኔ ሕዝብ የባሕል ሥርዓት የዘመናችን አባት ናቸው። የአባታቸው ኢማም ሙዘሚል የቅርብ ወዳጅ የነበሩት ሐጂ ራሕመቶን እና ሥራቸውን በደንብ ያውቃሉ። ሐጂ ራሕመቶ በኑር መስጂድ ውስጥ አቋቁመውት በነበረው የማታ የአካዳሚ ትምህርት ቤት በተማሪነት ተሳትፈዋል።

በኋላ ዓመታትም ሐጂ ራሕመቶ ይመሩት የነበረው ኤ.ቢስ ካምፓኒ በ1967 በደርግ እንደተወረሰ እና የኢትዮጵያ የሀገር ውስጥ ማከፋፈያ ኮርፖሬሽን (ኢሀማኮ) ከሆነ በኋላ ከፍተኛ ባለሥልጣን ሆነው አገልግለዋል። በመሆኑም ሐጂ ራሕመቶ ሪጃቶን በቀጥታም ሆነ በተዘዋዋሪ ብዙ ያውቋቸዋል። አሁንም ድረስ ሥራ እና ተግባራቸውን ያስታውሳሉ።

የሐጂ ራሕመቶን መልካም ሥራ እና ተግባሮች እያነሱ ከተጫወቱ በኋላ ደጋግመው የሚናገሩት *"ያ ትውልድ በእርግጥም ይለያል። ልዩ ነው። ሚናውን ያውቃል። ኃላፊነቱን ይወጣል። ከዛ ትውልድ በኋላ ግን ምን መዓት ወርዶብን ነው እንደዚህ ለመሆን የቻልነው? ጥፋታችን እና ሀጢያታችን ምንድነው? የሚለው ጥያቄ ዘወትር ያስጨንቀኛል"* በማለት ይናገራሉ።

አባታቸው ኢማም ሙዘሚል በባላባትነት፣ ሐጂ ራሕመቶ ረጃቶ በባለሃብትነት፣ የሁለቱም የቅርብ ወዳጅ የነበሩት የአም ሸኽ (ሸኽ አህመድ አዱሽ) በሸኽነትወ.ዘ.ተ ያዩዋቸው፣ የተመለከቷቸው፣ ሥራ እና ተግባራቸውን የሚያውቋቸው የሌሎችም ከ1960ዎቹ በፊት የነበሩት ሰዎች ሁኔታ በጣም ይለዩባቸዋል። ያስደምሟቸዋል።

"ሰዎቹ ምን ዓይነት ሰዎች ቢሆኑ ነው እንደዛ የተለየ ተሰጥኦ ባለቤት የሆኑት?እኛ የእነርሱ ተከታይ ትውልዶች ምን መዓት ቢወርድብን ነው የእነርሱ አምሳያ መሆን ያልቻልነው? ምንስ ሀጢያት ቢኖር ነው ሀገር እና ሕዝብ በእዚህ ደረጃ ኃላፊነታቸውን የማያውቁ፣ ሚናቸውን የማይወጡ ትውልዶች የበዛበት የሆነው?"

በማለት አምርረው ይጠይቃሉ።

ሌላኛው የሐጂ ራሕመቶ እና የልጃቸው ፈታውራሪ ሙሐመድን ታሪክ ተናግረው እና አውርተው አልጨረስ ሲላቸው በግርምት ጥያቄ የሚያበቁት ሐጂ ኸድር ፈታውራሪ ሙሐመድ ናቸው። ሐጂ ኸድር አባታቸው ፈታውራሪ ሙሐመድንም ሆነ አያታቸው ሐጂ ራሕመቶን በአካል ያውቋቸዋል። ሥራ እና ተግባራቸውን በጥልቀት ይረዳሉ። በ1965 ዓመተ ኢትዮጵያም በቢዝነስ አድሚኒስትሬሽን ከአስመራ ዩኒቨርሲቲ በዲግሪ ሲመረቁ፣ የማሚያ ጥናት ያካሄዱት አያታቸው በአቋቋሙት እና አባታቸውም ይመሩት በነበረው የኢትዮጵያ ቄራዎች ድርጅት ላይ ነበር። ይህም ጥናታቸው ለዚህ ታሪክ መጎልበት የራሱ የሆነ ትልቅ

አበርክቶት በመስጠቱ በልዩ ሁኔታ ከሚመሰገኑ እና ከተመሰገኑ ሰዎች አንዱ ናቸው።

"ስለ እነዛ ትውልድ ሳስብ በጣም ይገርመኛል። ይደንቀኛል። የእዛኔው ትውልድ ምን ዓይነት ትምህርት አግኝተው ነው ልዩ ችሎታ እና አቅም የነበራቸው? ዘመናዊ ትምህርት አልተማሩም። ለምሳሌ አባቴ ፈታውራሪ ሙሐመድ እስከ 6ኛ ክፍል ብቻ ነው የተማሩት። አያቴ ከነአካቴው ትምህርት ቤት ገብተው አልተማሩም። እኛ ልጆቻቸው እና የልጅ ልጆቻቸው ዩኒቨርሲቲ ድረስ ዘልቀን ተምረናል። ዲግሪ እና ከዛም በላይ አግኝተናል። ነገር ግን ከእነርሱ ጋር የተመጣጠነ ሥራ፣ ተግባር እና ውጤት የለንም።

ይህ ልዩነት እንዴት ሊፈጠር ቻለ? የቀድሞው ትውልድ ሰፊ አዕምሮ ነው ያለው። አያቴ ሐጂ ራሕመቶ እና አባቴ ፈታውራሪ ሙሐመድ በአስራ አራቱም ክፍለ ሀገራት በብዙ ሺህ የሚቆጠር ሠራተኛ ነበራቸው። ያለ አንዳች ችግር ሠራተኛውን መርተው ድርጅቶቻቸውን ለትልቅ ውጤት አብቅተዋል። እኔ ሠራተኛ እና ማኅበራዊ ሚኒስቴር ውስጥ ነው ሳገለግል የኖርኩት። የሰው አስተዳደር ምን ያህል ከባድ እንደሆነ አውቃለሁ።እኛ ተምረን፣ እነርሱ ሳይማሩ ይህንን ያህል ልዩነት የፈጠረው ነገር ምንድነው? እላለሁ"

በማለት ለራሳቸውም አጠገባቸው ለሚገኘውም ሰው ይጠይቃሉ።

የእዚህ ጥናት መረጃ ሰጪዎች አብዛኛዎቹ ሰዎች (አዴ ዛሕራ፣ ዶ/ር ተሒያ ሐጂ ዑመር፣ አዴ ምንትዋብ ሐጂ ሙሐመድ፣ ሐጂ ከማል ሐጂ ሰዒድ፣ አቶ አህመዲን ሱለይማን ወ.ዘ.ተ)

በቀድሞው እና በአሁኑ ትውልድ መሀከል ያለው ሰፊ ልዩነት ያስገርማቸዋል፣ ያሳስባቸዋል፣ ያስደነግጣቸዋልም።

በአጠቃላይ ሲታይ በቀደምቱ እና አሁን ባለው ትውልድ መሀከል ያለው ሰፊ ልዩነት የተረዳው፣ የተገነዘበው፣ ያጤነው ሰው ብዙ ነው። ትልቅ ልዩነት ያለው ልዩነቱ በምን ምክንያት ተፈጠረ? ለምን ተፈጠረ? እንዴት ተፈጠረ? የሚለው ግንዛቤ እና መልስ ሆኖ ይገኛል። ልዩነቱ ለምን፣ እንዴት፣ መቼ ተፈጠረ? ለሚለው ጥያቄ ግን የጋራ ግንዛቤ አይታይም። ይህም መሆኑ ለችግሩ የጋራ መፍትሔ በቀላሉ ማምጣት እንደማያመች ምናልባትም በአሁኑ ጊዜ እንደማይቻልም ያመለክታል።

ምዕራፍ አስራ አራት

14. ወደ አኼራ መሄድ እና ውርሶች

14.1 ዕረፍት

የመሞታቸው ሰበብ ድንገተኛ ሕመም ነው። ሕመሙ አጣድፎ ሆስፒታል አስገባቸው። በወቅቱ የተሻለ የሚባለው ሆስፒታል ደጃዝማች ባልቻ ስለነበር እዛ ገቡ። ለንድ ሳምንት አካባቢ ሆስፒታሉ ውስጥ ቆዩ።

በኋላ ግን በሀኪሞቹ ውሳኔ “ወደ ቤት መመለስ አለባቸው” ተብሎ ከሆስፒታሉ ወጡ። ሀኪሞቹ ወደ ቤት እንዲመለሱ ማድረጋቸው የመዳናቸው ተስፋየተሟጠጠ ስለሆነባቸው ሳይሆን አይቀርም። እንደገመቱትም ወደ ቤት በተመለሱ በሳምንት አካባቢ ወደ አኼራ ሄዱ። ቀኑም ግንቦት 25/1953 ዓ.ኢ ነበር።

ሸኝታቸው መሳፍንቶች፣ መኳንንቶች፣ ባላባቶች እና ሚኒስትሮች በተገኙበት በከፍተኛ ሥነ-ሥርዓት ተካሄደ። ክቡርነታቸው ልዑል መኮንን ኃይለ ሥላሴ፣ ክቡር ራስ መስፍን ስለሺ እና ሌሎችም የመኳንንት ቤተሰቦች በሽኝቱ ወቅት ታዳሚዎች ነበሩ። የሥልጤ እና የኦሮሞ ፈረሰኞችም የሽኝት ሥነ-ሥርዓቱን ልዩ አድርገውት ዋሉ። የሐጂ ራሕመቶ ጀናዛ (አስከሬን) በአዲስ አበባ፣ ጉለሌ መካነ-መቃብር ጣቢያ በክብር እንዲያርፍ ተደርጓል።

ሐጂ ራሕመቶ ወደ አኼራ የሄዱት በ58 ዓመታቸው ነው፡፡ ከነበራቸው የሥራ ሕይወት አንፃር በለጋ የጎልማሳነት ዕድሜ መሞታቸው ያመለክታል፡፡ የሽማግሌ ዕድሜ ደረጃ እንኳ አልደረሱም፡፡ ትንሽ ቆይተው ቢሆን ኖሮ እንዳይባልም ከእርሳቸው ማለፍ (ከ1953) በኋላ ለእንደርሳቸው ዓይነት ሰዎች ሀገሪቱ ምቹ አልሆነችም፡፡ በተለይም የ1966ቱ ሰውን እና ሀገርን የበላው አብዮት ሳያዩ ወደ ሠላማዊው ሀገር (አኼራ) መሄዳቸው እፎይታ ሊሆን ይችላል፡፡

14.2 የሐጂ ራሕመቶ ቅርሶች እና ውርሶች

በአሁኑ ጊዜ እንደ ቅርስ የተቀመጠ ቁሳዊ ሃብት የለም፡፡ የሐጂ ራሕመቶ የመኖሪያ ቤት ግቢ አጠቃላይ የመሬት ስፋቱ በግምት ከአንድ ሺህ ካሬ በላይ ይሆናል፡፡ ከ1967 የደርግ ወረሳ እና ነጠቃ በኋላ እስካሁን ድረስ በተለያዩ አካላት ተይዞ ይገኛል፡፡ በአሁኑ ጊዜ በሚከተሉት ወገኖች እጅ ነው፡፡

1. የአበ ሡልጣን እና የአዴ ዘምዘም ልጆች፣ አንደኛ ፎቅ ላይ (በውርስ ክፍፍል ያገኙዋቸው ክፍሎች)
2. ሌሎች 5 አባወራዎች ወይም እማወራዎች፣ ከመንግሥት ወረሳ በኋላ ከቀበሌ የተከራዩት
3. የሐጂ ራሕመቶ ዋና መኖሪያ ቤት የነበረ፣ በኋላ በውርስ በአዴ ዛሕራ እጅ የቆየው ቪላ ቤት፣ በመንግሥት ቤቶች ኤጀንሲ እጅ የሚገኝ

4. የተወረሱ ሦስት ትላልቅ ሱቆች፣ ከፎቁ ሥር የሚገኙ ናቸው።

በመሆኑም አብዛኛው የግቢው እና የቤቶቹ ክፍሎች በመንግሥት ተወርሰው የቀበሌ ቤት እና የፖሊስ ጽሕፈት ቤት ሆንዋል። በልጅ ልጆች እጅ ያለው ከአጠቃላዩ አንድ ሦስተኛ (1/3ኛ) ቢሆን ነው። ነገር ግን የተወሰነ ክፍሉም ቢሆን መኖሩ ጠቃሚ ጉዳይ ነው። አሁን ያለው ትውልድ ካወቀበት እና ከሠራበት ከቦታው ሙሉ በሙሉ አለመነቀሉ ጠቃሚ ነገር አለው።

ሐጂ ራሕመቶ ከሌሎች ወንድሞች ጋር በሽርክና ያቋቋሟቸው ድርጅቶች (ለምሳሌ የኢትዮጵያ ቄራ ድርጅትም) ተወርሶ በመንግሥት የልማት ድርጅትነት ይገኛል። የሀገር ቤት እና የከተማ መሬቶቻቸው በሙሉ ተወርሰው ወይም ተሸጠው ከቤተሰቡ ወይም ከተወላጁ ውጪ ሆነዋል።

ሐጂ ራሕመቶ ይገለገሉባቸው የነበሩ የቤት እና የቢሮ ዕቃዎች፣ ሰነዶች፣ አልባሳት ወ.ዘ.ተ ከጊዜው የሀገራችን ሁኔታ አንፃር እንደ ትልቅ ቁም ነገር ተቆጥረው፣ ተሰብስበው እና ተመዝግበው የተቀመጡበት ሁኔታ ስላልነበር አሁን ላይ በትውልዱ እጅ ላይ አይገኙም።

በስተመጨረሻ የሰማሁት ሐጂ ራሕመቶ ለቤተሰቡ አንድነት መጠበቂያ እና ማስጠበቂያ የወቀፉት ንብረትም በተለያዩ ምክንያቶች ከቤተሰቡ እጅ ወጥቷል። ሐጂ ራሕመቶ የትውልዳቸው አንድነት በእጅጉ ያሳስባቸው እንደነበር እና መስዋዕትነት የከፈሉበት ጉዳይ እንደሆነ ማንም ሊገነዘበው

የሚችለው እውነታ ነው፡፡ "ከአንድ ሚስት በላይ አላገባም"የማለት መርሃቸው አንዱ እና ዋነኛው ምክንያት የትውልዳቸው የውስጥ አንድነት እና ሠላም ለመጠበቅ በነበራቸው ከፍተኛ ምኞት እንደሆነ ይታመናል፡፡

"ምንም እንኳ በኑሮ ቢደላኝ፣ የግል ስሜቴን አላስቀድምም፡፡ የባለቤቴን፣ የልጆቼን እና የትውልዴን የውስጥ ሠላም እና አንድነት አስቀድማለሁ፡፡ ልጆቼ፣ የልጅ ልጆቼ እና ትውልዱ ሕብረት ኖሯቸው በአንድነት ተሳስረው እንዲኖሩ በሚያስችላቸው መንገድ እኖራለሁ"

ያሉባቸው የቃል መልዕክቶች ብዙ እንደነበሩ ከትልቁም ከትንሹም የቤተሰብ አባል ይነገራል፡፡

ሐጂ ራሕሞቶ በእዚህ ደረጃ የተመኙት፣ መስዋዕት የከፈሉበት የቤተሰቡ እና የትውልዱ የውስጥ ሠላም እና አንድነት በአሁኑ ጊዜ በምን ደረጃ ላይ ይገኛል?ቢባል ዝርዝር ውስጥ ባይገባም የጋራ አሰባሳቢ ቋሚ መድረክ እና መንገድ እንደሌለ ይታያል፡፡ በጋራ ታሪካዊ ዕሴቶች በየግል ከመደሰት ያላፈ በጋራ ታሪካዊ ዕሴቶች አማካኝነት የጋራ ዕድልን እና ድልን ለማበልጸግ (ለማልማት) የሚደረግ እንቅስቃሴ አይታይም፣ አይሰማም፡፡ ይህንን ለማድረግ የሚያስችሉ አሁንም ከበቂ በላይ የሆኑ የማይዳሰሱ ቅርሶች እና ሃብቶች በቤተሰቡ እጅ ውስጥ ይገኛሉ፡፡ እነዚህንም ሃብቶች ተጠቅሞ ወደ ተዳሳሽ ቅርስ (Tangible Heritages) መሸጋገር ይቻላል፡፡ እንደ ሐጂ ራሕሞቶ ዓይነት ቤተሰቦች ወይም ትውልዶች ትልቁ ሃብት የቤተሰቡ መልካም ሥም እና ዝና ነው፡፡

ይህ መልካም ሥም እና ዝና በአግባቡ ከመሩት እና ከተጠቀሙበት ቅርስም፣ ቢዝነስም፣ ኢኮኖሚም፣ ፖለቲካም ወ.ዘ.ተ ይሆናል። የማይዳሰስ ቅርስ (Intangible Heritages) የሚባለው ይህኛው ነው። የማይዳሰሰው ቅርስ ከሚዳሰሰው ቅርስ ሊበልጥ የሚችልባቸው ብዙ ምክንያቶች ይኖራሉ። በመጀመሪያ የማይዳሰስ ቅርስ ያለው ሰው ወይም ቤተሰብ ወይም ሕዝብ የሚዳሰሰውን ቅርስ ለማምጣት ቀላል ይሆንለታል። ምክንያቱም መልካም ሥም በሌሎች መታወቅን፣ መታመንን፣ መወደድን፣ መከበርን፣ መመረጥን ወ.ዘ.ተ የሚያስገኝ በመሆኑ በቀላሉ የሚዳሰስ ቅርስ ለመሥራት ያስችላል።

በሌላ አገላለጽ የማይዳሰስ ቅርስ በቀላሉ የሚዳሰስ ቅርስን ለመፍጠር የሚያስችል ሲሆን በተገላቢጦሽ የሚዳሰስ ቅርስ መኖር ሁልጊዜም የማይዳሰሰውን ቅርስ ላይፈጥር ይችላል። የሚዳሰሱ ቅርሶች ያሏቸው ነገር ግን የማይዳሰሰው እና ዋናው ቅርስ የሌላቸው ብዙ ግለሰቦች ወይም ቤተሰቦች ወይም ሕዝብ በሀገራችን ብሎም በዓለም ውስጥ በብዛት ይገኛሉ።

ስለሆነም የማይዳሰሰው ቅርስ ባለቤት የሆነው የሐጂ ራሕመቶ ቤተሰብ ከእዚህ በኋላ ወደ ሚዳሰስ ቅርስ (Tangible Heritages) ባለቤትነት ወደ መሆን ደረጃ መሸጋገር ይችላል። አሁን ላይ ወደ ተዳሳሽ ቅርስ ባለቤትነት ለመሸጋገር የሚያገለግሉ ስድስት ጠቃሚ ተዳሳሽ ቅርሶች ይገኛሉ።

አንደኛው ከሐጂ ራሕመቶ ልጆች ውስጥ አንዷ የሆኑት አዴ ዛሕራ በሕይወት መኖራቸው ነው። የእርሳቸው

በሕይወት መኖር ትልቅ ዋጋ አለው። ለቤተሰቡ ትልቅ የዐይን ማረፊያ፣ የቤተሰብ መሰባሰቢያ ሆነው ሊያገለግሉ ይችላሉ፣ ይገባልም።

ሁለተኛው በሥልጤ ሤረ (የባሕል ሥርዓት) መሠረት የአንገፈ-ጋር (የቤተሰቡ ታላቅ ቤት)፣ የቤተሰቡ መሪ ሆኖ ያገለግላል። የሐጂ ራሕመቶ የአንገፈ-ጋር በሕይወት እስካሉ ድረስ አዴ ዘይነብ ፊታውራሪ ሙሐመድ ናቸው። ከዛ በመቀጠል ሐጂ ኸድር ፊታውራሪ ሙሐመድ እና የእርሳቸው አንጋፋ ወንድ ልጅ እያለ ይሄዳል። ይህንንም መልካም የሕዝብ የባሕል ዕሴት ከተማርነው፣ ከተረዳነው እና ከተጠቀምንበት የሐጂ ራሕመቶ ቤተሰብን ወደ ሚዳሰስ ቅርስ ባለቤትነት ደረጃ ለማሸጋገር ትልቅ መሠረት ይሆናል። ለእዘህም ባሕላዊ መሠረት ዋጋ መስጠት ይገባል።

በሦስተኛ ደረጃ ሊጠቅሙ የሚችሉት የሐጂ ራሕመቶ ታሪክ መጽሐፍት ናቸው። እንደሚታወቀው ከእዚህ ቀደም መጠነኛ ግን ብዙ ቁም ነገሮች የያዘች የመነሻ መጽሐፍ ታትማለች። አሁን ደግሞ የሰፋ፣ የገዘፈ እና ብዙ ትላልቅ የታሪክ ኩነቶችን የያዘ መጽሐፍ እነሆ ታትሟል። እነዚህ ሥራዎች በራሳቸው ለወደፊቱ ከሐጂ ራሕመቶ የሚዳሰስ ቅርሶች አንዱ አካል ሆነው የሚያገለግሉ ናቸው።

አራተኛው ከሐጂ ራሕመቶ ቤቶች ውስጥ የተወሰነው ክፍል በቤተሰቡ እጅ መሆኑ ነው። ተወላጁ ከሐጂ ራሕመቶ የመኖሪያ ግቢ ውስጥ ሙሉ በሙሉ አለመውጣቱ አሁን ያለው ትውልድ ካወቀበት እና ከተሠራበት ለወደፊቱ ትልቅ

ጥቅም ያስገኛል። ቤተሰቡ ካሰበበት፣ በእዚህ መጽሐፍ ለማለት የምንፈልገውን ከተረዳ እና በአግባቡ ከተረጎመው መላውን የሐጂ ራሕመቶ ግቢ እና ቤቶች መልሶ ለመረከብ የሚችልባቸው ዕድሎችን የሚፈጥር ይሆናል። ቤተሰቡ በአንድነት በሐጂ ራሕመቶ ሥም ከተሰባሰበ፣ የምንለውን ፋውዴሽን በሥማቸው ከመሠረተ እና ጠንካራ ሆኖ ከተንቀሳቀሰ ሁሉንም የሐጂ ራሕመቶ ቅርሶችን እና ውርሶችን የመመለስ ዕድሉ የሰፋ ነው።

እንዴት የሚለው ዝርዝር እዚህ ላይ ከማስቀመጥ ይልቅ ለቤተሰቡ መተው ይሻላል። ነገር ግን ቤተሰቡ ከሐጂ ግቢ እና ቤቶች ውስጥ የተወሰነችዋንም ቢሆን ይዞ መገኘቱ ለወደፊት ትልቅ ዕድል እንዳለው ማረጋገጥ ይቻላል። በእርግጥ ይህ ሊሆን የሚችለው ከላይ እንደተገለጸው መሰባሰቡ እና መደራጀቱ ካለ ብቻ እና ብቻ ነው።

አምስተኛው እና ስድስተኛው የቤተሰቡ ተወላጆች ቁጥር ብዛት እና በተለያዩ የሙያ ዘርፎች ክሕሎት ያላቸው መሆን ናቸው። በቁጥር መብዛት እና በሙያ የተካኑ መሆን በየራሳቸው ትልቅ ጠቃሚ ዕድሎች ናቸው። በአሁኑ ጊዜ ቤተሰቡ አራተኛ ትውልድ ላይ ደርሷል። በቁጥር ከአንድ መቶ ሃምሳ በላይ ሊሆን ይችላል። የሙያ ዓይነቱም ብዙ ነው። መሀንዲሱ፣ የጤና ባለሙያው፣ ኢኮኖሚስቱ፣ የአስተዳደር፣ የሕግ ባለሙያው ወ.ዘ.ተ በቤተሰቡ አባላት ውስጥ ይገኛሉ። የተወላጁ ቁጥር እና የባለሙያው ዓይነት እየጨመረ እንጂ እየቀነሰ የሚሄድ አይደለም።

ስለሆነም እነዚህን አምስት ጠቃሚ ዕድሎችን ተጠቅሞ የማይዳሰስ ቅርስ ሃብቱን ወደ ሚዳሰስ ቅርስ ሃብትነት ጭምር ማሸጋገር ይቻላል፣ ይገባልም። የሚዳሰሰው ቅርስ ምን ሊሆን ይችላል? ተብሎ ከተጠየቀም በሐጂ ራሕመቶ ሥም አንድ ፋውዴሽን መመሥረት እንደተሻለ አማራጭ ሊታይ የሚችል ነው። ፋውንዴሽኑ የቢስነስም ሆነ የበጎ አድራጎት ሥራዎች ሊሠራ ይችላል። በተቋሙ ሊሠሩ ከሚሰችሉ መሠረታዊ ሥራዎች መሀከል፡-

1. የተወላጆችን ሥም፣ አድራሻ፣ ሙያ ወ.ዘ.ተ መመዝገብ እና ለሚያስፈልገው የቤተሰብ አገልግሎቶች ሁሉ መጠቀም። በተለይም ሙያኞችን እንደ አስፈላገነቱ ለሌሎች ከፍ ያሉ አገልግሎቶች በማቅረብ ራሳቸውን እና ተቋሙን ይበልጥ በሚደግፉበት መንገድ መሥራት፣
2. በዓመት አንድ ጊዜ የትውውቅ እና የዝምድና ግንኙነት የማጠናከሪያ መርሃ-ግብር ማከናወን፣
3. በተወላጅ አባላት ውስጥ የሚያጋጥሙ የሶሽዮ-ኢኮኖሚያዊ ችግሮችን ማቃለል፣ ብሎም መፍታት፣ (ዘካን እና መሰል ነገሮችን መጠቀም ይቻላል)
4. የተወላጁ የትምህርት እና ተያያዥ የጥናት እና ምርምር ሥራዎች ከቤተሰቡ የሚዳሰሱ እና የማይዳሰሱ ቅርሶች ጋር የተያያዙ ሆነው ለቤተሰቡ ታሪክ፣ ባሕል፣ ኢኮኖሚ ወ.ዘ.ተ ጠቃሚ ሰነዶች እንዲኖሩ እና እንዲበዙ ማድረግ

5. ፋውዴሽኑ የራሱ የገቢ ምንጮችን በመፍጠር ለምሳሌ ሕንፃ ገንብቶ ወይም ገዝቶ ገቢውን ለፋውንዴሽኑ የሥራ ዓላማዎች ማዋል፣
6. የገቢ ምንጮቹን ካደራጀ በኋላ የቤተሰቡ ቤተ-መዘክር (ቤተ-ሙዚየም) በመፍጠር የሚዳሰሱ እና የማይዳሰሱ የቤተሰቡ እና ተዛማጅ የሆኑ ቅርሶችን መሰብሰብ፣ ማስቀመጥ፣ ማስጎብኘት፣ ለጥናትና ምርምር ማመቻቸት፣
7. ለተወላጆች የቢዝነስ፣ የትምህርት፣ የሕግ እና መሰል ጉዳዮች ዙሪያ የማማከር አገልግሎቶችን መስጠት መቻል፣
8. በተጨማሪም የማኅበረሰብ አገልግሎቶችን ለምሳሌ በገጠር የጉድጓድ ውሃ ማውጣት፣ የድሃ ልጆችን ማስተማር እና የመሳሰሉት በጎ ሥራዎችን መሥራት፣
9. ለዲኑም መድረሳ፣ መስጂድ፣ የቲሞችን መደገፍ፣ ሐጅ ማድረግ ለሚገባቸው ሰዎች ዕድሉን ማመቻቸት ወ.ዘ.ተ ድጋፍ ማድረግ፣
10. በረዥም ሒደትም አንድ ግዙፍ የቤተሰብ የቢዝነስ ተቋም ለመመስረት ማሰብ ይቻላል። የተወላጁ ኢኮኖሚስት፣ የአስተዳደር እና የሕግ ወ.ዘ.ተ ኤክስፐርቶች ተሰባስበው ይህንን ተቋም ማዋለድ መቻል ይኖርባቸዋል።

እነዚህ ሁሉ የሐጂ ራሕመቶ ፋውዴሽን ተግባራት ሊሆኑይችላሉ።ቤተሰቡ እና ትውልዱ በሐጂ ራሕመቶ ሥራ

ሊኮራ እና ሊጠቀም የሚችለው ይህንን ካደረገ ብቻ ነው። አለበለዚያ በመልካም ታሪኩ ላይ የተኛ ትውልድ ሆኖ ወደ ተወቃሽነት ያዘነበለ ሒደት ሊያጋጥመው ይችላል። ይህ ታላቅ ቤተሰብ ከላይ የታሰበውን ወይም የተገለጸውን ማድረግ የቻለ ቀን ቤተሰቡም፣ ሠልጤም፣ የሙስሊሙ እና የኢትዮጵያ ማኅበረሰብ በአጠቃላይ ተጠቃሚ ይሆናሉ። ሐጂ ራሕመቶም በገነቡት መልካም ሥም እና ዝና አማካኝነት በሚሠራው ሥራ ሁሉ የሰደቀቱል ጃሪያ (ለዘላለም የማይቋረጥ ሰደቃ) ባለቤት በመሆን ምንዳ ያገኛሉ።

ይህንን ዓይነት ታላቅ የዱንያ እና የአኼራ ሥራ መሥራት የሚችሉ ቤተሰቦች በሀገራችን በእርግጥ ውሱን ናቸው። የሐጂ ራሕመቶ ቤተሰብ ለእዚህ ታላቅ ተግባር ይበቃል የሚል እምነት አለኝ።

14.3 የሐጂ ራሕመቶ እና የሌሎች መካነ-መቃር ሥፍራ ልማት

የሐጂ ራሕመቶ ረጃቶ እና የባለቤታቸው አዴ ራዲያ ዑመር ጀናዛ (አስክሬን) በክብር ያረፈው በጉለሌ መካነ-መቃብር ውስጥ መሆኑ ከላይ ተጠቅሷል። የጉለሌ መካነ-መቃብር የተመሠረተው በ1870/80ዎቹ እንደሆነ ይታመናል። ከእዚህ ቀደም፣ በ1999 ዓመተ ኢትዮጵያ ባደረግነው ጥናት በአዲስ አበባ ውስጥ ሁለተኛው የሙስሊሞች መካነ-መቃብር ሥፍራ ነው። በመሆኑም ሥፍራው መካነ-መቃብር ብቻ ሳይሆን የታሪክ መካነ-ቅርስም ጭምር መሆኑ ይታወቃል።

በውስጡ ብዙ የሙስሊም እና የሀገር ታሪኮች የያዘ ነው። እንደ ሐጂ ራሕመቶ፣ ለእስልምና፣ ለሙስሊሞች እና ለኢትዮጵያ ጭምር ከፍተኛ ባለ-ውለታ የሆኑ ዓሊሞች፣ አህለል-ኸይራት፣ ጀግኖች እና ወሊዮች በመካነ-መቃሩ ውስጥ ደረሃቸው (መካነ-መቃብራቸው) ይገኛል።

በአሁኑ ጊዜ የጉለሌ መካነ-መቃብር ሥፍራ መልሶ የመጠቀም እና የማልማት መርሃ-ግርብር ውስጥ ይገኛል። የአዲስ አበባ እስልምና ጉዳዮች ከፍተኛ ምክር ቤት የመካነ-መቃብር ሥፍራን መልሶ የመጠቀም እና የማልማት ሥራ ላይ ላይ ነው። መልሶ መጠቀሙ እና ማልማቱ አስፈላጊ መሆኑ ብዙ ሰው የሚስማማበት እንደሚሆን ይገመታል። ብዙ ውይይት እና ምክክር የሚያስፈልገው እንዴት እናልማው? በምን ሁኔታ? ምን ቅድመ ሁኔታዎች ያስፈልጋሉ? በስፍራው ውስጥ የሚገኙት ታሪካዊ ቅርሶች ምን ይሁኑ? እንዴት ይሁኑ? ወ.ዘ.ተ የሚሉ ጉዳዮች ናቸው። እነዚህ ጥያቄዎች ለእስላማዊ ምክር ቤቱ እና ለሙስሊሙ ማኅበረሰብ በጣም አስፈላጊ ሆነው ይታያሉ።

በመሆኑም የጉለሌ መካነ-መቃብር ሥፍራን በአዲስ መልኩ፣ መልሰን ስንጠቀም እና ስናለማ ታሪካችንንም መልሰን በምናውቅበት እና በምናለማበት መልኩ መሆን ይገባዋል። ይህም ሊሆን የሚችለው ወደ ልማቱ እና መልሶ መጠቀሙ ውስጥ በስፋት ከመግባታችን በፊት በመካነ-መቃብሩ ውስጥ ያሉትን ታሪካዊ ቅርሶች (መካነ-መቃብሮች) አጥንተን ሰነድ ማዘጋጀት ወይም የዶክመንቴሽን ሥራ መሥራት ስንችል ነው። ይህንን ሳናደርግ የመልሶ ልማቱ ውስጥ ከገባን ታሪካችን በመሬት ውስጥ እና በድንጋይ ላይ ያለውን የታሪክ መረጃዎቻችንን ማጥፋት ይሆናል።

የመካነ-መቃብር ሥፍራውን መልሶ የመጠቀሙ እና የማልማቱ ሥራ ስለተጀመረ፣ በአጭር ጊዜ ውስጥ የዶክመንቴሽን ሥራው መጀመር እንደሚኖርበትም ይሰማናል። ይህንንም ማድረግ እንድንችል ለአዲስ አበባ እስልምና ጉዳዮች ከፍተኛ ምክር ቤት በጥቅምት 16/2017 በደብዳቤ ጠይቀናል። የአዲስ አበባ እስልምና ከፍተኛ ምክር ቤትም ሀሣባችንን ተቀብሎ ጉዳዩን በጋራ ለውጤት እንደምናበቃው ሙሉ እምነታችንን በደብዳቤው ላይ ገልጾናል። የዶክመንቴሽን ሥራው ምክር ቤቱ ለጀመረው የመልሶ ልማት ሥራ ከፍተኛ አስተዋጽኦ እንዳለው አስታውሰናል። ታሪክን ጠብቆ፣ ልማትን ማካሄድ የዘመናችን ዋነኛ አጀንዳ መሆኑንም አውስተናል።

ነገሩ በእዚህ ደረጃ ያሳሰበን የመካነ-መቃብሩ ሥፍራ ከፍተኛ የታሪክ ቅርስ ክምችት ያለበት ቦታ በመሆኑ ነው። የሐጂ ራሕመቶ ረጃቶን ጨምሮ የብዙ ታላላቅ የሀገር እና የሕዝብ ባለውለታ የሆኑ ሰዎች ቀብር ላይ ሥማቸው እና ወደ አኼራ የሄዱበትን ዘመን ጭምር በድንጋይ ላይ ተጽፎ ይገኛል። ከምስራቅ፣ ከምዕራብ፣ ከሰሜን እና ከደቡብ ወደ አዲስ አበባ የመጡ ሙስሊሞች በአንድነት የተቀበሩበት የአንድነት ታሪክ ምልክትም ነው። ከተለያዩ አቅጣጫዎች መጥተን፣ በጋራ ኖረን፣ አብረን ሠርተን፣ አብረን በልተን፣ አብረን ጠጥተን፣ ወደ አኼራ ስንሄድም በአንድ ቦታ ያረፍን ሰዎች (ሕዝብ) መሆናችንን ለማስተማር ከፍተኛ የታሪክ መካነ-ቅርስ ክምችት ነው ያለው።

ከሐጂ ራሕመቶ እና ከባለቤታቸው አዴ ራዲያ መካነ-ቀብር አጠገብ ብዙ ሌሎች ታላላቅ ሰዎች በክብር አርፈዋል። ሁሉን ነፍዳቸውን በጀነት አላህ እንዲያደርገው እንመኛለን።

ታሪካቸውን መዝግበን፣ እኛም ይበልጥ ታሪክ ሠሪ እንድንሆን ማስተማር ከእኛ ከትውልዱ ይጠበቃል።

ምዕራፍ አስራ አምስት

15. ማጠቃለያ

ከእዚህ በታች ዋና ዋና ክስተቶችን በሠንጠረዥ አቅርበናል።

የዋና ዋና ክስተቶች አጭር ቅኝት

ተ.ቁ	ክስተት	ጊዜ (ዓ.ኢ)	ተጨማሪ መግለጫ
1	አዝማች ጊባቶ		የብዙ ጸጋዎች ባለቤት (ባለሃብት እና የሕዝብ ደህንነት ጠባቂ)
2	አበ ረጃቶ እና አዴ ሩማቴ	ከ1830ዎቹ እስከ 1940ዎቹ	የተሳካ የትዳር ጓደኛሞች
3	አበ ረጃቶ እና ዳከ ኩልሲማ	ከ1860ዎቹ እስከ 1940ዎቹ	ልጆቻቸውን ያጋቡ እና ውጤታማ ያደረጉ ምርጥ ወላጆች
4	አንቶኒን ቤስ/ቤሴ	እ.ኤ.አ ጁን 26/1877 ተወለዱ	በፈረንሳይ ተወልደው፣ በፈረንሳይ ጦር ሠራዊት ለ3 ዓመታት አገልግለው፣ እ.ኤ.አ በ1902 (በእኛ 1894) የግል የንግድ ድርጅት በየመን በመክፈት የጀመሩ
5	ኤ. ቤስ/ቤሴ ኩባንያ	እ.ኤ.አ 1903/4	በየመን (አደን) የተመሠረተ፣ እ.ኤ.አ በ1914 (በእኛ 1906)

		(በእኛ 1895/6)	እስካሁን የሚገኘውን የኩባንያው ግዙፍ ሕንፃ በኤደን ያሠራ ዓለም ዓቀፋዊ የቢዝነስ ተቋም
6	የኤ. ቤስ ኩባንያ ወደ ኢትዮጵያ መግባት	በ1910ዎ ቹ	የኢትዮ-ጅቡቲ የምድር ባቡር መንገድ መከፈት ጋር ወደ ኢትዮጵያ የገባ ግዙፍ የዓለማቀፍ የንግድ ኩባንያ
7	ኤ.ቤስ እና ሼል-ኢትዮጵያ		ሼል-ኢትዮጵያ ኤ. ቤስ ወደ ኢትዮጵያ ካስገባቸው ተቋማት አንዱ፣ እስከ 2000 ዓ.ኢ ድረስ ከ200 በላይ ማደያዎች የነበሩት
8	የወጣት ራሕመቶ ወደ አዲስ አበባ ማቅናት	1916	በአልከሲዬ ምርቃት መቀበል፣ በወደ አዲስ አበባ መግባት፣ ከዘመድ ጋር ተጠግቶ መኖር
9	በኤ. ቤስ ኩባንያ በቀን ሠራተኛነት መቀጠር	ከ1917 እስከ 1920ዎቹ	በጊዜው የቀን ክፍያ ከ25 ሣንቲም እስከ 1 ብር ይገመታል።
10	የኤ. ቤስ ኩባንያ የሠራተኞች ዘርፍ ኃላፊ (ካቦ) መሆን	ከ1920ዎ ቹ እስከ 1930ዎቹ	የስልጤ ተወላጆችን በብዛት ወደ ከተማ መሳብ እና በኤ. ቤስ ኩባንያ ማሠማራት
11	አቶ አንቶኒን ቤስ/ቤሴ ወደ	1927	ኢጣልያ ኢትዮጵያን ለመውረር የመዘጋጀቷን

	ኢትዮጵያ መምጣት እና ከንጉሠ ነገሥቱ ጋር በነፃነት ተጋድሎው ዙሪያ መምከር		መረጃ ይዞ በመምጣት ንጉሡ ለሁለቀፍ የነፃነት ትግል እንዲዘጋጁ ማሳሰቡ
12	የኢጣልያ ዳግም ወረራ መከሰት	1928	የኤ. ቤስ ኩባንያ እና ሠራተኞች ከኢትዮጵያ የነፃነት ትግል ጎን መሰለፍ
13	አቶ (በኋላም ሐጂ) ራሕመቶ ከኢጣልያ ጅምላ ጭፍጨፋ መዳን	1929	በጀነራል ግራዚያኒ ላይ የተደረገው የግድያ ሙከራ ምክንያት ለግድያ ከተያዙ ሰዎች አንዱ አቶ ራሕመቶ እንደነበሩ እና በገንዘብ ኃይል እንዲያመልጡ መደረጉ
14	የኤ. ቤስ ኩባንያ በአቶ (በኋላም ሐጂ) ራሕመቶ አማካኝነት ከጥቃቶች መዳን	ከ1928 እስከ 1933	ከመቶ በላይ የታጠቁ ወታደሮች ማሰልጠን እና ማሠማራት። የኩባንያው ሙሉ ደህንነት ማስጠበቅ መቻል
15	የኤ. ቤስ ኩባንያ ለኢትዮጵያ ነፃነት ያደረጋቸቸው ተጋድሎዎች	ከ1928 እስከ 1933	በኢጣልያ ወረራ ወቅት ከኢትዮጵያ ጎን ተሰልፎ በመረጃ፣ በጦር መሣሪያ አቅርቦት፣ በገንዘብ ድጋፍ ከፍተኛ ተጋድሎ ያካሄደ ዓለም ዓቀፋዊ ኩባንያ

16	አቶ (በኋላ ሐጂ) ራሕመቶ ለሀገር ነፃነት ያበረከቷቸው አስተዋጽኦዎች	ከ1927 እስከ 1933	የጠላት መረጃ በመሰብሰብ እና ለአርበኞች እና ለንጉሡ በማቀበል፣ የትጥቅ እና የስንቅ ድጋፍ ማድረግ
17	አቶ (በኋላ ሐጂ) ራሕመቶ ከነፃነት በኋላ የኤ. ቤስ ኩባንያ የጠቅላላ ንግድ ኃላፊ እና የኮሚሽን ባለቤት መሆን	ከ1933 እስከ 1953	በአምስቱ ዓመታት ውስጥ ሁሉም የውጭ ድርጅቶች ሲዘረፉ በአቶ (በኋላ ሐጂ) ራሕመቶ አማካኝነት ሳይዘረፍ የተረፈው ብቸኛው የውጭ ድርጅት ኤ. ቤስ ምስጋና እና ሽልማት ይሆን ዘንድ የሰጣቸው ሹመት እና ስጦታ
18	ኤ. ቤስ ኩባንያ እና ሐጂ ራሕመቶ በደሴ ከተማ		ደሴ ከተማ የኩባንያው የቆዳ እና ሌጦ ምርቶች ዋና መጋዘን የነበረበት በመሆኑ የሐጂ ራሕመቶ በጎ አሻራዎች ከሚገኙባቸው ተቋማት አንዱ ነው።
19	ኤ. ቤስ ኩባንያ እና ሐጂ ራሕመቶ በአስመራ	ከ1943 እስከ 1953	ኤርትራ ከ1870ዎቹ ጀምሮ እስከ በኅዳር 23/1943 ድረስ በኢጣልያ እጅ ነበረች። በ1943 ከእናት ሀገርዋ በመቀላቀሏ በአስመራ የነበረውም የኤ. ቤስ ኩባንያ

			በቅርንጫፍነት ተቀላቀለ። ሐጂ ራሕመቶም ወደ አስመራ በመመላለስ ይመሩት ነበር። ከገጽ 44-52 ይመልከቱ።
20	የኢትዮጵያ ቄራዎች ድርጅት መስራችነት እና አስተዳዳሪነት	ከ1946 እስከ 1953	የኢትዮጵያ ቄራዎች ድርጅትን ከጓደኛቸው ከቀኛዝማች አብዱልሰሰመድ ኢብራሂም ጋር በ1946 በመመስረት፣ እስከ 1953 የቦርድ ሰብሳቢ በመሆን ሲያስተዳድሩት ቆይተዋል።
21	በሁለተኛው የኢትዮጵያ ዓለም ዓቀፋዊ ኤግዚቢሽን ተሳትፎ እና ሽልማት	1948	በጊዜው በተካሄደው ከፍተኛ ዓለም ዓቀፍ ኤግዚቢሽን በርሳቸው መሪነት የማዕከላዊ ደቡብ ኢትዮጵያን የምግብ፣ የባሕል መጠጥ እና የቤት አሠራር ከሌሎች ጓዶቻቸው ጋር በማቅረብ ሽልማት አስገኝተዋል።
22	ከዓለም ገና እስከ ወላይታ ሶዶ የመኪና መንገድ ሥራ ጅማሮ	ከ1938 እስከ 1953	ኢጣልያ ጀምሮት እና እስከ አዋሽ አድርሶት የነበረውን የመኪና መንገድ ለማጠናቀቅ በሐጂ ራሕመቶ

			ሰብሳቢነት በ1938 ተጀመረ። ከ1954 በኋላ ደግሞ በልጃቸው በፊታውራሪ ሙሐመድ የገንዘብ ያዥነት ተጠናቀቀ።
23	ለኑር መስጂድ ኺድማ	ከ1920ዎ ቹ እስከ 1950ዎቹ	በተለይም "መድረሰተል-ኢቲፋቅ" (የአንድነት-የመስማማት ትምህርት ቤት) የተሰኘውን መድረሳ በመደገፍ ሥማቸው ይነሳል።
24	የአንዋር መስጂድ ግንባታ እና ልማት	ከ1930ዎ ቹ እስከ 1950ዎቹ	ከግንባታው ጀምሮ እስከ የወቅፍ ሱቆች ድረስ የአንበሳውን ሚና የተወጡ ሆነው ይጠቀሳሉ።
25	የሙስሊሞች አንድነት ማኅበር	ከ1920ዎ ቹ እስከ 1950ዎቹ	በማኅበሩ ውስጥ በአመራርነት እና በገንዘብ ድጋፍ ከፍተኛውን ሚና ያበረከቱ አባት እንደሆኑ መረጃዎች ያመለክታሉ። ከገጽ 107-100
26	ሥልጤዎችን በስፋት ወደ ከተማ የመሳብ ተግባር	ከ1920ዎ ቹ እስከ 1950ዎቹ	ከአዲስ አበባ እስከ አስመራ ድረስ በመላው የኤ. ቤስ ኩባንያ ቅርንጫፎች የሥራ ዕድሎችን በማመቻቸት

			ከፍተኛ ሥራ ሠርተዋል። ከገጽ 107-108
27	በሀገራችን የመጀመሪያው የማታ ትምህርት መርሃ-ግብር ማስጀመር	በ1930ዎቹ አጋማሽ አካባቢ	በሀገራችን በመንግሥት ደረጃ ሳይቀር የማታ ትምህርት መርሃ-ግብር የተጀመረው ሐጂ ራሕመቶ ከጀመሩ ብዙ ዓመታት በኋላ ነበር። ከገጽ 109-112
28	አቶ (በኋላም ሐጂ) ራሕመቶ በሀገር ፍቅር ማኅበር አባልነት እስከ የቦርድ መሪነት	ከ1927 እስከ 1953	ከምስረታው ጀምሮ (ከ1927-1933) በአባልነት እና የገንዘብ ድጋፍ በመስጠት፣ (ከ1933-1953) ዕለተ ሞታቸው በቦርድ አመራርነት ማገልገል
29	የቤተሰብ እና የቤተዘመድ መሰባሰቢያ መድረኮች	ከ1920ዎቹ እስከ 1950ዎቹ	በቀን፣ በሳምንት፣ በወር እና በዓመት የተከፋፈሉ የመገናኛ መንገዶች እና መድረኮች ነበሩዋቸው። ከገጽ 124-127
30	የሐጂ ራሕመቶ ቤተሰብ ብዝሃነት እና አንድነት	ከ1920ዎቹ እስከ 1950ዎቹ	የሐጂ ራሕመቶ ቤተሰብ ትንሻ ኢትዮጵያን የሚወክል እና የሚያሳይ መሆኑ። ከገጽ 132-133
31	ወደ አኬራ መሄድ እና ስንብት	ግንቦት 25/1953	መሳፍንቶች፣ መኳንንቶች፣ ባላባቶች እና ሚኒስትሮች በተገኙበት ሸኝት

			ተደርጎላቸዋል። አስክሬናቸውም በጉለሌ መካነ-መቃብር ሥፍራ በክብር አርፏል።

ከመጽሐፉ ታሪክ ጋር የሚዛመዱ ፎቶ ግራፎች

ሐጂ ራሕመቶ ሪጃቶ

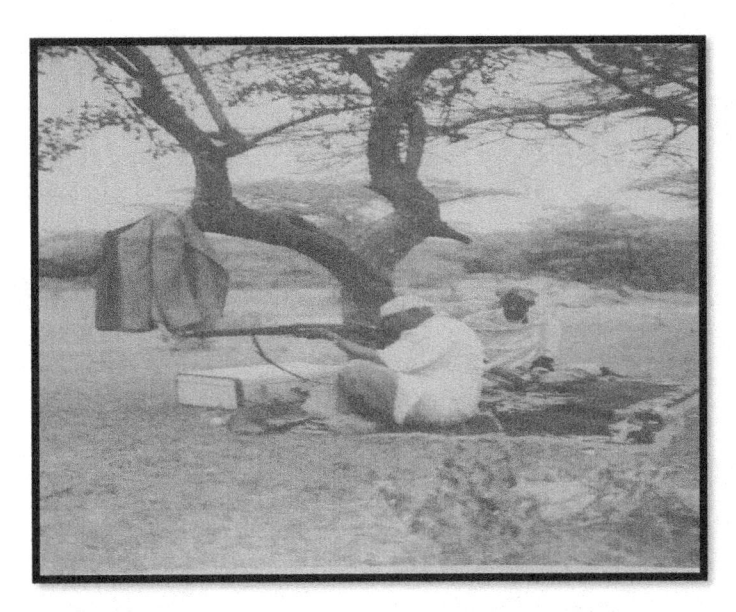

ከላይ ሐጂ ራሕመቶ የተኩስ የኢላማ መዝናኛ ሲያካሄዱ

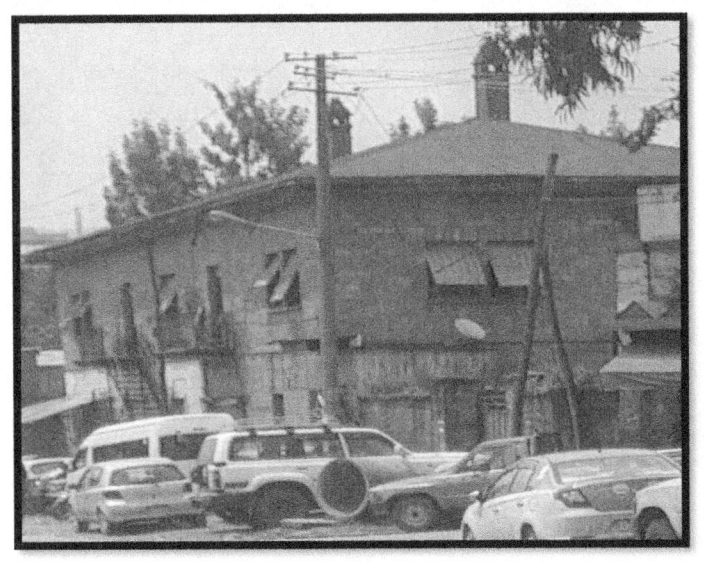

የሐጂ ራሕመቶ ረጃቶ ቤት የነበረ ከፊል ገጽታ

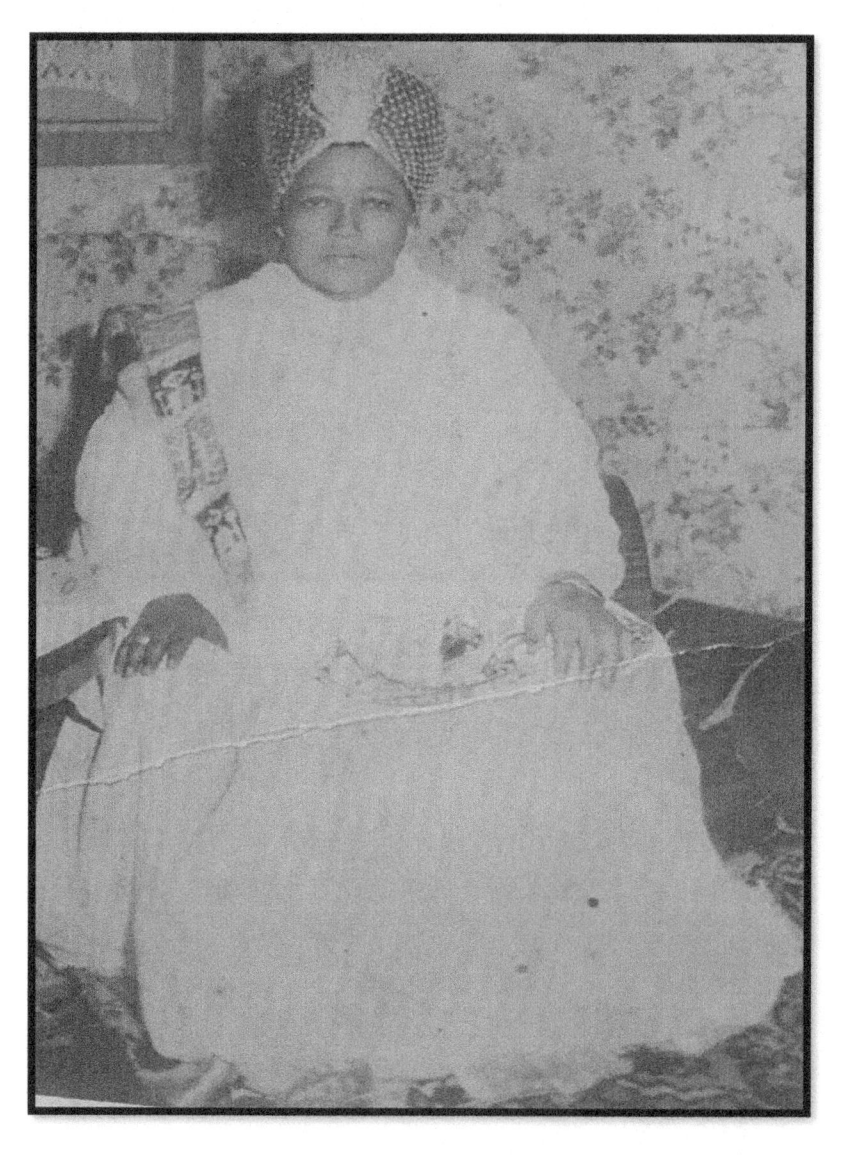

አዴ ራዲያ ዑመር

ደማቅ አሻራ - በኢትዮጵያ ሰማይ ሥር - የሐጂ ራሕመቶ ሪጃቶ ታሪክ

አንቶኒን ቤሴ

ደማቅ አሻራ - በኢትዮጵያ ሰማይ ሥር - የሐጂ ራሕመቶ ሪጃቶ ታሪክ

እ.ኤ.አ በ1914 **በኤደን** የተገነቡት የመጀመሪያዎቹ የኤ. ቤስ ኩባንያ ሕንፃዎች

254

ደማቅ አሻራ - በኢትዮጵያ ሰማይ ሥር - የሐጂ ራሕመቶ ሪጃዶ ታሪክ

ደማቅ አሻራ - በኢትዮጵያ ሰማይ ሥር - የሐጂ ራሕመቶ ሪጃቶ ታሪክ

የኤ. ቤስ ኩባንያ፣ በአዲስ አበባ

ኤ. ቤስ ኩባንያ በአስመራ

ደማቅ አሻራ - በኢትዮጵያ ሰማይ ሥር - የሐጂ ራሕመቶ ሪጃቶ ታሪክ

በሐጂ ራሕመቶ ሪጃቶ እና በቀኛዝማች አብዱልሰመድ ኢብራሂም
የተመሠረተው የቄራ ድርጅት ከፊል ገጽታ

ደማቅ አሻራ - በኢትዮጵያ ሰማይ ሥር - የሐጂ ራሕመቶ ሪጃቶ ታሪክ

ደማቅ አሻራ - በኢትዮጵያ ሰማይ ሥር - የሐጂ ራሕመቶ ሪጃቶ ታሪክ

ፊታውራሪ
ሙሐመድ

ከባለቤታቸው አዴ ሐዲያ ዑመር

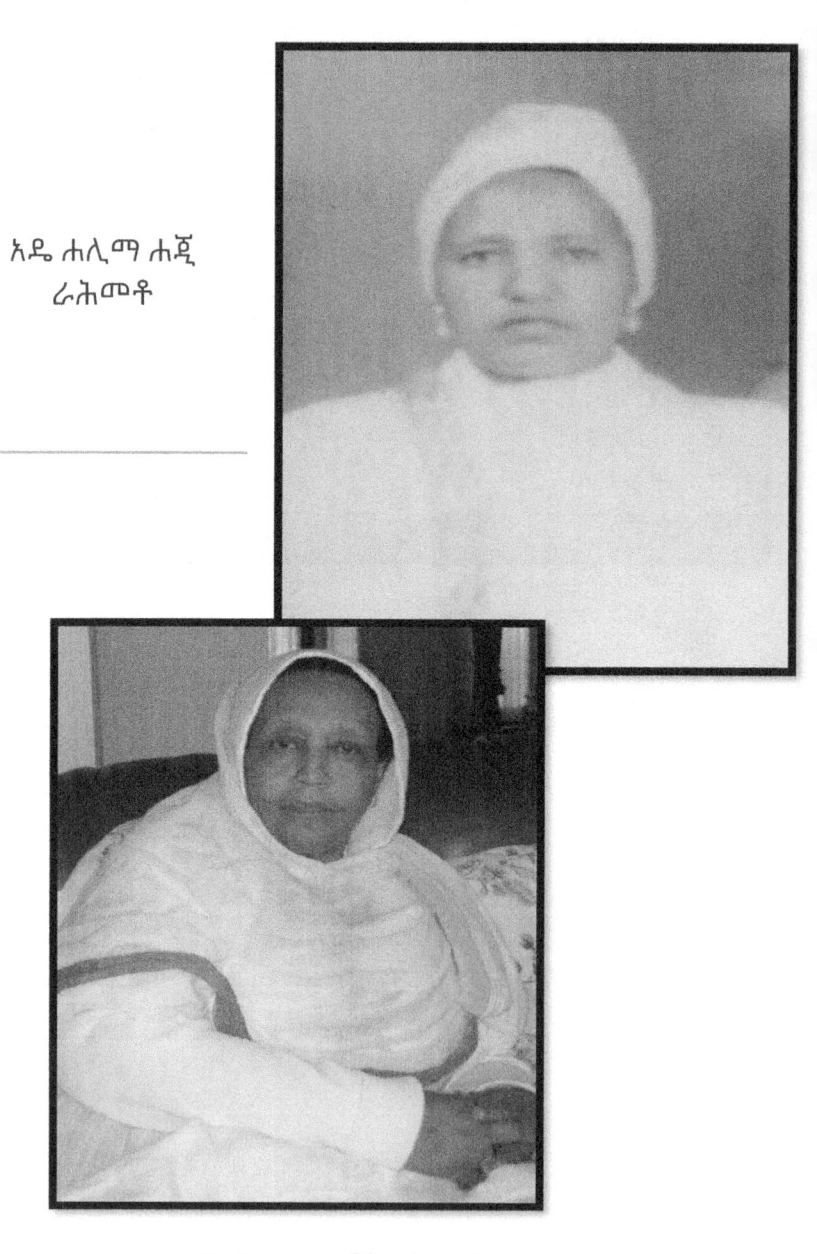

አዴ ሐሊማ ሐጂ
ራሕመቶ

አዴ ፋጡማ ሐጂ ራሕመቶ

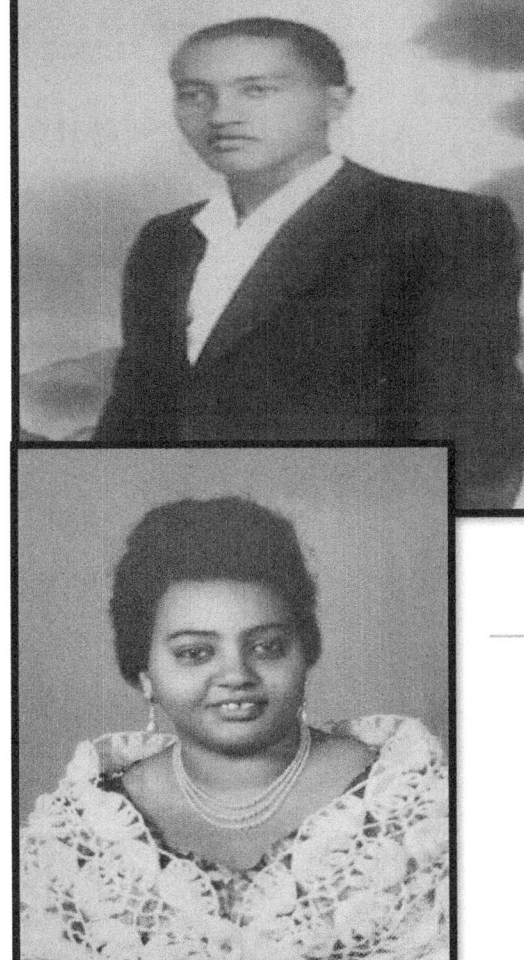

አበ ዓሊ ሐጂ
ራሕመቶ

አዴ ዘምዘም ሐጂ
ራሕመቶ
(ከላይ እና ከታች)

አበ ሡልጣን ሐጂ ራሕመቶ

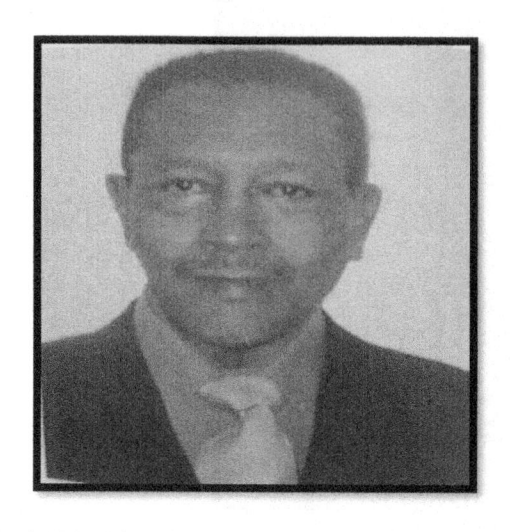

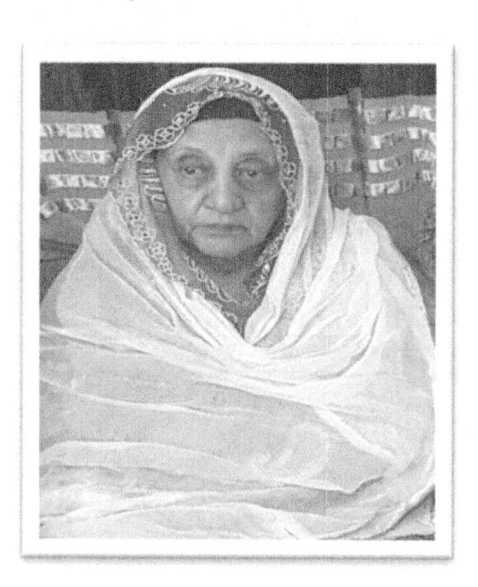

አዴ ዛሕራ ሐጂ ራሕመቶ

የሐጂ ራሕመቶ ሪጃቶ ደረሀ(ጉለሌ መካነ-መቃብር)፤

ከታች ጽሑፉ
‹‹ሐጅ ራህመቶ
ሙክታር
በ1895
ተወለዱ፤
በግቦት 25
1953 ዓመት
አረፉ፤›› ይላል፤

አዴ ራዲያ ዑመር እና የሌሎች መቃብር

የመረጃ ምንጮች

የሰነድ የመረጃ ምንጮች

1. አዲስ ዘመን ጋዜጣ፣ 14ኛ ዓመት፣ ቁ.9፣ ሰኔ 12/1946
2. አዲስ ዘመን ጋዜጣ፣ መጋቢት 3/1947
3. አዲስ ዘመን፣ 14ኛ ዓመት፣ ቁ.27፣ ጥቅምት 13/1947
4. የኢትዮጵያ ንጉሠ ነገሥት መንግሥት፣ ነጋሪት ጋዜጣ፣ አስራ አምስተኛ ዓመት፣ ቁጥር 2፣ የተሻሻለው ሕገ-መንግሥት የተሰጠበት አዋጅ፣ ምዕራፍ 8፣ አንቀጽ 124፣ ጥቅምት 24/1948
5. አዲስ ዘመን ጋዜጣ፣ ጥቅምት 25/1948
6. አዲስ ዘመን ጋዜጣ፣ ኅዳር 2/1948
7. አዲስ ዘመን ጋዜጣ፣ ኅዳር 23/1948
8. አዲስ ዘመን ጋዜጣ፣ ሰኔ 6/1953
9. ሁሴን ሙሐመድ፣ የሥልጥኛ-አማርኛ-እንግሊዝኛ ቃሙስ (አጭር ኩቱብ)፣ 1982
10. ወርቁ ንዳ፣ ጀብዱ (የጉራጌ ባሕልና ታሪክ)፣ 1983
11. ዓለማየሁ ነሪ ውርጋሶ፣ እሰት የባሕልና የታሪክ መሠረት፣ አንደኛ መጽሐፍ፣ 1985
12. ሶዶ ጎርደና ሰባበ ዲሞክራሲያዊ ተክላሎች፣ የክስታኔ ጉራጌ እመት (ሕዝብ) ታሪክ፣ 1986
13. የኢትዮጵያ ፌዴራላዊ ዲሞክራሲያዊ ሪፐብሊክ ሕገ መንግሥት፣ 1987
14. በላይ ግደይ፣ የገንዘብ ባንክ እና መድኅን በኢትዮጵያ፣ የመጀመሪያው ዕትም 1950፣ እንደ ገና ተሻሽሎ በ1994

15. ጥላሁን ብርሃነ ሥላሴ፣ የ20ኛው ክፍለ ዘመን ኢትዮጵያ፣ አንደኛ መጽሐፍ (ከ1900 እስከ 1966 ዓ.ም)፣ 1996
16. አብዱልፈታህ አብደላህ፣ ሐያት ዳይሬክተሪ፣ የኢትዮጵያ ቀደምት እና ታላላቅ እስላማዊ ታሪካዊ ቦታዎች፣ በአዲስ አበባ የሚገኙ እስላማዊ ታሪካዊ ሥፍራዎች፣ ጥር/1999
17. ዶ/ር ሰለሞን ይርጋ፣ አጥቢዎች፣ 2000
18. አብዱልፈታህ አብደላህ፣ የአዲስ አበባ መስጂዶች ታሪክ፣ ቁጥር 1፣ 2000
19. አብዱልፈታህ አብደላህ፣ የማዕከላዊ ደቡብ አኢትዮጵያ ሕዝብ (የወሌ፣ የስልጤ፣ የሰባት ቤት ጉራጌ ተወላጆች) ወደ ከተማ የመፍለስ መንስኤዎች እና ያስከተሏቸው ችግሮች፣ በ2000
20. ተክለ ጻድቅ መኩሪያ፣ የኢትዮጵያ ታሪክ፣ ከዐፄ ቴዎድሮስ እስከ ቀዳማዊ ኃይለ ሥላሴ፣ 2000
21. አብዱልፈታህ አብደላህ፣ የአዲስ አበባ መስጂዶች ታሪክ፣ ቁጥር 1፣ 2000
22. አብዱልፈታህ አብደላህ፣ የገደባኖ፣ ጉታዘርና ወለኔ ሕዝብ ባሕል፣ 2001
23. አዶልፍ ፓርለሳክ (ተርጓሚ ተጫነ ጆብሬ መኮንን)፣ የሀበሻ ጀብዱ፣ አዲስ አበባ ዩኒቨርሲቲ ፕሬስ፣ 2002
24. ብርሃኑ ሰሙ፣ ከእንጦጦ ሐሙስ ገበያ እስከ መርካቶ (ከ1879 እስከ 2000 ዓ.ም)፣ 2003
25. ኸይረዲን ተዘራ፣ ሤረ የሥልጤ ሕዝብ ታሪክ፣ ባሕል እና ቋንቋ፣ ከ886-1993፣ 2004
26. ዘውዴ ረታ (አምባሳደር)፣ የቀዳማዊ ኃይለ ሥላሴ መንግሥት፣ እ.ኤ.አ 2012/ 2004

27. ተድላ ዘዮሐንስ ዘውዴ፣ የኢትዮጵያ ታሪክ፣ ኢጣልያ በኢትዮጵያ፣ ከወልወል እስከ ጎንደር፣ ግንቦት 1927-ሕዳር 1934 ዓ.ም፣ 2004
28. እስክንድር ቡላቶቪች (ሩሲያዊ ፀሐፊ)፣ ተርጓሚ ደ/ር አምባቸው ከበደ፣ ከእንጦጦ እስከ ባሮ፣ 2005
29. በለጠ በላቸው ይሁን፣ ጅቡቲ (የጥገኝነታችን መስፈሪያ)፣ 2006
30. ዘውዴ ረታ (አምባሳደር)፣ የኤርትራ ጉዳይ በቀዳማዊ ኃይለ ሥላሴ ዘመነ መንግሥት፣ ከ1941-1963 (እ.ኤ.አ)፣ 6ኛ ዕትም 2007
31. የብላቴን ጌታ ማኅተመ ሥላሴ ወ/መስቀል ስብስብ ሥራዎች፣ የመጀመሪያው ዕትም በ1961፣ ሁለተኛው ዕትም በ2007
32. ሀሰን ታጁ (አምባሳደር)፣ መውሊድ (የታላቁ ነቢይ የልደት መታሰቢያ)፣ 2008
33. አርኖሚሼል ዳባዲ (ደራሲ)፣ ገነት አየለ አንበሴ (ተርጓሚ)፣ በኢትዮጵያ ከፍተኛ ተራሮች ቆይታዬ፣ 2009
34. ስሜነህ በትረ ዮሐንስ እና ፍጹም ወልደ ማሪያም፣ የደጃዝማች ገብረ ማሪያም ጋሪ ጎዳና (አባ ንጠቅ ገብሬ) አጭር የሕይወት ታሪክ፣ ከ1866-1929፣ 2009
35. ጎሩይ ወልደ ሥላሴ እንደፃፉት፣ ባሕሩ ዘውዴ እንዳሰናዳው፣ የኢትዮጵያ ልዑካን ቡድን በአውሮጳና መካከለኛው ምሥራቅ (1903 ዓ.ም)፣ 2009
36. ስርጋጋ ዳሪ ቡሽራ፣ ገን ሥልጤ (የሥልጤ ባሕልና ታሪክ)፣ 2010
37. አብዱልፈታህ አብደላህ፣ የጎርደነ-ሤረ (በማዕከላዊ ደቡብ ኢትዮጵያ የወለኔ ሕዝብ የባሕል ሕግ ሥርዓት)፣ 2011

38. ቃለዓብ ታደሰ ሥጋቱ፣ ሕገ-መንግሥት በኢትዮጵያ፣ ከፍትሐ ነገሥት እስከ ኢ.ፌ.ዲ.ሪ፣ 2011
39. አብዱልፈታህ አብዳህ፣ የኢትዮጵያ መምህራን ማኅበር የ70 ዓመታት ታሪክ፣ ከ1930ዎቹ እስከ 2012 ዓ.ኢ፣ የኢትዮጵያ መምህራን ማኅበር፣ ያልታተመ፣ 2012
40. ኸይረዲን ተዘራ (ዶ/ር)፣ ጎፍታ፣ ያልተነገረው የሐጂ ራሕመቶ ሙኽታር አጭር የሕይወት ታሪክ፣ ስኬት እና አሰስተምህሮ፣ ከ1895-1953፣ 2013
41. ሰይድ ሙሐመድ አወል፣ ኢትዮጵያውያን ሙስሊሞች እና የመጅሊስ ፈተና፣ 2013
42. ተስፋዬ ገብረአብ፣ የጀሚላ እናት (የእሳት ዳር ወጎች)፣ ክፍል አንድ፣2014
43. ሰይፉ ድባቤ፣ አዝማች (የጉራጌ ሕዝብ አጭር ታሪክ)፣ የመጀመሪያ ዕትም 1966፣ ሁለተኛ ዕትም 2014
44. የኢፍጣር ፕሮግራም፣ በሐጂያ ዛሕራ ሐጂ ራሕመቶ ቤት፣ በጥለት-ኢትዮጵያ ዩቱብ፣ ሐዲየት ዛሕራ ሐጂ ራሕመቶ፣ መጋቢት 10/2016 (ኤፕሪል 1/2024)
45. ዳንኤል ክብረት፣ የትርክት ዕዳ እና በረከት፣ 2016
46. St. Antony's Colledge, Oxford University), Antonin Besse (history of a world great Business man), 1950
47. Postal Letter of DAVIES'S SCHOOL OF ENGLISH, INDIA, to Mr. Sultan Rahmeto, 20/5/1965
48. Maurice D. Weerters, The Late Mr. Antonin Besse and the Ethiopian Resistance During the Years 1935 to 1940, Journal of Ethiopian Studies, Volume 2, No.2, July/1970

49. Khedir Mohammed Rahmeto, Activities ot the Ethiopian Abattoirs Share Company, University of Asmara, 1972-1973 acadamic year
50. Mohammed Awel, Labor relation in MEWIT, 1999
51. T.A.B. Corley, revised, Antonin Besse (1877-1951), 23 September 2004
52. Wudineh Zenebe, Shell Ethiopia moved out of the Ethiopian market, Addis Fortune News Paper, November 25/2008
53. https://youtu.be/gfYoeGP1z1o?si=FCwOu-XAdu7y7fpv
54. https://youtu.be/QeSkD6PHRyE?si=kGQ5VuoBXOSCr09e

ቃለ-መጠይቅ የመረጃ ምንጮች

ቃለ-መጠይቅ የተደረገላቸው ሰዎች ሥም ዝርዝር የተቀመጠው ቃለ-መጠይቅ በተደረገላቸው ቀን ቅደም ተከተል መሆኑን ለመግለጽ እወዳለሁ። ሌሎች የቅደም ተከተል መስፈርቶችን ለመጠቀም ስላላመቸኝ ቀናትን እና ወራት መሠረት ያደረገ ቅደም ተከተልን ብቻ በመጠቀም የተቀመጠ ነው።

ተ.ቁ	ሙሉ ሥም	ዕድሜ	መጠነኛ መግለጫ	ቃለ መጠይቅ የተደረገበት ቀን
1	አዴ ዛሕራ ሐጂ ራሕመቶ		አዲስ አበባ እና በአሜሪካ የሚኖሩ፣ በጦር ኃይሎች ቤታቸው ያደረግነው ቆይታ	06/08/2016
2	አቶ ኸድር ፊ/ሪ ሙሐመድ ሐጂ ራሕመቶ	1939	አዲስ አበባ የሚኖሩ፣ በመንግሥት ሥራ ላይ የነበሩ፣ አሁን በጡረታ ላይ የሚገኙ	13/08/2016 እና 2/12/2016
3	አቶ አህመዲን ሱለይማን ዑመር	1932	አዲስ አበባ የሚኖሩ፣ ሐጂ ራሕመቶ በመሠረቱትና በሚመሩት ቄራ	22/08/2016

			ድርጅት ይሠሩ የነበሩ አባት	
4	አቶ ሀሰን ረ/ሪ ሙሐመድ ሐጂ ራሕመቶ		በስዊዘርላንድ የሚኖሩ ሀገር ቤት በመጡበት ጊዜ	27/08/2016
5	ወ/ሮ ትዕግስት በቀለ		በቀድሞ ኤ. ቤስ፣ በአሁኑ ጊዜ የኢትዮጵያ የኢንደስትሪ ግብዓቶች ልማት ድርጅት፣ በቀድሞ ጊዜ ሐጂ ራሕመቶ የሠሩበት የሥራ መደብ (የሰው ኃይል ኃብት አስተዳደር ቡድን ኃላፊ)፣	ግንቦት 07/2016
6	አዴ ዘይነብ ፊ/ሪ ሙሐመድ ሐጂ ራሕመቶ	1934	የፊ/ሪ ሙሐመድ የመጀመሪያ ልጅ፣ ከልጅነት ጀምሮ በአያታቸው ሐጂ ራሕመቶ ቤት አድገው የተዳሩ	በ10/11/2016
7	ወ/ሮ ምንትዋብ ሙሐመድ	1953	አዲስ አበባ ነዋሪ፣ የተባባሪ ፕ/ሮ ሁሴን ሙሐመድ፣ ሐጂ ራሕመቶ ባለቤት	በ09/09/2016

8	ሐጂ ሮራቶ/ ከማል ሰኢድ ሚሽኬር	77	አዲስ አበባ ነዋሪ፣ የሐጂ ራሕመቶ የቅርብ ቤተዘመድ፣ በኮንስትራክሽን ሥራ ላይ የሚገኙ	በ20/09/2016
9	ወ/ሮ ሻዚያ ሐጂ ዑመር ሙስጠፋ		የአዴ ዛሕራ ሐጂ ራሕመቶ ልጅ፣ በንግድ ሥራ ላይ የምትገኝ	በተለያዩ ቀናት/2016
10	ኢማም ሰሙንጉሥ ኢማም ሙዘሚል (የጅመ-ወለኔ ሕዝብ ባሕላዊ አስተዳደር አባት)		በሐጂ ራሕመቶ የማታ ት/ቤት የተማሩ እና ያስተማሩ	በተለያዩ ቀናት፣ 2016
11	ሐጂ ዩሱፍ አህመድ	የ90 ዓመት ዕድሜ ባ	ከ1947 ዓ.ኢ ጀምሮ እስከ 2014 ድረስ በትራንፖርት ዘርፍ ሲያገለግሉ የነበሩ አባት፣ ለብዙ ዓመታት የተለያዩ ሸቀጣ-ሸቀጦችን ከአሰብ ወደ ቤስ ኩባንያ ያጓጓዙ	በሐምሌ 04/2016

		ለ ጸ ጋ	ባለሙያ፣ ሐጂ ራሕመቶንም በሚገባ የሚያውቁ፣ ትውልደ ሕንዳዊ	
12	ሐጂ ሙሐመድ አወል ዑስማን		ሐጂ ራሕመቶ ረጃቶ ይሠሩበት በነበረው ተቋም ውስጥ ከ1972-2014 ድረስ በተለያዩ የሥራ ኃላፊነቶች የሠሩ፣ የሐጂ ራሕመቶ ቤተሰብ ዘመድ የሆኑ	ሐምሌ 6/2016
13	ሐጂ ኸይረዲን አዝማች ሁሴን ሣሊያ		በሱሙት ሰንገ ሥልጤ የዑራጎ ጎሣ ተወላጅ፣ በመምህርነት ሙያ ላይ ለረዥም ዓመታት ያገለገሉ፣ ከፍተኛ የታሪክ ጥናት እና ዕውቀት ባለቤት የሆኑ፣ በሥልጤ ዞን፣ በወራቤ ከተማ የሚኖሩ፣	በነሐሴ ወር/2016 በተለያዩ ቀናት በስልክ በመገናኘት ስለ ታሪኩ የተነጋገርን አባት
14	አርቲስት ዴልታ ሙሐመድ		በሥልጤ የኪነት ቡድን ውስጥ ጉልህ ሚና የነበረው፣	በነሐሴ ወር/2016

			በሥልጤ የማንነት ትግል ላይ አሻራ ያለው፣ በአሁኑ ጊዜም የሥልጤ ባሕላዊ ልብስ ዙሪያ የታወቀ ዲዛይነር እና አዘጋጅ	
15	ወ/ሮ ሣራ፣ ወ/ሮ ነስሪያ እና ወ/ሮ ሙናሡልጣን ሐጂ ራሕመቶ		በአዲስ አበባ በትዳር ውስጥ የሚኖሩ	በነሐሴ 20/2016
16	አቶ ጀማል ሙሐመድ አምዱቴ		በኢጣልያ ሀገር የሚኖሩ፣ የአዴ ሐሊማ ሐጂ ራሕመቶ ልጅ፣ በስልክ ግንኙነት	በነሐሴ 21/2016
17	ወ/ሮ ዙፋን ሙሐመድ ሀሰን		የአዴ ዘምዘም ሐጂ ራሕመቶ ልጅ	በነሐሴ 21/2016
18	ወ/ሮ ሲቲ ዓሊ ሐጂ ራሕመቶ		በንግድ ሥራ ላይ የምትገኝ፣ ለቤተሰቡ ታሪክ ቀናኢነት ያላት	በነሐሴ 22/2016
19	ልዑል አስፋወሰን ልዑል አስራት ልዑል ራስ ካሣ		በጀመርመን ሀገር የሚኖሩ፣ ከሥልጤ እና ከሌሎችም ጋር ያላቸውን የሥጋ ዝምድና በስፋት	በነሐሴ 28፣ በጳጉሜ 1/2016 እና በሌሎችም ቀናት

			የሚገልጹ፣ በስልክ የተደረጉ ግንኙነቶች	
20	ወ/ሮ ሐያት ሲዲ ሙሐመድ		የአዴ ዘምዘም ልጅ	በጥቅምት 9/2017
21	አቶ ጃቢር ሳርባሮ		የሐጂ ራሕመቶ ቤተዘመድ	በኅዳር 10/2017

<u>ማስታወሻ፡-</u> የሥሞች አቀማመጥ ቅደም ተከተል ቃለ-መጠይቅ የተደረገበት ቀንን መሠረት ያደረገ ነው። ከእዚህ ወጪ ሌላ ምንም መስፈርት የተከተለ አይደለም።

ሰው ይወለዳል፣ ያድጋል፣ ያረጃል፣ ያልፋል። ትውልድ እና ታሪክም ካለሙት ሕያው ሆኖ ይቀጥላል!!!

Made in the USA
Monee, IL
12 January 2025

74959391R00151